Bóng Chim Bằng
Trên Vách Thời gian

Nhà xuất bản Nhân Ảnh, California, Hoa Kỳ, 2025
Copyright © Trần Nghi Hoàng
Copyright bìa © Nguyễn Trọng Khôi
Trình bày: Hồng Nhung
Biên tập: Khánh Phương
Bản quyền tác phẩm đã được đăng ký tại Congress Library Hoa Kỳ.
ISBN: 979-8-3305-4956-6

Mọi hình thức xuất bản, sao chụp, phân phối dưới dạng in ấn hoặc văn bản điện tử, đặc biệt là việc phát tán trên mạng internet mà không có sự cho phép bằng văn bản của tác giả là vi phạm pháp luật và làm tổn hại đến quyền lợi của nhà xuất bản và tác giả. Không ủng hộ, khuyến khích những hành vi vi phạm bản quyền. Chỉ mua bán bản in hợp pháp.

Trần Nghi Hoàng

Bóng Chim Bằng
Trên Vách Thời gian

MỤC LỤC

BÓNG CHIM BẰNG TRÊN VÁCH THỜI GIAN 7
(Tự bạch, Trần Nghi Hoàng và Các bài phỏng vấn,
phê bình, nhận định cùng ý kiến của bạn hữu và độc giả)

CÁC BÀI PHỎNG VẤN, PHÊ BÌNH, NHẬN ĐỊNH 151
Cùng Ý Kiến Của Bạn Hữu Và Độc Giả

    Lời bạt tập "Thơ Trần Nghi Hoàng" 153
    Hà Cẩm Tâm, 1983

    Trần Nghi Hoàng: Người lữ hành cô đơn trong hành trình vần điệu 158
    Du Tử Lê, 1988

    Ba cây mà chụm lại 164
    Văn Thanh, 1995 (phỏng vấn)

    Mánh lới cuối cùng của một con người 186
    Thế Dũng, 1997 (nhận định)

    Bóc quá khứ, nhìn về phía trước 204
    Đoàn Nhã Văn (nhận định)

    Trần Nghi Hoàng, kẻ lữ hành cô độc 221
    Lâm Chương, 2006 (nhận định)

    Trần Nghi Hoàng: Thơ của mình là hay nhất! 239
    Nguyễn Đức Tùng, 2006 (phỏng vấn)

Về "Phê bình Parabole" của Trần Nghi Hoàng 290
Phan Nhiên Hạo, 2024 (nhận định)

Một thời đã qua 297
Võ Đình Tuyết, 2024

Một người sống và chết với chữ nghĩa 300
Hoàng Văn Thắng, 2024

Tài không đợi tuổi 303
Nguyễn Văn Lợi, 2024

Đêm đất khách nghe thơ Lý Bạch 307
Nguyễn Duy Năng, 2022

BÓNG CHIM BẰNG
TRÊN VÁCH THỜI GIAN

———————

(Tự bạch, Trần Nghi Hoàng
và
Các bài phỏng vấn, phê bình, nhận định
cùng ý kiến của bạn hữu và độc giả)

Trước khi vào truyện

Đây là câu chuyện kéo dài qua hai thế kỷ. Khởi đi từ thập niên đầu của thế kỷ trước, và dư chấn qua gần một phần tư thế kỷ mới mà vẫn còn âm ỉ khôn nguôi. Đây là câu chuyện của một chàng thanh niên ở một vùng quê Nam bộ. Chàng nằm trong số những người trong thế hệ cuối cùng còn theo Nho học. Sau mười mấy năm đèn sách, chàng thanh niên lúc ấy đã 19 tuổi mới biết triều đại cuối cùng của nền phong kiến Việt Nam đã bãi bỏ chế độ thi cử từ 10 năm trước. Nhưng chàng thanh niên được sinh ra và lớn lên ở thôn dã này đã không nao núng. Chàng nhanh chóng tìm đến những cái mới, những cái hiện dụng mà học hỏi. Cốt lõi là tự học. Chàng đã quả cảm đứng trên hai chân của mình, dùng trí tuệ của mình mà bảo bọc lèo lái gia đình, vợ con suốt cả một đời. Một đời đầy truân chuyên và gai góc. Chàng thanh niên xuất thân từ một vùng quê Nam bộ ấy là cha tôi. Và đây là câu chuyện mà tôi đã tích cóp từ hơn 60 năm, qua những lần mà cha má, anh chị tôi thỉnh thoảng đàm luận với nhau. Và gần đây nhất, từ hơn 10 năm nay là những hồi tưởng của chị Tư tôi với tôi. Tôi đã gặng hỏi tất cả những gì mà chị Tư tôi còn có thể nhớ được về cha má tôi, về gia đình tôi. Chị Tư tôi năm nay đã tám mươi sáu tuổi. Kho tài liệu bách khoa về gia tộc này của tôi bây giờ cũng đã có nhiều trang bị thất lạc qua những lần tôi kiểm chứng.

Con kính dâng lên Cha Má cuốn sử thi con viết về gia đình ta.

Con,
Trần Vi Tiên – Trần Nghi Hoàng.
Ngày 15 tháng 10, 2024

CHƯƠNG I

Cha Tôi và Thời Thế

1. Cha tôi

Đây là cuốn sách tôi muốn viết từ ba mươi năm trước. Nhưng dường như cơ duyên chưa đủ. Cho đến tận hôm nay. Tôi muốn viết về cha tôi, về cuộc đời cha tôi. Vì vậy, đây cũng có thể coi như là cuốn sử thi tôi viết về gia đình tôi, một gia đình nông dân Nam bộ.

Cha tôi là ảnh hưởng lớn nhất cho những suy nghĩ và quyết định trong suốt cuộc đời tôi. Tự lập, tự tin, tự quyết và dứt khoát trong mọi việc, cha tôi sinh năm cuối trong thập niên đầu của thế kỷ Hai Mươi, năm 1910. Ông là một trong những người theo Nho học cuối cùng của đất nước Việt Nam. Hầu như 95% những con người sinh ra trên mảnh đất Việt Nam trong suốt chiều dài thế kỷ Hai Mươi đều có chung một số phận, số phận điêu linh và thống khổ của đất nước. Còn 5% kia là những biệt lệ mà tôi sẽ không nói đến.

Ông nội tôi là nhà nho nghèo lỡ vận, không có ngay cả một cơ hội để đi thi. Nhưng dường như cụ vẫn còn nuôi giấc mơ lều chõng nên hai người con trai của cụ là bác Ba và cha tôi cứ được cho đi học chữ Nho. Trên con đường chính của làng Tân Thủy, khoảng chỗ nhà tôi nếu đứng xoay về hướng mặt trời thì chạy thẳng bên trái khoảng 2 cây số là biển Bãi Ngao và bên phải là trập trùng đồng ruộng nhà cửa vườn tược. Cho nên người ta nói, trai làng Tân Thủy có hai nghề, làm biển và làm ruộng. Bác Ba bỏ học nửa chừng đi làm biển. Cha tôi thích chữ nghĩa nên vừa đi học vừa làm ruộng. Ông học đến năm 19 tuổi. Theo như ông nói, ông học tới "biện", tức là đứng lên đọc một trang sách thí dụ như Luận Ngữ rồi biện giải cho thầy nghe. Nhưng đến lúc đó, năm 1929, cha tôi mới biết rằng triều đình Huế đã bỏ thi từ mười năm trước, năm Kỷ Mùi 1919. Sau này, biết chuyện có lần tôi hỏi cha, "Hay tin triều đình Huế bỏ thi cử, cha có buồn không?" Ông cười mỉm trả lời: "Có hụt hẫng nhưng chút xíu thôi. Đời mà con. Phút trước với phút sau đã có biến đổi rồi. Cùng thì tất biến. Biến tất thông con à."

Cha tôi quyết đoán rất nhanh. Sau đó không lâu ông quyết định tự học chữ quốc ngữ và tiếng Pháp. Lại cũng có lần tôi đã hỏi cha: "Sao cha lại có thể tự học những thứ mà cha chưa từng biết nó ra sao?" Vẫn cái mỉm cười cố hữu, cha nói: "Cái thằng này. Thì chưa từng biết nó ra sao mới học chứ." Ông tiếp: "Vả lại, cũng không thể nói chưa từng biết nó ra sao. Chữ quốc ngữ là để diễn tả tiếng Việt của mình mà. Chỉ cần học thuộc mặt chữ rồi ráp lại sao cho ra tiếng nói của mình là được. Chữ quốc ngữ, nếu so với chữ Nho mà cha đã học thì nó dễ hơn gấp cả trăm lần." Cha cho rằng, nếu một người đã học thông được chữ Nho thì học những thứ chữ khác không khó. Cha nói: "Còn tiếng Pháp thì giờ chữ quốc ngữ của mình cũng xài mẫu tự Latin như của họ. Nếu con chịu khó quan sát rồi tìm một cách riêng để học thì sẽ thành công. Thời của cha khó khăn. Muốn tìm sách hay tự điển để học thì sầy vi tróc vẩy. Cha học chữ viết trước rồi lên Sài Gòn mới tìm cách học nói. Tụi con bây giờ sướng. Sách vở tự điển đầy ra đó. Muốn học thứ tiếng nào mà chẳng được."

Cha tôi theo phong trào Thanh niên Tiền phong vác gậy tầm vông chống Tây từ rất sớm, cùng thời với Nguyễn Thị Định và Đồng Văn Cống. Nhưng không lâu sau đó ông đã tìm cách thoát ra khỏi họ. Lúc đó, ông đã lập gia đình và má mới sinh chị Hai tôi. Ông nại cớ là vợ còn yếu con còn thơ không ai chăm sóc. Nhưng sự thật là ông đã khám phá ra cái mầm mống trí trá của cộng sản nằm sau lớp áo Việt Minh. Một người chú họ của cha có biệt danh là ông Năm Xoáy Trâu. Theo truyền thuyết là vì ông Năm có một cái xoáy trâu ở phía sau lưng nên ông có thể ở dưới nước lâu hàng giờ. Ông Năm rất giỏi võ và có chân trong thành phần lãnh đạo Việt Minh ở địa phương. Dĩ nhiên ông biết nhiều chuyện nội tình cấp cao. Ông lại trực tính và khí phách nên thường xuyên phản đối những hành vi bá đạo của Việt Minh. Sau hai lần gặp cha tôi để tâm sự và nhắn nhủ mọi điều, ông Năm Xoáy Trâu quyết định rời bỏ hàng ngũ Việt Minh. Ông nói rõ là không cùng chí hướng thì không làm việc với nhau được.

Việt Minh lập tòa án nhân dân và tuyên xử ông tội

tử hình. Biết ông Năm giỏi võ, họ tuyển 6 người cùng trong làng hảo thủ có nghề chia làm hai toán mỗi toán 3 người với nhiệm vụ truy nã nhưng thực ra là truy sát ông Năm. Ông Năm biết vậy nên cứ quanh quẩn ở những vùng sông nước, hễ có động là ông xuống nước tránh. Họ không bao giờ tìm được ông. Cuộc truy đuổi và trốn chạy kéo dài đến mấy tháng. Nhưng cuối cùng, trong một lần sơ hở, ông đã bị bọn sát thủ bao vây giữa một căn nhà cách xa sông nước. Tuy nhiên bọn này rất e sợ ông nên chỉ bao vây chứ chưa dám ra tay. Sau này, gia đình chủ nhà vốn là đàn em ông kể lại cho cha tôi, ông Năm thản nhiên têm trầu rồi bỏ vào miệng nhai, vẫn không thèm nhìn đến bọn sát thủ này dù chỉ một lần. Ông biết rõ từng tên và khả năng bọn chúng. Đột nhiên, ông Năm Xoáy Trâu lên tiếng: "Tụi bay chỉ là những thằng Thiên lôi. Tụi nó sai tụi bay làm gì thì tụi bay làm đó. Tao không muốn giết bất cứ đứa nào trong bọn mày. Tao cùng đường rồi. Bọn chó đẻ sẽ không bao giờ buông tha tao. Trừ phi tao bỏ lên thành phố hay qua xứ khác mà lánh. Nhưng tao không muốn đi đâu hết. Tao cũng sắp già rồi. Thằng Bê, mày cầm con dao găm lại đây." – Thời đó, chỉ một vài tên Việt Minh thực cao cấp mới có súng. Hầu hết chỉ chống Tây bằng gậy tầm vông, mã tấu và dao găm. Ông Năm Xoáy Trâu nổi tiếng là người chỉ nói một lời. Ông tuyên bố không muốn giết bất cứ đứa nào trong bọn sát thủ có nghĩa là ông không muốn phản kháng. Tên Bê líu ríu cầm con dao găm đi đến chỗ ông Năm. Đôi mắt sáng quắc của ông Năm nhìn chằm vào mặt tên Bê. Ông hỏi lớn: "Lệnh giết một mình tao phải không?" Bê lí nhí: "Dạ phải." Giọng ông Năm vẫn sang sảng: "Tao chịu chết. Nhưng tụi bay không được đụng tới bất cứ người nào trong nhà này. Nghe chưa?" Tên Bê run giọng dạ, những tay sát thủ còn lại cũng gật đầu. Có tên lí nhí: "Ông Năm yên tâm, bọn tôi hứa không làm gì họ đâu."

Ông Năm dùng ngón trỏ bàn tay phải chỉ lên lỗ hõm giữa xương quai xanh trên ngực trái và nói: "Bê, mày dùng hết sức đâm vô đây." Tên Bê run lẩy bẩy không biết làm thế nào. Ông Năm phải giúp tên Bê cùng cầm con dao của hắn lên, kê vào chỗ đó và đâm mạnh xuống, miệng ông vẫn nhai trầu sừn sựt. Vợ người chủ nhà nấc lên. Người chủ nhà nghiến răng bật máu. Những tên sát thủ còn lại cắn môi để nén tiếng kêu. Ông Năm lại cầm tay tên Bê cật lực ấn mạnh xuống một lần nữa. Con dao cắm ngập tận cán, máu chỉ ứa ra xung quanh cán dao. Sắc mặt ông Năm Xoáy Trâu tái dần nhưng lưng ông vẫn thẳng đứng trong thế ngồi xếp bằng. Vợ chồng người chủ nhà khóc nghẹn trong cuống họng. Mặt bọn sát thủ đồng loạt giãn ra, nhưng trong ánh mắt vẫn còn nét kinh nghi. Một tên sát thủ trầm trầm nói với vợ chồng chủ nhà: "Hai người phải tuyệt đối ngậm miệng. Chúng tôi giữ lời hứa với ông Năm nhưng nếu chuyện hai người chứng kiến hôm nay mà phong thanh lọt ra ngoài chút gì thì hai người biết rồi đó." Hai vợ chồng chủ nhà vừa đưa tay quệt nước mắt vừa gật đầu. Uy thế và khí phách của ông Năm Xoáy Trâu đã khuất phục bọn sát thủ. Chúng giữ lời hứa với ông Năm dù ông đã chết. Chúng mang thi hài ông Năm đi, vẫn để nguyên con dao trên người ông. Sau đó xác ông Năm xuất hiện ở một chỗ gần nơi công cộng, dĩ nhiên với một bản án tử hình cài trên ngực. Việt Minh cho người đến báo với cha tôi là ông Năm đã bị bọn Tây giết, lại còn cài bản án trên ngực ông để đổ cho là Việt Minh đã ra tay. Cha tôi giả vờ tin nhưng biết rằng, thôi rồi chuyện đã xảy ra.

Khoảng tầm bảy ngày sau, vợ chồng người chủ nhà chỗ ông Năm bị xử tử đã bí mật tìm cách gặp cha tôi, tỉ mỉ kể rõ từng chi tiết về cái chết của ông Năm. Cuối cùng, ông chủ nhà tốt bụng này nói: "Ông Năm đã từng dặn tôi là nếu có chuyện gì xảy ra cho ông thì tôi phải tìm cách báo cho anh Tư biết. Biết càng rõ càng tốt để anh Tư quyết định được những điều quan trọng."

2. Dọn nhà lên Sài Gòn lần thứ nhất

Nếu quyết định tự học chữ quốc ngữ và tiếng Pháp là quyết định quan trọng cho cuộc lâu dài của gia đình thì quyết định đưa má và chị Hai tôi lên Sài Gòn là quyết định quan trọng tức thời có liên quan đến vấn đề sinh tử của cha tôi. Thời đó, chuyện một người từ Lục tỉnh lên Sài Gòn thăm cho biết thôi cũng đã làm xôn xao làng xóm rồi huống gì cha tôi chưa từng biết Sài Gòn bao giờ, đùng một cái lại đưa vợ và con lên đó lập nghiệp thì quả là kinh thiên động địa. Cha tôi đưa vợ yếu con thơ, lúc đó chị Hai tôi đâu chừng khoảng 6 tháng tuổi lên Sài Gòn lập nghiệp với những hành trang mà tôi sẽ kể ra sau đây: 48 đồng bạc Đông Dương (thời 1933 – 1934). Đây là món tiền do bà nội tôi và mấy người bà con gom lại cho. Một chiếc giỏ đệm lớn trong đó có vài bộ quần áo của cha tôi, vài bộ của má tôi, mấy cái tã và quần áo của chị Hai tôi. Một chiếc giỏ đệm nhỏ hơn trong đó là những bảo vật của cha tôi: vài ba cuốn tập đọc tập viết của những đứa nhỏ lớp Năm lớp Tư ở trong làng[1]. Cha tôi đã từng tới nhờ mấy em này chỉ cho đánh vần, ráp chữ và xin những cuốn tập mà chúng đã học xong về để ông tự học. Một cuốn tập mà ông đang tập viết tập đọc chữ quốc ngữ. Cuốn tập thứ hai để ông học tiếng Pháp. Ông học tiếng Pháp với bất cứ người nào biết tiếng Pháp dù nhiều hay ít. Cuốn tập thứ ba còn nguyên giấy trắng, ông nói là để phòng hờ. Trong chiếc giỏ đệm nhỏ này còn có nhiều bút chì và mấy cục gôm, và một cuốn sổ khá dày.

Thời của cha tôi, muốn đi từ một làng quê như Tân Thủy quận Ba Tri lên tới Sài Gòn không phải chuyện đơn giản. Đối với người có tiền của thì không có gì đáng nói. Họ đi xe nhà hoặc thuê xe có luôn tài xế đưa thẳng họ tới Sài Gòn. Nhưng với những người nghèo như cha má tôi

---

1. Có những thay đổi trong giáo dục về cách gọi tên lớp, thứ bậc trong năm học: từ thời cha tôi đến thời tôi thì giống nhau. Đầu tiên là lớp mẫu giáo, rồi đến lớp Năm, Tư, Ba, lớp Nhì, lớp Nhất, rồi thi Tiểu học. Sau tiểu học đến Đệ Thất, đệ Lục, đệ Ngũ, đệ Tứ. Thi trung học. Đậu xong thì được coi là đã xong trung học đệ Nhất cấp. Bắt đầu lên đệ Tam là trung học đệ Nhị cấp. Hết năm đệ Nhị phải thi Tú tài I tức tú tài bán phần. Xong Tú tài bán phần mới lên học đệ Nhất rồi thi Tú tài toàn phần. Có Tú tài toàn phần tức Tú tài II thì mới được thi vào Đại học. Còn thời nay cách gọi tên từ lớp mẫu giáo đến lớp 1, từ lớp 1 tuần tự đến lớp 12.

thì lại là một hành trình nhiêu khê đầy vất vả. Cha đưa má và chị Hai ra ngủ nhờ nhà một người bà con ở gần chợ quận Ba Tri. Trước đó đã phải nhờ người bà con này liên lạc với một người tài xế chuyên chở hàng hóa rau cải từ Ba Tri lên Bến Tre để xin cho cha má và chị Hai tôi quá giang, có thể là đền ơn họ một chút ít tiền. Cha má và chị Hai tôi phải ngồi chung với những giỏ cần xé và rau củ đến Bến Tre, nếu thuận kịp giờ thì có thể mua vé xe lửa đi Sài Gòn ngay. Nếu không, lại phải mua vé xe lửa trước rồi vật dựa chờ ở ga cho đến khi có chuyến xe lửa đi.

Cha má và chị Hai tôi đã đến Sài Gòn lần đầu tiên với một đoạn trường như vậy. Trên xe lửa đi từ Bến Tre lên Sài Gòn, cha tôi đã đi dò hỏi hết người này đến người kia những thông tin mà ông muốn biết về Thủ đô của nước Việt Nam, cái đô thị xa lạ mà ông sắp phải đưa vợ con dấn thân vào. Cha tôi đã may mắn gặp được một cậu học trò quê Bình Đại cùng tỉnh Bến Tre. Cậu lên Sài Gòn trọ học ở nhà vợ chồng ông chú. Cậu học trò tên Nhơn, 16 tuổi. Cậu nói với cha tôi: "Em lên nhà chú thím em trọ học đã hơn năm. Vừa rồi nghỉ lễ em về quê thăm nhà. Giờ quay lên đi học lại. Nhà chú thím em còn phòng trống. Để em nói chú thím em cho anh mướn ở đó luôn. Mình người cùng quê mà."

Nhà chú thím Nhơn ở Đa Kao, đất Hộ, thuộc Gia Định. Tới ga xe lửa Sài Gòn, Nhơn nhanh nhẹn gọi cả xe lôi giùm cho cha má tôi. Nhà chú thím Nhơn nếu đi từ Sài Gòn về Gia Định thì tới Lê Văn Duyệt, rẽ trái tới Trần Quang Khải lại rẽ trái. Gặp cái hẻm thứ nhì bên phải trên đường Trần Quang Khải rẽ phải vào là nhà. Mọi diễn tiến đã rất tốt đẹp còn hơn cả mơ ước của cha má tôi. Vợ chồng Ông Sáu Đính để cha má và chị Hai tôi ở trong một căn phòng khá rộng có sẵn một tủ để xếp quần áo nhưng chưa có giường chiếu. Nhưng điều này không quan trọng. Bà Sáu nói sẽ đưa cho một chiếc chiếu lớn để cả nhà ngủ tạm rồi sẽ tính sau. Ông Sáu thì hứa ngày mai sẽ đưa cha vào xưởng mộc nơi ông đang làm để xin việc. Ông nói: "Tôi làm ở đó cũng hơn bảy năm rồi. Tôi không làm về cưa đục hay bào đóng vì tôi không giỏi về mặt đó." Ông cười, "Nhưng tôi lại khéo tay về chuyện đánh giấy nhám và đánh vec-ni tức là đánh bóng."

Ông Sáu trạc 45 tuổi. Bà Sáu trẻ hơn ông chừng 1-2 tuổi. Hai vợ chồng có hai con một trai một gái. Cậu trai vừa cưới vợ được mấy tháng. Cô gái 15 tuổi đang học chung trường với Nhơn. Ông Sáu nói cha chỉ cần đưa 5 đồng mỗi tháng thôi. Đó là vừa tiền ăn tiền ở. Hai gia đình ăn chung cho vui. Bà với má cùng cai quản nhà bếp để hai ông chồng ra đời chiến đấu. Năm đó, 1933, cha tôi 23 tuổi và má tôi 21. Bà Sáu muốn cha má tôi gọi ông bà là "anh chị" nhưng cha má tôi cứ nhất định gọi là "chú thím" như Nhơn. Cha nói, "Chú thím lớn hơn vợ chồng cháu tới mấy chục tuổi trong khi cháu chỉ lớn hơn Nhơn 6-7 tuổi thôi. Và lại, trong tương lai, cháu còn phải học hỏi với em Nhơn và em Lịch đây nhiều." (Lịch là tên con gái của Ông Bà Sáu). Cha tôi nói như vậy là thực tình nhưng mọi người tưởng là ông khiêm nhường. Sau này, khi mọi người thấy ông cứ căn lúc Lịch và Nhơn có thời giờ rảnh lại ra hỏi han về chữ quốc ngữ và tiếng Pháp rồi kiên trì chăm chú ghi chép học thì mới vỡ lẽ ra. Khi Ông Bà Sáu và Nhơn, Lịch biết cha tôi đã từng học chữ Nho từ nhỏ cho đến năm 19 tuổi rồi mới quyết định học chữ quốc ngữ và tiếng Pháp, lại tự học thì rất ngưỡng mộ cha là người có chí.

Tạm ổn định chuyện ăn ở cho gia đình xong, hai hôm sau, cha theo Ông Sáu vào gặp ông chủ xưởng mộc. Ông Sáu đã có nói với ông chủ trước rồi nên gặp cha, ông chủ rất niềm nở. Ông chủ xưởng mộc trạc tuổi Ông Sáu hoặc lớn hơn vài tuổi, khen cha có cái tướng đẹp rắn chắc, ăn nói chậm rãi, thật thà nhưng chững chạc và tự tin. Ông nhận cha vào học nghề ngay, lại hứa trả lương tùy theo sự sáng dạ và nhanh chậm của cha. Ông còn hỏi cha về đường học vấn. Cha cứ có sao nói vậy. Ông chủ xưởng mộc có vẻ xúc động an ủi cha và nói với Ông Sáu: "Như vậy cháu đây là người trí thức lỡ thời. Cháu cứ ráng học nghề mộc. Cháu sẽ giúp được chú nhiều việc khác." Rồi ông chủ và Ông Sáu đưa cha đi giới thiệu với từng người trong xưởng mộc. Xưởng mộc này thuộc loại lớn, có thêm khoảng hơn 10 người nữa. Có hai cậu nhỏ khoảng 16, 17 tuổi, còn lại là thanh niên và trung niên. Khi đến gặp sếp thợ là Ông Tư Thìn, trạc tuổi Ông Sáu Đính, ông chủ nói với Ông Tư Thìn: "Cháu đây cũng học chữ Nho hơn 10 năm, chắc hạp với anh Tư." Ông chủ cười, nói tiếp: "Cháu cũng thứ Tư. Tôi tin là nó sẽ là đệ tử chân truyền của anh." Ông Tư vui vẻ hỏi cha tôi quê quán ở đâu. Cha tôi nói quê của mình thì Ông Tư Thìn vui vẻ vỗ vai cha cười: "Vậy chú cháu mình là hàng xóm. Chú dân Cần Thơ đây."

Cha tôi học nghề rất nhanh, chỉ hơn tháng sau là đã được lãnh lương thợ. Mọi người trong xưởng mộc đều quý và thích cha. Cha ít nói nhưng luôn sẵn sàng giúp tay cho người này người kia, đặc biệt là ông chủ và Ông Tư Thìn thì rất coi trọng cha vì cha bẩm sinh biết cách chỉ huy, sắp xếp, lại có nhiều sáng kiến để làm cho mọi công việc nhẹ nhàng và đơn giản hơn. Cha đã nghĩ ra thêm được những kiểu tủ bàn hoặc giường ghế làm cho ông chủ xưởng và Ông Tư Thìn rất thích thú. Ông Sáu Đính thì rất hãnh diện vì chính ông là người giới thiệu cha với ông chủ xưởng.

Vậy đó. Mọi chuyện đã diễn ra êm đẹp như một giấc mơ. Cha má và chị Hai tôi ngụ bên nhà Ông Sáu Đính, bây giờ đã có đầy đủ giường chiếu và mọi thứ. Mỗi ngày, sau bữa ăn sáng, Ông Sáu và cha tùy hứng thả bộ hay đèo nhau bằng xe đạp cùng đi làm. Xưởng mộc nằm bên này Cầu Bông, cách nhà không bao xa. Má ở nhà trông coi chị Hai, chờ Bà Sáu đi chợ về thì ra phụ làm bếp với bà. Nhơn, Lịch đã rủ nhau đi học từ sớm.

Năm 1934, má lại có bầu. Tháng 8 năm 1935, má sinh anh Châu nhưng anh Ba Châu chỉ sống được mấy tháng rồi mất. Cha má rất buồn nhưng cha an ủi má: "Con cái là do Trời cho. Trời cho nó có duyên số với mình nhiêu đó thì mình phải chịu thôi." Đến lúc này chữ quốc ngữ của cha tôi đã khá rồi. Ông có thể viết thư và đọc sách được. Cùng lúc, tiếng Pháp ông cũng đã tiến bộ nhiều, có thể giúp ông chủ xưởng giao tiếp với họ trong việc mua bán. Nhơn, Lịch có tặng cha mấy cuốn sách vở để học tiếng Pháp. Thời gian đó, cha có đi mua mấy cuốn sách chữ quốc ngữ. Đến sau này má sinh ra tôi, rồi tôi lớn lên đi học biết đọc biết viết, vẫn còn mấy cuốn sách đó như bộ Gia Long Tẩu Quốc, Hoàng Tử Cảnh Như Tây rồi Gia Long Phục Quốc của tác giả Tân Dân Tử. Đặc biệt, cha rất quý hai tập thơ của cụ Đồ Nguyễn Đình Chiểu là tập thơ Lục Vân Tiên và sách thuốc Ngư Tiều Vấn Đáp. Cuốn thơ Lục Vân Tiên cha thuộc nằm lòng. Sau này, tuổi thơ tôi đã nhiều lần được cha đưa vào giấc ngủ bằng những câu lục bát mộc mạc nhưng đầy tính nghĩa nhân bằng cái giọng sang sảng nhưng lại vô cùng trầm bổng của ông.

Năm 1938, má sinh chị Tư tôi. Chị bụ bẫm, khỏe mạnh làm cha má rất vui mừng. Hơn 5 năm qua, cha đi làm để dành tiền đã có thể mua được một căn nhà phố. Cha má bàn tính rồi đến thưa chuyện với vợ chồng Ông Sáu Đính. Cha nói: "Thưa chú thím, mấy năm qua nhờ sự bảo bọc nâng đỡ của chú thím, vợ chồng cháu đã để dành được một món tiền khả dĩ có thể mua được một căn nhà phố. Con bé Hai đã gần 6 tuổi, đến tuổi đi học, giờ tụi cháu lại có thêm con bé Tư." Cha cười nhẹ: "Tương lai nếu Trời Phật ông bà thương, cho, nhiều khi lại còn thêm nữa nên tụi cháu xin phép chú thím cho dọn ra riêng." Ông Bà Sáu có vẻ bất ngờ và buồn ra mặt. Ông hỏi: "Vậy chứ bay đã nhắm chỗ nào chưa?" Cha gật đầu: "Dạ. Chú Tư Thìn nói ở dãy phố mười căn sát Cầu Bông vẫn còn một hai căn trống. Chú quen với chủ phố, khi nào cháu quyết định thì chú giới thiệu cho." Nét mặt Ông Sáu Đính như giãn ra. Ông biết dãy phố đó. "Ừ, vậy cũng tốt. Gần xưởng mộc tiện đi làm, cũng không xa cái nhà này, dễ chạy qua chạy lại." Rồi ông thở dài: "Thiệt... cái nhà này rồi ngày càng vắng đi." Bà Sáu chặc lưỡi: "Thằng Nhơn hết năm nay ra trường thì về Bình Đại dạy học rồi năm sau tới con Lịch. Mai mốt con Lịch lấy chồng thì chỉ còn hai ông bà già." Bà vói tay qua bồng chị Tư từ lòng má. Bà hôn chị Tư chùn chụt, nói: "Bay chưa đi mà thím đã nhớ mấy đứa nhỏ này rồi. Mai mốt chịu sao thấu." Ông Sáu Đính vuốt tóc chị Hai, nói với cha tôi: "Thằng Tư mày nhớ lời chú. Dân Lục tỉnh mình lên đây tiếng là lên ở Sài Gòn nhưng cứ nên quanh quẩn ở đất Hộ Gia Định này thôi. Gia Định Sài Gòn cách nhau có một bước nhưng giá cả và đời sống khác hẳn nghe bây. Cái đất này giá cả đời sống dễ thở, ít xô bồ hơn Sài Gòn rất nhiều." Rồi ông vỗ vai cha: "Tiền mua nhà mà có thiếu hụt thì cho chú biết. Chú thím sẽ giúp. Bay ở đây bốn năm năm như vậy là coi như ruột thịt rồi." Bà Sáu dặn: "Nhớ ngày nghỉ cuối tuần dắt mấy đứa nhỏ về đây chơi nghe" rồi bà chớp chớp mắt như muốn khóc: "Thằng Nhơn, con Lịch hay tin này nó làm giặc cho mà coi." Lát sau, Nhơn, Lịch đi học về rồi cũng biết chuyện. Cậu Nhơn mặt buồn thiu ôm chị Hai vào lòng, nói với cha: "Em biết hợp, tan là lẽ thường tình. Nhưng sao em không đành lòng anh Tư à." Cha vỗ vai cậu cười nhẹ: "Anh hiểu chứ em. Nhưng mình là đàn ông. Đừng để cho những cái bịn rịn này làm bận lòng nhiều em à." Còn cô Lịch thì bất kể ai nói gì cứ ôm chị Tư vào ngực mà khóc tu tu. Đột nhiên Lịch nói: "Anh chị đi đâu thì đi, cứ để hai đứa nhỏ ở lại đây cho em." Mọi người bật cười. Nhơn hỏi: "Rồi Lịch nghỉ học ở nhà giữ em hả?" Lịch đang nước mắt nước mũi tèm lem cũng toét miệng cười. Bà Sáu véo nhẹ lên gò má con gái: "Ê ê, con Lịch vừa khóc vừa cười!"

3. Thời thế

Cha má tôi dọn nhà với sự giúp đỡ của mọi người, gia đình Ông Bà Sáu và những bạn đồng nghiệp trong xưởng mộc. Mọi vật dụng cần thiết cho ngôi nhà mới của cha má dường như đã được mọi người bàn tính trước sao đó nên cha má chưa kịp mua sắm gì hết mà đã có rất đầy đủ. Bàn ghế tủ giường mới từ xưởng mộc, hay cả một chiếc giường nhỏ cho chị Hai tôi. Nồi niêu xoong chảo bếp lò mắm muối thì do gia đình Ông Bà Sáu cung cấp. Mọi người cấm cha má tôi có ý kiến. Má tôi cảm động quá hết rưng rưng cầm tay vợ Ông Tư Thìn đến cầm tay vợ ông chủ xưởng mộc. Rồi má ôm Bà Sáu Đính mà khóc. Má tôi là vậy. Má tôi không biết ăn nói đãi bôi. Má vui thì cười mà vui quá thì cũng khóc. Còn buồn thì khỏi nói rồi. Cha tôi lúc ấy chỉ cười cười. Cha tôi cả đời sống với hai câu thiệu làm tiêu chí cho kẻ sĩ Nam bộ: "Kiến nghĩa bất vi vô dõng giả/ Lâm nguy bất cứu mạc anh hùng." Cha theo học Khổng Mạnh mười mấy năm nhưng cha không hề quan niệm đạo đức kiểu Nho giáo. Cha luôn sẵn sàng giúp khi có người cần đến ông nếu những việc đó ông có khả năng. Cha có những principles sống của riêng ông. Tôi còn nhớ, từ lúc tôi bắt đầu có hiểu biết, đôi lần tôi có nghe cha nói là cha sống theo chủ nghĩa gia đình. Nhưng tôi nghĩ đó chỉ là cách nói của ông. Ông nói như vậy là để biểu tỏ sự không thèm quan tâm đến chính quyền, đảng phái, bè nhóm, do những biến cố xảy đến trong đời ông mà tôi sẽ lần lượt kể ra sau biến cố vụ Việt Minh và ông Năm Xoáy Trâu đã cho cha tôi cái khẳng định như vậy. Cha tôi trở thành một người "vô chính phủ", một anarchist mà chính ông cũng không biết. Và tôi là đứa con đã chịu ảnh hưởng từ ông rất nhiều một cách vô thức. Tôi sẽ nói thêm về điều này một lúc nào đó sau.

Cha má tôi là gia đình thứ ba của nhân viên xưởng mộc có nhà ở dãy phố mười căn. Hai người kia là bác Năm Chẩn ở bên trái sát nhà cha má và chú Út Phiên ở bên trái cách nhà bác Năm Chẩn hai căn. Bác Năm Chẩn gốc Cần Giuộc. Bác cao lớn, râu quai nón, lớn hơn cha khoảng 7-8 tuổi. Nghe đâu bác là người lang bạt buôn hàng chuyến cho đến khi gặp bác gái thì bác trụ lại, mua nhà ở dãy phố mười căn rồi vào làm cho xưởng mộc. Ngược lại với bác Chẩn, bác gái nhỏ nhắn, trắng trẻo xinh xắn. Hai người có liền tù tì ba cậu con trai nên rất thèm con gái. Bác Chẩn cũng là tay võ nghệ. Bác rất thích cha nên cứ muốn nhận cha làm em kết nghĩa. Thấy cha má có hai cô con gái, vợ chồng bác Chẩn rất mê nên hay chạy qua chăm sóc lắm. Ở xưởng mộc, bác Chẩn chuyên về cưa xẻ và những việc nặng. Còn chú Út Phiên lại là một trường hợp khá lý thú. Chú con nhà giàu có ở Cần

Thơ. Đang đi học chú bỏ ngang rồi lấy vợ. Cha chú lại không bằng lòng cô gái mà chú đòi cưới. Chú năn nỉ mấy năm trời mà cha chú vẫn không xiêu lòng. Bên nhà gái đã bắt đầu tự ái. Chú và cô gái quyết định tự ý dắt nhau đi làm vợ chồng mà không cần đến hai gia đình. Mẹ chú biết được. Bà giúi cho cậu con cưng một bọc tiền lớn, dặn mang theo mà phòng thân, chuyện cha chú ở nhà để bà từ từ tìm cách năn nỉ. Chú và vợ dắt nhau lên Sài Gòn rồi do ai chỉ dẫn không biết, hai người tìm đến dãy phố mười căn. Chú dùng tiền của bà mẹ đã dúi cho mua một căn rồi sau đó mò đến xưởng mộc mà xin việc làm. Chú được nhận vào làm cách đây đã hai năm, chuyện về giấy tờ, lương không nhiều nhưng chú vẫn còn tiền của bà má cho. Vả lại, bà má vẫn tiếp tế đều cho chú và dặn khi nào chú và cô sinh con thì phải bế con về quê ngay, chuyện cha chú và cha má cô kia thì không có gì phải lo, đã có bà. Năm cha má tôi dọn về dãy phố mười căn thì chú Út Phiên đã 23 tuổi, bằng tuổi cha tôi lúc cha đưa má và chị Hai lên Sài Gòn. Nhưng cha tôi và chú Út Phiên đã đến Sài Gòn bằng hai tâm thế, hai bản xứ khác biệt hẳn nhau.

Cuộc sống trôi khá êm đềm và suôn sẻ. Cha tôi được Ông Tư Thìn truyền hết tài nghệ cho và cất lên làm sếp thợ. Ông chủ xưởng mời ông Tư Thìn lên làm quản lý coi sóc cả xưởng còn ông bây giờ thì thỉnh thoảng mới ghé ngang qua. Ông dành thì giờ để lo chuyện nhà, chẳng hạn như vừa rồi lo đưa bà vợ qua Pháp thăm hai đứa con đang du học bên đó. Ông đi cả tháng nhưng mọi việc vẫn được Ông Tư Thìn và cha giải quyết ổn thỏa. Nhắc lại việc lúc cha mới được đưa lên làm sếp thợ, cũng có một hai người ít nhiều tỏ vẻ khó chịu nhưng đa số đều rất ủng hộ cha. Thế nên sự việc rồi cũng yên.

Khoảng cuối năm 1939, má sinh chị Năm Nguyệt. Nhưng cũng như anh Ba Châu, chị chỉ ở được với gia đình mấy tháng rồi mất. Cha lại an ủi má: "Mình à, cuộc đời cũng như mặt biển. Biển đâu phải lúc nào cũng lặng. Cứ có gió là biển phải động. Sống ở đời cũng như giong thuyền trên biển. Từ ngày nhà mình lìa quê lên đây tới giờ, mọi chuyện mười phần tốt đẹp hết tám chín. Coi như là biển yên sóng lặng, trừ chuyện thằng Châu, nay đến chuyện con Nguyệt. Coi như là những cơn biển động chút ít vậy thôi. Đời còn nhiều sóng to gió lớn, chưa biết ập đến lúc nào. Mà đã làm con người thì phải luôn sẵn sàng để đương đầu. Mình phải biết như vậy." Mọi người trong gia đình xưởng mộc cũng thường lui tới an ủi má.

Khoảng đầu năm 1941, chú Út Phiên sinh con trai. Hai vợ chồng chú mừng một thì bà mẹ chú mừng tới mười. Ngày đầy tháng thằng cháu nội, bà lên tổ chức một bữa tiệc đầy tháng rất xôm trò. Rồi bà xin ông chủ cho chú nghỉ một tháng để bà đưa chú và vợ con về quê giải quyết chuyện nhà. Thời gian này, Sài Gòn Chợ Lớn Gia Định đã có nhiều biến động. Quân đội Nhật xuất hiện rải rác khắp nơi, cả trong những doanh trại của quân đội Pháp. Có những sĩ quan Nhật lưng mang vũ khí, nào là kiếm dài súng ngắn đi nghênh ngang ngoài đường. Quân lính Pháp lại tỏ vẻ rất e dè khép nép trước quân lính Nhật. Vợ chồng chú Út Phiên đã ôm con trở lại với dãy phố mười căn và xưởng mộc. Chú nói vợ chồng chú thích hợp với đời sống trên này hơn là ở quê và chú cũng thích công việc ở xưởng mộc. Thế nên sau khi theo mẹ đưa con về quê, tổ chức một tiệc đầy tháng khá rùm beng cho thằng con và được cha mẹ hai bên tha thứ, vợ chồng chú lại phải hết lời thuyết phục hai bên gia đình để dắt nhau ra đi tiếp. Cuối năm đó, 1941, má tôi lại nằm cữ một lần nữa. Lần này bà sinh đôi và cặp song sinh này không giữ được ngay lúc mới chào đời. Sau này, có lần cha kể: "Lúc đó, không nói hết được sự buồn khổ của má bây. Ngày ngày bà chỉ có khóc và suy sụp. Cha khuyên dỗ thế nào cũng không được." May có Ông Tư Thìn tới nói, "Thôi đừng khóc đừng lo nữa. Để chú đưa tới gặp ông thầy Đông y này rất giỏi để ổng hốt cho mươi thang thuốc. Uống vô là mọi chuyện sẽ tốt đẹp thôi." Má tôi nghe lời, cùng cha tôi đi theo Ông Tư Thìn. Má không uống mười thang mà uống luôn tới ba mươi thang. Má nói phải đẻ thêm cho cha mấy đứa con mới vừa dạ. Cha cười: "Thì mình cũng đã có con Hai con Tư rồi mà." Má lắc đầu: "Nhưng tôi chưa đẻ con trai cho mình. Tôi không đành bụng." Không biết có phải vì cái quyết tâm này hay không mà sau đó má tôi đã lần lượt sinh ra ba anh em tôi. Vợ chồng bác Năm Chẩn cũng đã có thêm con. Vợ chồng bác thèm con gái nhưng lần này lại cũng con trai. Cha tôi cười cười an ủi bác: "Anh chị Năm như vậy là đã có được Tứ quý. Lần tới chắc chắn sẽ là con gái. Đừng lo."

Tháng 5 năm 1942, gia đình xưởng mộc có biến cố. Mật thám Pháp tới tận nhà chú Út Phiên vào buổi tối và bắt chú mang đi. Thím Út ôm con chạy qua khóc lóc cầu cứu với bác Chẩn và cha. Ngày hôm sau, trong xưởng mộc có một buổi họp để tìm cách cứu chú. Ông chủ hỏi thím Phiên: "Vậy chớ cháu có biết vì sao thằng Phiên bị bắt không?" Thím Phiên vừa khóc vừa lắc đầu. Ông chủ hỏi: "Mọi người nghĩ sao? Ai có ý kiến gì xin cho biết." Cha bỗng nói: "Hay là bác Cầm (Cầm là tên ông chủ xưởng) để cháu lo vụ này cho." Mọi người quay lại nhìn cha. Ông Tư Thìn hỏi: "Thằng Tư lo làm sao?" Cha trình bày: "Bác Cầm và chú Tư có nhớ cô Yvone Thủy và ông chồng người Tây chứ?" Hai người kia gật đầu. Cha tiếp: "Ông chồng cô Yvone Thủy là trung úy mật thám ở bót Catinat." Mọi người cùng bật tiếng ồ vỡ lẽ. Cô Yvone Thủy này đã từng đưa ông chồng Tây đến xưởng mộc, vừa mua vừa đặt đóng nhiều món hàng. Có lần cô đặt đóng một cái tủ vừa là bàn trang điểm có gắn một cái kiếng bầu dục ở giữa theo hình trong một cuốn sách của Pháp. Cha nhận lời và đã thực hiện cho cô một tủ bàn trang điểm mà cô cho là còn đẹp hơn cả cái trong hình ở cuốn sách. Ông chồng Tây bắt tay cám ơn cha rối rít và tặng thêm tiền thưởng nhưng cha không lấy. Ông ta đã đưa cha một danh thiếp và dặn nếu cha cần chuyện gì thì cứ đến gặp ông ta. Ông ta rất thích thú và nể trọng vì thấy cha cũng đã đối thoại với ông ta bằng tiếng Pháp. Cha đọc danh thiếp và biết ông ta là Trung úy mật thám trong bót Catinat.

Cũng có lần ông ta tới xưởng mộc. Thấy trên bàn một tờ giấy có hai bài tứ tuyệt xướng họa bằng chữ Nho của cha và Ông Tư Thìn, ông ta cúi xuống đọc rồi ngước lên hỏi: "Hai người nào đã viết hai bài xướng họa này?" Cha và Ông Tư Thìn đều rất ngạc nhiên hỏi lại: "Anh cũng biết đọc chữ Nho à?" Anh ta gật đầu và nói: "Có cho tôi phụ thêm bằng một câu được không?" Cha và Ông Tư Thìn đều gật đầu: "Được chứ." Và Trung úy Allen đã cầm bút viết xuống một câu bằng chữ Nho: "Tiền tài như phấn thổ/ Nhơn nghĩa tợ thiên kim." Hai bài thơ của cha và Ông Tư Thìn là ca ngợi nhân nghĩa và coi thường tiền tài. Allen viết câu đó xuống chứng tỏ đã hiểu 2 bài thơ rất tường tận. Còn cô Yvone Thủy cũng từng đưa địa chỉ cho cha và mời hôm nào rảnh đưa má tới chơi.

Bác Chẩn, Ông Tư Thìn, Ông Sáu Đính, Ông Cẩm và mọi người đều đồng ý để cha đi. Ai cũng biết cha tuy ít nói nhưng khi cần nói chuyện gì cha rất rành rẽ, chững chạc và khéo léo. Cha tới gặp cô Yvone Thủy trước rồi nhờ cô đưa tới gặp Trung úy Allen. Gặp Trung úy Allen, sau cái bắt tay, cha xin lỗi ông ta trước vì đã đột ngột tới làm phiền ông ta rồi cha trình bày cớ sự. Cuối cùng cha hỏi: "Xin ngài Trung úy vui lòng cho biết, vì nguyên do vì sao mà Lê Văn Phiên, nhân viên của xưởng mộc lại bị bắt giữ?" Viên Trung úy mời cha ngồi, cho người mang nước mời cha rồi thong thả nói: "Có người khai anh ta là Việt Minh nằm vùng." Cha mỉm cười: "Tôi nghĩ là có gì không đúng trong chuyện này. Tôi biết rõ anh Phiên. Anh ta con nhà điền chủ giàu có ở Cần Thơ. Mới đầu lấy cô vợ này không được cha anh ta bằng lòng nên hai người dắt nhau lên đây làm tổ uyên ương. Nhưng vợ anh ta đã sinh con trai và mọi chuyện đã ổn thỏa cả rồi. Anh ta không phải là Việt Minh đâu." Viên Trung úy cho lính vào phòng giam mang chú Phiên ra. Chú bây giờ trông rất phờ phạc, áo quần nhàu nhĩ. Chú trông thấy cha thì ánh mắt mừng rỡ khôn xiết. Chú lắp bắp: "Anh Tư ơi, em vô tội. Anh cứu em với." Trung úy Allen cười cười hỏi: "Anh có biết một người tên Nguyễn Thanh Khương, cũng quê Cần Thơ như anh không?" Út Phiên gật đầu: "Dạ biết. Ảnh là bạn học của tôi cho đến lớp Nhì nhưng ảnh bỏ thi tiểu học, từ đó đến giờ tôi không gặp lại." Viên Trung úy lại hỏi: "Thế lúc học chung lớp, anh và Khương có thân với nhau không?" Chú Phiên đáp: "Dạ không. Không có chơi với nhau. Chỉ biết nhau thôi." Allen hỏi tiếp: "Anh có biết lý do tại sao Khương bỏ thi tiểu học không?" Chú Phiên đáp: "Dạ tôi không biết đích xác nhưng đoán chắc tại gia cảnh. Cha anh ta là tá điền của cha tôi." Viên Trung úy gật gù: "Thôi được rồi, vì tin anh Tư đây, tôi cho anh đi về. Nhớ đừng bao giờ làm Việt Minh nghe chưa." Quay sang cha tôi, Allen nói tiếp: "Anh Tư cứ đưa anh Phiên đây về. Tôi tin anh." Cha tôi bắt tay Trung úy Allen cám ơn. Chú Phiên cũng cám ơn Trung úy Allen và cô Yvone Thủy. Cô Yvone Thủy nói cha tôi và chú Phiên cứ đi về, cô muốn ở lại bót Catinat chơi với chồng. Thời đó, danh từ bót Catinat là để chỉ một nơi chốn khủng khiếp ở Sài Gòn với người Việt Nam, đặc biệt nhất là những ai có liên quan đến lĩnh vực chính trị. Cha đưa chú Phiên về tới xưởng mộc thì mọi người đang tề tựu chờ ở đó, kể cả vợ con chú. Ai nấy mừng rỡ và xúm xít hỏi thăm. Vợ chú vừa ôm chú khóc vừa kiểm soát xem chú có bị tra tấn gì không. Chú Phiên thì cứ ôm cậu con trai vừa hôn vừa lắc đầu. Chú trả lời bác Cẩm, ông chủ xưởng mộc: "Dạ cháu chưa bị hỏi cung thì đã được anh Tư đây tới cứu. Cháu chưa bị tra tấn gì cả, chỉ sợ thôi. Qua cả đêm trằn trọc không ngủ được." Ông chủ bảo thím Phiên đưa chú về nhà nghỉ ngơi đi. Hai vợ chồng chú Phiên cám ơn mọi người và dắt nhau ra về.

Tối hôm đó, vợ chồng chú Út Phiên qua cám ơn cha một lần nữa. Cha muốn nói chuyện riêng với chú nên bảo mẹ con thím Phiên ở lại chơi với má và ngầm bảo chú Út Phiên đưa cha về bên nhà chú nói chuyện. Qua đến bên nhà chú Út Phiên, chú đi pha trà mời cha. Cha ngồi trầm ngâm một phút rồi hỏi chú: "Chú nói thật cho anh nghe đi. Mọi chuyện như thế nào phải nói hết." Đôi mắt cha đăm đăm nghiêm lạnh ngó chú. Chú Út Phiên im lặng một lúc rồi hắng giọng nói: "Thật, quả là em không thể nào giấu được anh Tư. Thằng Khương không phải Việt Minh. Nó bên Việt Quốc. (Việt Nam Quốc Dân Đảng). Em cũng trong Việt Quốc nhưng em đã ngưng hoạt động từ lúc lấy vợ rồi bỏ Cần Thơ. Thằng Khương này nó không ưa em từ thời còn đi học chung. Nó ghét em chỉ vì nhà em giàu mặc dù em chưa từng bao giờ thị nhà em giàu mà xấc xược hay làm điều gì sai quấy với ai." Cha hỏi: "Vậy tại sao nó khai là Việt Minh mà chú là đồng đảng của nó?" Út Phiên cười: "Đó là bài lệnh học đầu tiên về chính trị do mấy anh bên Việt Quốc, mấy anh dặn phải giấu tông tích mình mà đổ cho Việt Minh khi bị bắt." Cha cười lạnh: "Hóa ra bài học đầu tiên của cách mạng chính trị là phải biết xảo trá và vu khống. Việt Minh đã từng giết ông chú của anh rồi đổ cho là người Pháp ra tay. Tụi em đừng làm cho Nguyễn Thái Học và các đồng chí của ông ấy phải hổ thẹn dưới suối vàng. Nguyễn Thái Học và các đồng chí của ông là những anh hùng dân tộc. Mình không làm anh hùng được thì cũng đừng làm một người đê hèn xảo trá." Chú Út Phiên thò bàn tay phải qua nắm bàn tay trái của cha bên kia bàn, siết chặt. Chú nói: "Em hứa với anh, em không bao giờ dính tới mấy vụ trời ơi như vậy nữa. Từ giờ em chỉ lo cho vợ con, cha mẹ và anh em." Cha nhìn chú gật đầu cười: "Chú nghĩ được như vậy là sáng rồi đó. Đây là thời thiên hôn địa ám. Múa lân chú phải được cầm đầu lân mà múa, đừng làm ông Địa quạt hầu hay đội cái đuôi lân."

Tháng 8 năm 1942, má tôi báo với cha tin vui là bà có mang. Tình hình xã hội càng lúc càng lộn xộn rối rắm. Tháng 5 năm 1943, má tôi sinh anh Bảy. Anh khỏe mạnh bụ bẫm, nhưng má như con chim bị tên nên vẫn lo ngay ngáy. Vợ chồng Ông Tư Thìn tới thăm, nghe chuyện mới bày cho má: "Vợ chồng Năm Chẩn có bốn đứa con trai mạnh cùi cụi. Vợ chồng cháu qua bàn trước với vợ chồng Năm Chẩn rồi ẩm thằng nhỏ này qua để trước cửa nhà Năm Chẩn giả bộ như cho vợ chồng Năm Chẩn nuôi. Vợ Năm Chẩn ra ẩm nó vô mấy tiếng đồng hồ rồi cháu qua xin lại mang về thì rồi từ đó thằng nhỏ này sẽ to khỏe như đám con Năm Chẩn vậy." Má tôi cười khổ: "Anh Tư chồng cháu không có tin mấy vụ như vậy đâu. Nói với ảnh ảnh la mất công." Bà Tư cười: "Cháu đi một mình qua bàn với vợ chồng Năm Chắn." Má tôi đã làm y theo những lời Bà Tư Thìn dặn. Có một chuyện rất buồn cười mà tôi sắp kể ra đây. Nó khó tin nhưng có thật. Là anh Bảy tôi sau này lớn lên anh đã có nhiều râu ria và lông ngực như bác Năm Chắn trong khi cha tôi, tôi và cậu em út thì cũng râu ria bình thường thôi.

4. Sóng gió

Nếu ngày nay, một chuyện gì xảy ra ở bất kỳ đâu thì ngay sau đó mọi người trên toàn thế giới đã có thể biết được thông tin. Ai cũng có quyền và sở hữu nhiều phương tiện khác nhau để tiếp cận với hầu hết các sự kiện, chuyển động hay phát minh trên địa cầu này. Nhưng nếu đi ngược thời gian về tiền bán thế kỷ của thế kỷ trước thì những gì con người đang có trong một đời sống bình thường ngày hôm nay còn là viễn tưởng của chiêm bao trong mơ ước. Người dân Việt Nam hay nhắc tới cái mốc lịch sử là Nhật đảo chính Tây hồi tháng 3 năm 1945 nhưng thực ra quân đội Nhật đã chiếm đóng Đông Dương từ cuối năm 1940, cả năm trước khi cuộc chiến Thái Bình Dương nổ ra vào năm 1941, khi Nhật dùng chiến thuật kamikaze đánh úp vào hạm đội Mỹ tại Trân Châu Cảng. Cho tới đầu năm 1945, Đông Dương là trường hợp ngoại lệ đặc biệt trong các thuộc địa của Tây phương đã không bị người Nhật thay thế chính quyền cai trị. Tất cả các thuộc địa khác của người Anh hay người Hòa Lan đều bị Nhật chiếm đóng và những người Tây phương cầm quyền đều bị nhốt trong các trại tập trung. Riêng người Pháp, sau khi thất trận ở châu Âu đã đầu hàng Nhật và để Nhật mang quân vào chiếm đóng Đông Dương từ cuối năm 1940. Trong suốt thời kỳ chiến tranh tiếp đó, chính quyền Pháp đã hợp tác với Nhật, chẳng những về phương diện kinh tế, cung cấp lúa gạo và các nguyên liệu chiến lược cho Nhật mà cả về quân sự, để Nhật sử dụng các căn cứ quân sự tại Đông Dương mà bành trướng ra khắp vùng Đông Nam Á, chiếm Philippine, Singapore, Malaysia, Indonesia. Như vậy Đông Dương chính là căn cứ địa mà Nhật dùng làm bàn đạp để đánh chiếm toàn bộ vùng Đông Nam Á. Tất nhiên, những thông tin này đa số người Việt Nam thời đó không biết, phải nói là không thể biết. Nhưng rồi phe Trục, tức là phe Phát xít gồm có Đức, Ý, Nhật lại liên tiếp thua trận trước phe Đồng Minh. Nhưng Nhật vẫn muốn giữ giấc mộng Đại Đông Á của mình. Đó là nguyên do tại sao Nhật đã đảo chính Pháp tại Đông Dương vào ngày 9 tháng 3 năm 1945. Tuy nhiên, trước khi có quyết định dứt khoát để thực hiện hành động đảo chính này, Nhật cũng đã tỏ ra những dấu hiệu lo lắng bấn loạn về sự thế thua trận liên tục của phe Phát xít. Tháng 5 năm 1944, Nhật bắt Pháp hướng dẫn đi tìm những người có những chuyên môn mà họ cần để trưng dụng, thợ mộc, thợ rèn, thợ xây cất và vài người thợ nấu ăn. Xưởng mộc của Ông Cẩm khá đồ sộ và thuộc loại có tiếng nên dĩ nhiên là nằm trong danh sách.

Gã sĩ quan Nhật và 2 tên lính cùng đi với một hạ

sĩ quan người Pháp tới xưởng mộc. Sau một lúc hỏi han rất lâu về nhân sự, gã sĩ quan Nhật quyết định chọn cha, bác Chẩn, và một người nữa là một thanh niên độc thân tên Tuấn. Quyết định này của gã làm mọi người xôn xao chấn động. Bác Chẩn nói với Ông Cẩm chủ xưởng: "Tôi với thằng Tuấn đi cũng được không sao, thằng Tuấn độc thân, còn tôi, mấy thằng con lớn đã có thể phụ với bà xã tôi rồi. Riêng chú Tư đây, thằng nhỏ nhất mới đầy năm, làm sao đi." Ông Cẩm gật đầu nói, "Tôi hiểu," rồi quay sang nói với viên hạ sĩ quan Pháp: "Cháu Tư đây là bạn thân của Trung úy Allen ở bót Catinat. Tôi nhờ anh thông báo với Trung úy Allen về việc này được không?" Viên hạ sĩ quan Pháp gật đầu: "Dĩ nhiên là được. Nhờ ông cho tôi mượn cái điện thoại." Viên hạ sĩ quan Pháp nói vài câu gì đó bằng tiếng Nhật với tên sĩ quan Nhật rồi bước đi theo Ông Cẩm. Non 15 phút sau, Trung úy Allen đã có mặt tại xưởng mộc. Hai viên sĩ quan Pháp, Nhật chào nhau. Trung úy Allen cố gắng thuyết phục tên sĩ quan Nhật về trường hợp của cha, thậm chí có 1- 2 người trong xưởng mộc đứng ra tình nguyện đi thay cha. Nhưng tên sĩ quan Nhật nhất quyết không chịu. Càng lúc, hắn càng tỏ vẻ tức giận vì thấy Trung úy Allen cố gắng thuyết phục hắn. Như để chứng tỏ quyền lực, một tay hắn đập bàn, một tay hắn đặt vào đốc kiếm. Thấy vậy, cha bình tĩnh nói với Trung úy Allen: "Tôi cám ơn anh đã cố gắng muốn giúp tôi. Nhưng âu cũng là số phận thôi. Để tôi đi và tôi sẽ quay về với mọi người." Cha quay sang Ông Cẩm và Ông Tư Thìn, Ông Sáu Đính: "Cám ơn chú, bác trong thời gian qua đã lo lắng cho gia đình cháu. Giờ cháu lại phải nhờ bác, hai chú và mọi người chăm sóc lo lắng giùm cho vợ con cháu và nhà cửa của cháu."

Trung úy Allen hỏi tên sĩ quan Nhật là bao giờ thì những người này phải đi. Tên sĩ quan Nhật nói một tràng dài. Người hạ sĩ quan Pháp thông dịch lại rằng, thường các nơi khác những người mà hắn trưng dụng thì phải đi theo hắn tức thì. Riêng những người ở xưởng mộc này, vì nể tình Trung úy Allen, hắn sẽ cho ở nhà thêm 2 ngày. Đến sáng ngày thứ 3 phải đến trình diện ở địa điểm do hắn chỉ định. Khi tên sĩ quan Nhật cùng 2 tên lính và viên hạ sĩ quan người Pháp đi rồi, mọi người xúm lại quanh những người sắp phải ra đi. Cha hỏi Trung úy Allen: "Anh biết bọn Nhật trưng dụng người để đi đâu và làm gì không?" Trung úy Allen gật đầu: "Chúng sẽ đưa mọi người ra Bắc, đến đồn Mang Cá ở Lào Kay để xây một pháo đài. Phe Phát xít đang thua trận khắp nơi nên người Nhật muốn cố thủ ở Đông Dương này." Trung úy Allen vỗ vai cha tôi: "Anh yên tâm, vợ con anh đã có tôi và Yvone cùng mọi người ở đây lo lắng. Chúng tôi sẽ không để bất cứ chuyện gì xảy ra cho họ đâu." Trung úy Allen quay sang Ông Cẩm: "Phải vậy không ông Cẩm?" Ông Cẩm và mọi người cùng gật đầu.

Việc quân đội Nhật trưng dụng cha tôi, bác Chẩn và chú Tuấn để đưa ra đồn Mang Cá, Lào Kay, Bắc Việt làm pháo đài tất nhiên là một tin dữ đối với má tôi, tin rất dữ. Nên vừa nghe xong, má tôi chỉ kịp kêu lên được ba tiếng "Ôi mình ơi" rồi ngất xỉu khiến Bà Sáu Đính và vợ chú Út Phiên thì lo giật tóc mai và xoa bóp cho má còn bác Chẩn gái thì chạy về nhà lấy dầu cù là Mac – su qua xoa cho má. Vừa tỉnh dậy má đã khóc òa. Bác Chẩn gái phải ôm má dỗ dành: "Nín đi. Anh Chẩn cũng đi với chú Tư mà. Ở nhà mình cũng có chị có em với nhau, đùm bọc nhau chờ ngày mấy ổng về." Hai ngày được gia hạn, má chỉ quanh quẩn đeo sát cha, mấy người ở xưởng mộc cũng thay nhau lui tới dập dìu. Họ cùng góp một món tiền đưa cho Ông Cẩm chủ xưởng để tặng ba người đi dằn túi phòng thân. Ông Cẩm nói với bác Chẩn và cha: "Hai anh em cứ bình tĩnh mà đi. Ráng giữ gìn sức khỏe chờ ngày trở về. Vợ con ở đây đã có mọi người xưởng mộc lo. Xưởng mộc còn đây, vợ con hai anh em bậy sẽ không hề chi hết." Trung úy Allen và cô Yvone Thủy cũng tới thăm, tặng quà cho má và bác Chẩn gái, tiền cho cha và bác Chẩn. Rồi hai ngày gia hạn cũng qua nhanh. Bác Chẩn và cha không cho ai theo đưa tiễn cả, trừ Ông Cẩm chủ xưởng và Ông Thìn quản lý sẽ đưa xe hơi đến đón bác Chẩn và cha đến điểm hẹn do bọn Nhật chỉ định.

CHƯƠNG II

Hòa âm biến tấu

1. Người đi thăm thẳm một chia ly

"Quân tại Tương Giang đầu
Thiếp tại Tương Giang vĩ
Tương tư bất tương kiến
Đồng ẩm Tương Giang thủy"

Mấy câu ngũ ngôn Đường thi này của tác giả nào tôi không còn nhớ nhưng nội dung thì hầu như tương ứng với hoàn cảnh của cha má tôi và vợ chồng bác Chẩn. Cha tôi không tại Tương Giang đầu nhưng đang ở Lào Kay, nơi biên cương địa đầu của miền Bắc nước Việt Nam, giáp ranh với Tàu. Má tôi không tại Tương Giang vĩ cũng không ở Mũi Cà Mau là nơi cùng trời cuối đất của miền Nam nước Việt Nam. Má tôi đang ở Cầu Bông, đất Hộ với chị Hai, chị Tư và anh Bảy tôi, nằm cạnh thủ phủ của miền Nam là Sài Gòn. Như vậy thì cũng là người Nam kẻ Bắc với vợi cách xa, có khác chi người đầu sông kẻ cuối sông. Chắc chắn má tôi đã khóc rất nhiều. Chị Hai tôi năm ấy đã 11 tuổi, nhưng tính chị vốn vô tư hồn nhiên nên chị không còn ghi nhớ chi lắm. Chị Tư mới 6 tuổi nhưng bẩm sinh sâu sắc và tự chủ. Sau này, có lúc chị kể: "Thời gian đó má ít nói hẳn và hay ngồi khóc thầm một mình." Mỗi ngày, bác Chẩn gái dành rất nhiều thì giờ cho má. Có khi họp hai nhà lại ăn cơm chung. Bác nói, như vậy cho ấm cúng. Dù rằng bác Chẩn gái nhỏ to với má, "Anh Chẩn với chú Tư là hai người khôn ngoan, kinh nghiệm, biết sống. Hai người họ biết cách mềm cứng đúng lúc ở đời, em đừng lo. Bọn Nhật tuy dữ và ác chứ không nhẹ nhàng với người mình như bọn Tây nhưng cũng sẽ không làm gì được anh Chẩn và chú Tư đâu. Hai người họ sẽ về với chị em mình sớm thôi." Má cười gật đầu bóp tay bác Chẩn gái, "Em tin tưởng chị." Sau này nghe chuyện, tôi biết lúc đó bác Chẩn gái chắc cũng buồn lắm, nhưng vì là bà chị lớn tuổi hơn, lại sống nhiều, dày dạn kinh nghiệm hơn nên phải cố trấn định để an ủi cô em là má tôi.

Thời gian cứ bình thản trôi ngày từng ngày, tháng từng tháng. Cha tôi và bác Chẩn đi từ hồi tháng 5, thoắt đó mà giờ đã tháng 10. Chị Hai chị Tư tôi cũng đã bắt đầu thấm thía nỗi buồn vì vắng cha. Anh Bảy tôi lúc đó còn quá nhỏ, chỉ mới hơn 1 tuổi. Má tôi thì hết sức bồn chồn lo lắng hoang mang vì đã 5 tháng rồi mà vẫn không có chút tin tức nào của những người đi. Tuy rằng 5 mẹ con bên bác Chẩn gái và 4 mẹ con bên má tôi trong 5 tháng qua đã có được một cuộc sống rất yên lành do sự chăm sóc thường xuyên của gia đình xưởng mộc và sự quan tâm thân thiết của vợ chồng Trung úy Allen, Yvone Thủy.

Rồi Giáng sinh. Rồi Tết Dương lịch. Và mọi người Việt Nam đang rộn ràng đón Tết Nguyên Đán. Trung úy Allen có lần ghé nói với má và bác Chẩn gái, cha và bác Chẩn cùng mọi người bị bắt đi chung chuyến đó hiện đang bình yên, khỏe mạnh ở đồn Mang Cá, Lào Kay và họ cũng được nghỉ ngơi trong mấy ngày Lễ Tết. Sau đó, xây xong pháo đài họ sẽ được cho về. Tuy nhiên, má và bác Chẩn gái cho rằng, Trung úy Allen cố tình nói với hai bà như vậy là để trấn an củng cố tinh thần hai bà. Vợ chồng chú Út Phiên cùng ở chung dãy phố mười căn nên ngày nào cũng qua lại thăm má và bác Chẩn gái ít nhất 2 lần. Những người ở xưởng mộc cũng thay phiên nhau lui tới với quà cáp trong mùa Tết. Vợ chồng ông chủ xưởng cùng đi với vợ chồng Ông Tư Thìn mang tới nhiều quần áo mới cho hai chị tôi và anh Bảy cùng bốn anh con trai của bác Chẩn. Cùng ngày hôm đó, vợ chồng Ông Sáu Đính cùng con gái là cô Lịch cũng có mang quần áo và bánh trái đến cho hai nhà. Đặc biệt má và bác Chẩn gái cũng có quần áo mới. Cô Lịch nựng nịu chị Tư và anh Bảy vô cùng trìu mến. Lần nào cô tới đây cũng quấn quít anh chị tôi như vậy. Trung úy Allen và cô Yvone Thủy cũng mang tới nhiều đồ chơi và quà bánh. Dường như mọi người đang cố dùng tình thương yêu và chăm sóc của họ để bù đắp cho hai gia đình đang thiếu vắng hai trụ cột đàn ông.

Cái Tết năm Giáp Thân 1944 cũng qua đi trong nỗi niềm khắc khoải của má và bác Chẩn gái.

2. Biến cố chất chồng biến cố
(Lần tự quyết định đầu tiên của má)

Nạn đói năm Ất Dậu 1945 ở miền Bắc Việt Nam thực ra đã xảy ra từ tháng 10 năm 1944. Nhưng mãi đến sau Tết Nguyên Đán năm đó, những người ở miền Nam nói chung, cụ thể hơn là dân chúng Sài Gòn Chợ Lớn Gia Định đang khi còn tận hưởng cái dư vị của những ngày hội hè Tết nhất thì mới phong thanh được tin nạn đói của đồng bào mình ở miền Bắc. Đùng một cái, ngày 9 tháng 3 năm 1945, nổ ra vụ quân đội Nhật đảo chính nhà nước bảo hộ Pháp ở Đông Dương. Sài Gòn Chợ Lớn Gia Định náo động. Ngay ngày sau, chú Út Phiên từ xưởng mộc được tài xế của xưởng lái xe đưa về dãy phố mười căn. Lúc đó chị Hai chị Tư tôi và ba người con trai lớn của bác Chẩn đang đi học. Chú Phiên nói má và bác Chẩn gái đi theo chú vào xưởng mộc có việc cần. Chú cũng dặn thím Phiên đang ở nhà với đứa con trai, đến khi nào tụi nhỏ bên nhà anh Tư và anh Chẩn đi học về thì phải qua lo cho tụi nó. Má và bác Chẩn gái mỗi người bồng một đứa con nhỏ đi theo chú Phiên vào xưởng mộc.

Ở xưởng mộc, mọi người đã tề tựu đầy đủ, vẻ mặt người nào cũng căng thẳng, chỉ gật gật đầu chào nhau. Ông Cẩm đằng hắng lấy giọng rồi nói: "Tình hình lộn xộn lắm rồi. Quân Nhật đã đảo chính người Pháp. Trung úy Allen và cô Yvone đến đây chào từ giã để đi Pháp. Người Pháp sẽ phải lần lượt rời bỏ Đông Dương. Tôi cũng khá lớn tuổi rồi, tôi muốn nghỉ ngơi. Sẵn đây tôi cũng từ giã mọi người. Vợ chồng tôi sẽ mang hai đứa con nhỏ qua Pháp ở với anh chị nó." Ai cũng biết vợ chồng Ông Cẩm có hai đứa con một trai một gái đi du học bên Pháp đã thành tài và ở lại Pháp. Hai ông bà cũng còn hai đứa nhỏ một trai một gái, đứa lên 10 đứa lên 7. Ông Cẩm đưa tay yêu cầu mọi người giữ im lặng rồi nói tiếp: "Xưởng mộc này tôi để lại cho anh Tư Thìn để có nơi chốn cho anh em sinh kế. Mọi chuyện sẽ vẫn như cũ. Chỉ chờ có Tư Mắt Kiếng (tức cha tôi) và Năm Chẩn về. Mọi người phải nương tựa vào nhau mà sống. Cháu Út Phiên nhớ phải sát cánh với chú Tư Thìn nghe." Chú Út Phiên dạ mà rơm rớm nước mắt. Ông Cẩm nói tiếp: "Bây giờ, Trung úy Allen có vài lời muốn nói với chúng ta."

Trung úy Allen đưa tay lên chào mọi người rồi nói, giọng hơi lơ lớ nhưng khá rành mạch: "Tôi rất buồn khi phải rời khỏi đất nước này, phải chia tay với các bạn, những người bạn thân yêu của tôi, đặc biệt là anh Tư Thìn và anh Tư Mắt Kiếng, hai người mà tôi rất quý trọng. Tôi cũng rất lo lắng không biết giờ này anh Tư Mắt Kiếng ra sao. Nhưng tôi nghĩ là có ngày tôi và vợ tôi sẽ quay trở lại." Ông đưa tay cầm tay Yvone Thủy rồi hỏi: "Phải vậy không em?" Cô Yvone Thủy gật đầu. Ông nhìn Ông Cẩm, lại hỏi: "Cả ông nữa phải không? Chúng ta sẽ quay trở lại, quay trở lại đất nước thân yêu này. Tình hình thế giới đang xoay chiều. Quân Đồng Minh đang thắng." Mọi người vỗ tay lốp bốp. Từ lúc má mới vào, cô Yvone Thủy đã kéo má đứng sát bên cô rồi nhân lúc Ông Cẩm nói chuyện, cô vươn tay bồng anh Bảy từ má, cũng bí mật nhét vào tay má một túi vải có miệng thắt nút. Sau đó, cô ôm vai má nói nhỏ vào tai: "Em tặng chị chút tiền với mấy món nữ trang để chị phòng thân chờ anh Tư về. Vợ chồng em phải đưa mấy đứa nhỏ qua Pháp, ở đây không được nữa rồi." Má nghẹn ngào: "Em với ông Trung úy cũng đi nữa à?" Nước mắt má ròng ròng. Cô Yvone Thủy lấy khăn lau nước mắt cho má, an ủi. Bỗng má nín khóc rồi nói với cô: "Em bồng thằng nhỏ cho chị chút nha. Chị đi tìm chú Sáu Đính nói chuyện." Mấy phút sau, Ông Sáu Đính len lỏi đi lên đứng kế Ông Cẩm và Trung úy Allen rồi nói lớn: "Vợ Tư Mắt Kiếng đòi đưa con về quê. Mấy người nghĩ sao?" Không gian như chùng hẳn xuống, nét mặt mọi người có vẻ ngơ ngác bần thần. Rồi nhiều người xúm quanh má để khuyên giải má ở lại chờ cha chứ đừng bỏ về quê. Ông Cẩm chủ xưởng, Ông Sáu Đính, Ông Tư Thìn, ngay cả Trung úy Allen và cô Yvone Thủy ai ai cũng khuyên giải má đừng mang đám trẻ con về quê trong tình hình này. Hãy ở lại đây để cho chị Hai và chị Tư đi học. Nhưng má nhất định không nghe. Má vừa khóc vừa nói: "Hồi đó có anh Trung úy đây và chú Cẩm che chở giúp đỡ mà tụi Nhật còn bắt ba sắp nhỏ đi đày khổ sai huống gì bây giờ anh Trung úy đây và chú Cẩm sắp bỏ đi rồi. Tôi đâu biết chừng nào ba sắp nhỏ mới được tụi nó thả về đây. Tôi biết ở đây mọi người đều thương và tốt với má con tôi, nhưng tôi phải đưa tụi nó về để gặp hai bên nội ngoại. Tôi và cha nó cũng đã đưa con bé Hai lên đây hơn 10 năm rồi. Hai bên nội ngoại chưa biết mặt con bé Tư và thằng Bảy. Tôi gửi lại nhà cho chú Sáu Đính và mọi người. Khi nào ảnh được thả về thì má con tôi lại quay trở lên mà." Biết không thể thay đổi được ý định của má, mọi người quay qua bàn về chuyện làm sao giải quyết vấn đề. Không thể để má một mình dắt ba đứa nhỏ từ đây về Ba Tri được. Chú Út Phiên đề nghị, chú tình nguyện đưa má, hai chị và anh tôi về quê, giao tận mặt người trong gia đình của má rồi chú mới quay lên. Đề nghị này cuối cùng được biểu quyết chấp thuận. Mọi người bàn đến chuyện một bữa tiệc chia tay giữa kẻ ở và người đi, định sẽ tổ chức ở nhà hàng Đại La Thiên, Chợ Lớn. Tất cả những người trong gia đình xưởng mộc đều được mời, kể cả trẻ con. Chú Út Phiên có bổn phận tổng kết số người rồi liên lạc đặt nhà hàng. Tiệc đã ấn định vào 4 giờ chiều ngày mốt. Ngày mai là để dành cho những người sắp đi chuẩn bị và thu xếp việc nhà. Chú Phiên cũng có bổn phận đi mua vé xe lửa cho má, hai chị, anh tôi và cho chú nữa. Có thể chú sẽ đưa má, hai chị và anh tôi đi vào ngày kia nếu mua được vé.

Trong bữa tiệc ở Đại La Thiên, Trung úy Allen cho biết một tin vui, ông đã thu xếp được cho gia đình Ông Cẩm 4 người cũng đi chung trên chuyến bay quân sự với gia đình ông sang Pháp. Trong bữa tiệc, các Ông Cẩm, Ông Tư Thìn, Ông Sáu Đính đều bắt má nhận thêm tiền dằn túi để phòng thân. Bữa tiệc diễn ra rất vui nhưng cũng rất buồn. 12 giờ trưa hôm sau, má, hai chị và anh tôi sẽ được chú Út Phiên đưa về lại Ba Tri. Đây là lần đầu tiên má quyết định mà không có cha và cũng là lần đầu tiên má đi một quãng đường xa mà không có cha bên cạnh.

3. Thế trận đảo điên, tình hình đột chuyển

Phải nói, Nhật đã dồn Mỹ không còn chọn lựa nào khác hơn là phải tham gia vào Đệ Nhị thế chiến khi Nhật dùng chiến thuật liều mạng kamikaze tấn công vào hạm đội Mỹ ở Trân Châu Cảng, gây ra những thiệt hại quá lớn về mọi mặt. Thế là sau đó, với sự nhập cuộc của Mỹ, phe Đồng Minh đã liên tục lật ngược thế cờ và chính Mỹ đã đưa ra cú dứt điểm làm chấn động toàn cầu: Ngày 6 tháng 8 năm 1945, quả bom nguyên tử thứ nhất mang tên Little Boy đã được thả xuống thành phố Hirosima, Nhật Bản. Sau đó 3 hôm, ngày 9 tháng 8 năm 1945, quả bom nguyên tử thứ hai mang tên Fat Man đã phát nổ trên thành phố Nagasaki. Thiên hoàng Hirohito tuyên bố đế quốc Nhật Bản đầu hàng trong Chiến tranh Thế giới II vào ngày 15 tháng 8 và đế quốc này chính thức ký văn kiện đầu hàng vào ngày 2 tháng 9 năm 1945. Đây là sự đầu hàng vô điều kiện.

4. Quy hồi cố quán

Có một truyền kỳ ở Ba Tri Bến Tre quê tôi mà tôi tin là một số người Việt Nam tầm tuổi tôi trở lên đều ít nhiều có nghe nói đến: truyền kỳ về ông già Ba Tri. Chuyện xảy ra vào thời kỳ cận đại của nhà Nguyễn Gia Miêu nhưng không được chỉ rõ là ở triều vua nào. Câu chuyện như sau: Viên quan sở tại của huyện Ba Tri vì quyền lợi riêng tư xuống lệnh dời một cái chợ lâu nay vẫn ở cạnh bên sông, rất tiện việc giao thương cho người ở Ba Tri và thuyền bè mang hàng hóa từ những nơi khác tới. Người dân sở tại cũng như bạn thương buôn ai nấy đều vô cùng bất bình nhưng chẳng biết phải làm sao. Một cụ già râu tóc bạc vô danh vì không thấy ghi lại tên họ và tuổi tác đã tình nguyện đi khiếu nại cho những người dân thấp cổ bé miệng. Ông đi bộ từ Ba Tri ra kinh thành Huế, lần vào cửa Ngọ Môn đánh ba hồi vào chiếc trống kêu oan. Ông được nhà vua đương vị vời vào tiếp kiến. Sau khi nghe ông trình bày cớ sự, vua đã xử bãi chức viên huyện lệnh ỷ quyền, cho người khác thay vào. Ngôi chợ cạnh sông vẫn sinh hoạt như cũ. Ông già Ba Tri được vua khen ngợi và ban thưởng, lại cho hai người lính đưa ông về. Ông đã từ chối rằng, ông đi bộ một mình từ Ba Tri ra đến kinh thành Huế được thì sẽ đi bộ một mình từ kinh thành Huế về Ba Tri được. Câu chuyện ông già Ba Tri để biểu trưng cho tinh thần kiên cường bất khuất. Thời của ông già Ba Tri, chắc chắn là không có phương tiện di chuyển công cộng.

Từ 5- 6 năm trở lại đây, có một câu chuyện đã và đang xảy ra ở Việt Nam nhưng gây ra sự quan tâm hầu như trên khắp toàn thế giới. Đó là câu chuyện về nhà sư Thích Minh Tuệ. Vị sư này tu theo 13 hạnh đầu đà. Sư đã đi bộ từ Nam ra Bắc và từ Bắc vào Nam nhiều lần. Sư mặc y phấn tảo, đi chân trần, hai tay ôm bình bát làm bằng nồi cơm điện. Sư vừa đi vừa khất thực. Mỗi ngày sư chỉ ăn 1 lần vào trước Ngọ. Dọc đường hành thiền, sư từng được sự ủng hộ của Phật tử và mọi người. Mấy lúc sau này, có những người lạ khác thường đi theo sư để tập tu như vậy.

Việt Nam hiện nay là thời bình. Từ thời sư còn ngược xuôi Nam Bắc một mình, hay cả lúc đã có những người vì ngưỡng mộ sư mà đi theo suốt chiều dài con đường xuôi Nam ngược Bắc cũng đã không có chuyện gì xảy ra cho đến khi có sự bắt cóc và ngăn cấm không cho đi do công an của chính quyền hiện hành. Đường sá ở Việt Nam bây giờ tương đối quang đãng và xuyên suốt, chắc chắn là tốt hơn thời ông già Ba Tri đi bộ từ Ba Tri ra kinh thành Huế. Xã hội và chính trị thời ông già Ba Tri đi bộ từ Ba Tri ra kinh thành Huế cũng có thể gọi là yên lành.

Tôi rông dài từ chuyện ông già Ba Tri đến chuyện thầy Thích Minh Tuệ là để nói đến chuyện cha tôi và những người khác ở Sài Gòn Chợ Lớn Gia Định đã bị quân đội Nhật trưng dụng bắt đi để làm khổ dịch ở đồn Mang Cá miền Bắc tháng 5 năm 1944, như Tần Thủy Hoàng đã bắt các Nho sinh và thường dân đi xây Vạn Lý Trường Thành để ngăn chặn Hung Nô và Đột Quyết. Sau khi Hoàng đế Nhật Bản ký văn kiện đầu hàng Đồng Minh vào ngày 2 tháng 9 năm 1945, đến ngày 23 tháng 9, Đồng Minh bao gồm sự phối hợp quân đội Anh và Pháp tiến vào miền Nam Việt Nam để giải giáp quân Nhật. Mới đầu quân đội Đồng Minh cũng đã gặp sự phản kháng của quân Nhật. Nhưng sau cùng quân Nhật cũng đã chịu buông khí giới.

Cha tôi và những người bạn đồng cảnh được thả ra vào những ngày cuối tháng 9. Ai cũng chỉ có một bộ quần áo nhếch nhác trên thân thể và giấy tờ tùy thân. Sau này, má và hai chị thỉnh thoảng nhắc, lúc cha về tới nhà, ai nấy gặp cha đều khóc và xót. Râu cha dài gần tới rốn mặc dù thuở ấy cha mới vừa bước qua tuổi 36. Cha mặc một chiếc áo ka ki tay dài sờn bạc và thương nhất là chiếc quần short cha mặc cũng bằng vải ka ki nhưng lại bị thủng hai bên mông. Cũng may chiếc quần đùi trắng bên trong còn khá mới và lành lặn. Vì cung cách ứng xử trong hơn 1 năm trời gần gũi, làm việc chung, nhất là nhân cách khi đối phó với bọn Nhật, cha và bác Chấn tự nhiên được những người kia coi như hai thủ lĩnh. Cha kể: "Sở dĩ mọi người ăn mặc nhếch nhác vì đã bị bọn Nhật tịch thu hết quần áo và sau đó cho vào kho quân nhu phế thải mỗi người chọn một bộ. Ai vừa món nào thì lấy món đó. Anh em có người áo tay ngắn quần dài, và cha thì tìm được một cái áo tay dài vừa vặn đã cũ bạc màu, nhưng quần thì chỉ có cái short này vừa thôi." Tên sĩ quan Nhật giải thích qua 1 người thông ngôn: "Mấy người về rồi thì đã có quần áo từ gia đình. Quần áo của mấy người để cho những người còn ở lại." Về sau, khi kể chuyện cha có giải thích điều này: "Bọn Nhật thua trận nên chúng chẳng biết tương lai sẽ ra sao. Những quần áo của mọi người là để dành phòng hờ cho bọn chúng."

Khi bắt đầu cuộc thiên lý hành trình, bác Chấn nhắc nhở mọi người: "Anh em phải nhớ, đây là chuyến đi không biết sẽ kéo dài bao lâu và chắc chắn hứa hẹn đầy cam go thử thách và gian khổ. Giờ anh em nào còn tiền thì bỏ ra đây hết ta sẽ gom chung lại xem có được bao nhiêu." Cha nói: "Cách duy nhất là chúng ta phải đồng cam cộng khổ với nhau mới về được với gia đình." Tất cả đều đồng ý. Mỗi người tự vét túi bỏ ra, bác Chẩn gom hết lại đưa cho cha. Bác nói: "Chú Tư là người ăn nói hoạt bát nhất, lại có thể nói chuyện được với Tây khi lỡ gặp bọn chúng. Nghe nói bọn Tây trở lại Đông Dương lần này là tụi mới, không dễ chịu như bọn Tây trước đây." Cha gật đầu: "Tây thay mới này nó tự ái vì bị mất mặt ba cái vụ bị Nhật đuổi đi hồi tháng 3 đầu năm. Trên đường, mình cũng phải đề phòng tụi Việt Minh nữa. Theo tôi biết, bọn này bây giờ bành trướng lắm rồi." Tôi nhớ, má và hai chị thường nói với nhau, cha không chịu kể về chuyến đi từ Lào Kay về nhà của cha. Lúc còn nhỏ, tôi nghe rồi bỏ qua, nhưng càng lớn dần dà tôi hiểu. Cha không muốn má và hai chị đau lòng về những gian khổ mà cha đã trải qua. Thỉnh thoảng, nhân có vấn đề gì đó liên hệ, cha mới hé lộ một hai điều. Chẳng hạn, cha nói: "Những ngày đầu, khi dời đi từ Lào Kay, còn quanh quẩn trong vùng sơn cước của người sắc tộc thì chuyện ăn uống ngủ nghê cũng không đến nỗi. Người sắc tộc đơn giản thật thà tốt bụng. Họ biết mình là tù mới được thả nên thương. Họ chia sẻ rau củ, thức ăn và còn cho ngủ nhờ. Càng về sau đi xuống đồng bằng thì mọi chuyện khó khăn hơn nhiều. Và lại nghe nói miền Bắc đang bị nạn đói. Thỉnh thoảng còn thấy xác người chết đói nằm bên lề đường." Trong Wiki mở tiếng Việt, tôi thấy người ta ghi nạn đói năm Ất Dậu 1945 kéo dài đến hết tháng 5 năm 1945, con số tử vong ước tính từ 400 ngàn đến 2 triệu người. Cha tôi với bác Chẩn cùng những người đồng cảnh với 2 ông được Nhật thả ra vào những ngày cuối tháng 9 mà cha nói trên đường đi vẫn còn thấy xác những người chết đói nằm chơ vơ bên lề đường. Xem ra, trên trang Wiki mở tiếng Việt tôi thấy có rất nhiều điều bất khả tín cần phải xét lại. Lại một lần khác, cha nói: "Nếu lúc đó mạnh ai nấy đi hoặc chia ra từng cặp hai người thì dễ dàng hơn nhiều. Một bọn 15 người cùng đi với nhau không tránh được sự để ý. Tuy nhiên vì những người khác không tự tin, họ cứ bám lấy cha và bác Chẩn nên đành cũng phải đi chung với họ." Cha nói thêm: "Cũng có lúc cha đã tách họ ra thành nhiều nhóm nhỏ, đi cách khoảng nhau ra, rồi hẹn gặp ở một điểm nào đó. Muốn bảo toàn cả 15 người đi bộ từ Lào Kay đến Sài Gòn trong tình huống lúc đó là cả vấn đề làm cha và bác Chẩn phải nhức đầu." Cái nghĩa khí làm người là không thể bỏ nhau trong lúc khó khăn hoạn nạn. Đó là nguyên do khiến cuộc hành trình phải kéo dài đến hơn 3 tháng.

Rồi cha và bác Chẩn cũng đã về đến được Cầu Bông đất Hộ. Hai người đàn ông tơi tả không ngừng chân ngơi nghỉ dù chỉ một giây. Họ cố bước nhanh hơn về dãy phố mười căn. Bác Chẩn và vợ con gặp lại nhau vui mừng bao nhiêu thì cha lại càng bần thần đau xót bấy nhiêu. Cha cất giọng hỏi bác Chẩn gái: "Vợ con tôi đâu rồi vậy chị Năm?" Bác Chẩn gái buông chồng ra, vừa gạt nước mắt vừa gượng cười nói: "Thím Tư đã đưa mấy đứa nhỏ về quê rồi chú à." Cha tôi cao giọng hỏi: "Hả?" Bác Chẩn gái không trả lời mà quay qua nói với thằng con lớn nhất: "Hải, con chạy mau qua xưởng mộc báo với Ông Tư Thìn và mọi người biết, ba và chú Tư đã về." Cậu trai phóng đi, sau đó không lâu, Ông Sáu Đính, Ông Tư Thìn và chú Phiên đã tới dãy phố mười căn. Ba người mới tới mừng rỡ ôm lấy cha và bác Chẩn. Cha rất nóng ruột nên cứ nhìn họ mà chờ đợi. Ông Tư Thìn, Ông Sáu Đính và chú Phiên lần lượt kể cho cha nghe mọi chuyện. Xong ba người ngắm nghía cha và bác Chẩn từ đầu đến chân rồi lắc đầu. Bác Chẩn gái cũng làm y như vậy rồi khóc. Cha vừa dợm bước đi vừa nói, "Chú Tư chú Sáu à, cháu phải về quê tìm mẹ con nó liền bây giờ." Ông Tư Thìn đứng phắt dậy nắm tay cha kéo lại: "Vợ bây và mấy đứa nhỏ đã được Út Phiên đưa về Ba Tri giao tận tay chị Ba nó." Ông Tư quay nhìn chú Phiên. Chú đứng lên đến bên cha: "Anh Tư đừng lo. Đúng như chú Tư Thìn nói, tôi giao chị Tư và mấy đứa nhỏ tận tay chị Ba." Ông Sáu Đính đứng lên đưa cho cha cái chìa khóa: "Cháu về bên nhà tắm rửa thay đồ đi. Năm Chẩn cũng vậy nữa, tắm rửa thay đồ đi." Ông Tư Thìn tiếp lời: "Mình ra Đồng Khánh ăn một bữa hội ngộ rồi tính."

Lúc cha và bác Năm Chẩn từ Lào Kay về tới đất Hộ Gia Định thì đã qua đầu tháng 2 năm 1946. Tính ra, cuộc hành trình đã kéo dài hơn 4 tháng. Ông Tư Thìn, Ông Sáu Đính, chú Út Phiên, bác Chẩn gái trò chuyện với nhau mà xót xa cho hai người tù từ nơi khổ dịch trở về. Bác Năm Chẩn đã tắm rửa xong thay bộ đồ khác còn mới lành lặn do vợ chuẩn bị sẵn. Liền sau đó cha cũng bước qua với đầu tóc còn ướt nhưng vẫn cứ mặc bộ đồ rách rưới bạc màu. Mọi người tròn mắt sửng sốt. Ông Sáu Đính hỏi: "Sao bây không lấy bộ quần áo khác sạch sẽ lành lặn mà mặc? Bộ con Tư nó đem quần áo của cháu đi hết rồi à?" Cha mỉm cười lắc đầu: "Dạ không. Quần áo cháu còn nhiều lắm. Má bầy trẻ chỉ mang theo một hai bộ thôi. Tại cháu muốn mặc bộ này về với má con nó. Cháu muốn mang tất cả những gì còn đọng lại trên bộ đồ này suốt hơn 4 tháng qua trên con đường thiên lý mà về với mẹ con nó." Bác Chẩn gái ứa nước mắt. Bốn người đàn ông đều ngậm ngùi cảm động. Ông Sáu Đính nói: "Chú thấy hai đứa tình sâu nghĩa nặng như vậy chú thương quá." Chú Phiên cười nhẹ như cố làm cho không khí nhẹ nhàng đi: "Anh Tư và chị Tư mấy mặt con rồi mà tình cảm vẫn mặn nồng. Em ngưỡng mộ quá." Lúc đó vợ chú cũng vừa bồng con qua. Mọi người cùng kéo nhau đi. Ông Tư Thìn nói: "Chắc phải đón thêm 1- 2 chiếc taxi nữa mới đủ." Trong bữa ăn, cha và bác Năm Chẩn được mọi người lần lượt kể cặn kẽ những chuyện đã xảy ra tại xưởng mộc và dãy phố mười căn từ sau ngày cha và bác Năm Chẩn bị tụi Nhật bắt đi. Ông Tư Thìn nói thêm: "Nhật đầu hàng, Pháp trở lại, lần này không có Trung úy Allen. Tuy nhiên, Allen có nhờ người bạn mang thư qua cho thằng Tư. Chú đang cất cái thư ấy ở xưởng mộc rồi sẽ đưa cho cháu." Cha ngước mắt hỏi, "Ủa, người bạn nào của Allen vậy chú Tư?" Ông Tư Thìn cười: "Một viên đại úy người Pháp trong thành Ô – ma. Tay đại úy này cũng đã quay lại xưởng mộc nhiều lần hỏi thăm cháu. Hắn nói chắc chắn là tụi cháu phải được thả ra rồi từ sau khi Nhật đầu hàng. Chắc là vì không có phương tiện đi đường nên tụi cháu chậm đấy thôi." Mọi người cũng hỏi cha và bác Chẩn về những ngày tháng ở Lào Kay nhưng hầu như bác Chẩn là người trả lời những câu hỏi. Còn cha chỉ ngồi im lặng suy nghĩ. Sau cùng, mọi người quyết định là cha phải ngủ lại một đêm để lấy sức và mai mới được về quê kiếm má. Ông Tư Thìn nói: "Cháu lấy xe xưởng mộc mà về quê cho tiện," nhưng cha từ chối: "Thôi, cháu đi xe lửa được rồi." Và cha quyết định tối đó cha ngủ ở nhà ông Sáu Đính chứ về ngủ một mình trong căn nhà dãy phố mười căn buồn lắm. Ông Sáu Đính cười: "Về ngủ lại nhà chú như ngày xưa rồi hai chú cháu mình tâm sự." Ông Tư Thìn nói: "Vậy sáng mai chú sẽ cho Út Phiên và tài xế đưa cháu ra nhà ga sớm. Về đón vợ con rồi quay lên xưởng mộc liền nghe." Cha gật đầu: "Dạ".

CHƯƠNG III

Thiên địa vẫn phong trần

1. Trời chẳng chiều lòng

Trên đời này, cứ cái nòi nghệ sĩ thì đã là phiền toái rồi mà phiền toái nhất nhất lại là văn thi sĩ. Cứ thử nghe Lý Bạch, một thi hào lừng lẫy đời Đường, người được xưng tụng là "thi tiên" tức là một vị tiên trên trời bị đọa xuống trần để làm thơ chơi. Ông sống cách đây chừng 13 thế kỷ, trên thì được vua yêu, quan quý, xung quanh thì người người xưng tụng nể vì ngưỡng mộ. Vậy mà ông viết: *"Nhân sinh tự cổ bất xứng ý/ Minh triêu tán phát lộng thiên chu."* Rồi thì là: *"Cử đao đoạn thủy thủy cánh lưu/ Cử bôi đoạn sầu sầu cánh sầu."* Tôi xin tạm dịch: "Ở đời Trời chẳng chiều lòng/ Sớm mai bung tóc nguậy chèo thuyền chơi." Ông sống tự do tự tại như vậy mà còn than vãn nỗi gì tôi không biết nữa. Sáng sớm thức dậy không biết làm gì thấy nao nao trong bụng, thi hào nhà ta tóc không thèm chải không thèm búi (thời đó đàn ông cũng để tóc dài) mặt không thèm rửa, cứ vậy mà leo lên thuyền rong ruổi chèo đi du sơn ngoạn thủy không gì vướng bận. Lý Bạch đúng là sướng như tiên. Vậy mà tiếp đó ông than:

"Cầm dao chém nước nước cứ trôi/ Nâng chén giải sầu sầu cứ sầu." Ông than thở kiểu này rất dễ làm người ta khó chịu. Tuy nhiên nước Việt Nam ta cũng không hề kém cạnh. Cách đây mấy trăm năm, một tên tuổi lừng lẫy, thi hào Nguyễn Du cũng từng khủng khỉnh than rằng: *Cổ kim hận sự thiên nan vấn/ Phong vận kỳ oan ngã tự cư.* Cũng xin tạm dịch: "Xưa nay những uất hận không thể hỏi Trời/ Nỗi oan phong lưu sao dồn cả ở ta." Cụ Tiên Điền ơi, cháu cũng là đứa tạm gọi là có đọc dăm ba cuốn sách, cho đến tận hôm nay cháu chưa thấy có ai đổ tiếng oan gì cho cụ cả vì thực sự cụ vốn phong lưu mà. Cụ con nhà quyền quý, tập ấm làm quan, lại cũng từng được vua cử đi sứ sang Tàu, cụ ăn chơi ra gì nên mới có cái chuyện cô Cầm. Trong Tố Như Thi, cụ đã từng khoe là giắt túi tiền trong dải thắt lưng rồi mang gươm đi uống rượu, khi về nhà ngủ một giấc tỉnh rượu rồi thấy túi tiền ở dải thắt lưng vẫn còn nguyên. Như vậy cụ không phong lưu thì ai phong lưu đây. Ấy thế, cụ Tố Như còn lo lắng cho cái viễn lai hậu vận của cụ: *Bất tri tam bách dư niên hậu/ Thiên hạ hà nhân khấp Tố Như?* Xin tạm dịch: "Chẳng biết rồi sau 300 năm nữa/ Trong thiên hạ có ai là người khóc cho Tố Như?" Hóa ra, cụ Tiên Điền Nguyễn Du là người cực kỳ yêu mình thái thậm. Cụ chết đi nhưng vẫn muốn biết hơn 300 năm sau có ai phải khóc cho cụ không, tức là khóc cho cái cuộc đời phong lưu quyền quý của cụ không. Thiệt là...

Tôi rông dài từ chuyện ông Lý Bạch bên Tàu rồi đến chuyện cụ Nguyễn Du của Việt Nam chỉ là để làm mưu đầu mà nói qua chuyện cha tôi, người nông dân nho sĩ lỡ vận của một miền quê Nam bộ. Người bị quân đội Nhật bắt đi làm khổ dịch 1 năm rưỡi, khi được thả đã cùng các bạn đồng cảnh đi bộ gần 4 tháng tìm về với vợ con. Cuộc đi đã kéo dài như vậy vì cả 15 người đồng cảnh đều không có tiền ăn uống cũng không có phương tiện di chuyển, phải vừa đi vừa tránh né những tai ương có thể đổ ập xuống bất cứ lúc nào từ Việt Minh và người Pháp. Vậy mà khi tìm về được tới nhà mình ở đất Hộ, Gia Định, thì cửa đóng then cài vì má đã dắt hai chị và anh tôi về quê. Cha lại lặn lội về quê. Từ ngày đưa má và chị Hai lìa quê năm 1933, vì do cơ duyên đưa đẩy vào làm cho xưởng mộc đến năm 1945, trong thời gian 12 năm này, cha đã một mình về quê 4 lần để thăm ông bà nội, mang biếu ông bà nội chút tiền quà. Cha đi một mình vì muốn đi nhanh về nhanh, không muốn bị bọn Việt Minh dây dưa làm phiền. Lúc má sinh anh Bảy năm 1943, cha đã có ý định chờ anh Bảy đầy năm sẽ đưa cả nhà về thăm ông bà nội để cho chị Tư và anh Bảy gặp được ông bà nội. Lúc cha má mang chị Hai lìa quê lên Sài Gòn, chị Hai mới 6 tháng tuổi, chắc chị cũng chưa nhớ được mặt ông bà mình. Nhưng chuyến đi mà cha má trù tính và chuẩn bị sắp sửa được thực hiện thì bị phá sản vì sự việc bọn Nhật bắt cha đi làm khổ dịch hồi tháng 5 năm 1944. Có lần nhắc lại chuyến về quê để tìm má, hai chị và anh Bảy này, cha đã mỉm cười nói: "Coi như chuyện cha má bàn tính đã bị thực hiện trễ 2 năm và bằng một phương cách khác." Má đã đưa hai chị và anh Bảy về trước từ tháng 3 năm 1945 còn cha thì về sau má 1 năm, tháng 3 năm 1946. Mọi biến cố xảy ra trong đời cha, ông đều tiếp nhận và lý giải nó một cách rất bình thản. Suốt đời cha, tôi chưa từng nghe ông than trách một tiếng nào về những oan ương gian khổ mà ông đã trải qua.

Về đến quê, cha tìm đến nhà dì Ba. Dì Ba là chị của má, má thứ Chín. Không có má, hai chị và anh tôi ở nhà Dì Ba. Dì cho biết, má đã đưa hai chị và anh tôi ra nhà của bác Ba là anh kế của cha để chăm sóc cho ông bà nội vì ông nội tôi đang bệnh. Cha lại ra nhà bác Ba ở Bãi Ngao. Tôi thấy không cần thiết phải kể lại cuộc trùng phùng giữa cha má anh chị và ông bà nội tôi mà chỉ cần tóm gọn trong một câu thôi: là trong vô vàn vui mừng cũng có không ít xót xa đau đớn. Má bắt cha đi tắm và thay bộ đồ của cha mà má đã mang theo. Còn những quần áo mà cha đã mặc suốt mấy tháng qua từ Lào Kay về, má đã giặt rất kỹ. Bà cất giữ lại rất nhiều năm sau đó. Chị Hai tôi giờ đã 13 tuổi. Chị Tư lên 7. Anh Bảy hơn 2 tuổi. Cô Tám, người em út của bác Ba và cha tôi cũng đang ở nhà bác Ba. Cô cũng có người con trai trạc tuổi anh Bảy tôi. Mãi sau này, tôi có nghe phong thanh là người cha của con cô tập kết ra Bắc để tham gia vào cuộc kháng chiến chống Pháp do Hồ Chí Minh phát động vào ngày 19 tháng 12 năm 1946 kéo dài đến ngày 1 tháng 8 năm 1954. Cha thấy nhiều người quá mà ở nhà bác Ba không tiện. Cha bàn tính với má. Cha má có tiền do cha để lại cho má, cộng với tiền Ông Cẩm và gia đình xưởng mộc góp tặng, lại thêm tiền và nữ trang của vợ chồng Trung úy Allen Yvone Thủy, cha má quyết định trích ra một phần tiền mua miếng đất ở Giồng Sao để cất nhà, đưa ông bà nội và má con Cô Tám về đó ở. Trong tương lai, nhà đất sẽ giao cho Cô Tám để chăm sóc ông bà nội. Bốn sào đất, cất nhà xong vẫn thừa đất cho Cô Tám trồng trọt sinh nhai. Nghỉ ngơi vài ngày, cha lại đi Giồng Sao lo việc. Cha viết một bức thư gửi về cho Ông Tư Thìn trình bày cớ sự. Cha xin lỗi Ông Tư Thìn, Ông Sáu Đính và mọi người là vì hoàn cảnh, cha đã không giữ đúng được lời hứa là quay về ngay. Nhưng cha đoan chắc là xong việc nhà, cha sẽ đưa vợ con quay lại với xưởng mộc. Lúc đó, cha đâu biết rằng những việc nhà mà cha phải lo sẽ kéo dài đến tận cuối năm 1949. Trong đó có một phần sự hiện diện của tôi.

Đang cất nhà, cha lại viết thêm một bức thư cho Ông Tư Thìn, xin Ông Tư Thìn cho mượn một ít đồ nghề của xưởng để đóng giường tủ cho ông nội bà nội và Cô Tám. Khoảng nửa tháng là nhà đã cất xong. Đây chỉ là một căn nhà lá nền đất nhưng ba gian ngăn nắp thoáng mát. Nhà vừa cất xong thì 2 ngày sau, chú Út Phiên đã đi xe của xưởng xuống. Ngoài đồ nghề mà cha muốn mượn, chú còn chở theo một xe đầy ván gỗ và những quà cáp cùng với thư của Ông Tư Thìn. Má mừng rỡ chạy ra đón. Chú Út Phiên đưa quà cho chị Hai chị Tư và anh Bảy tôi rồi ra tiếp tay cùng cha và chú tài xế để mang vác những đồ nghề và ván gỗ vô nhà. Sau đó hai chú ra ngồi uống nước với cha ở chỗ cái bàn và mấy cái ghế bằng tre do cha vừa ghép chế thành. Chú Út Phiên cười nói: "Anh

Tư giỏi thiệt. Phải nói là quá giỏi. Hoàn cảnh nào anh Tư cũng biến hóa theo được hết." Cha nói má cùng lại bàn ngồi để cha đọc thư Ông Tư cho nghe. Ông Tư viết, mọi người trong xưởng mộc đều bình yên. Chuyện làm ăn của xưởng mộc vẫn khả quan. Cha cứ yên tâm mà lo chuyện gia đình. Ông Tư còn ân cần dặn dò, đây là cơ hội rất tốt để cha báo hiếu với ông nội bà nội. Cuối thư, Ông Tư hỏi thăm má, hai chị và anh Bảy. Cha cần bất cứ gì thêm ở xưởng mộc thì cho ông biết. Xưởng mộc và mọi người luôn chờ đón cha về. Má nghe thư cảm động chảy nước mắt đứng lên xin phép hai chú ra sau để phụ với Cô Tám lo cơm nước đãi hai người khách.

Cha má phải tạm gửi chị Hai chị Tư ở nhà Dì Ba để hai chị đi học vì gần nhà dì có trường. Vả lại, dù sao căn nhà cha mới cất cũng không thể cùng lúc chứa 9 người. 5 người lớn 4 trẻ con và lại đang có ông nội bị bệnh. Chuyện đóng bàn ghế tủ giường cha phải mang ra ngoài kiếm chỗ có bóng mát mà làm. Để ông bà nội được yên tĩnh nghỉ ngơi, nhất là bọn Việt Minh thỉnh thoảng cũng cho người ghé qua gạ gẫm cha, nhưng thấy ông nội bệnh nặng, cha thì chỉ lo chăm chăm bào đục, dần dà họ cũng ít tới hơn. Bọn Tây lâu lâu cũng có ruồng bố nhưng chỉ nghe ở các thôn xã khác. Chuyện nhà cửa giường tủ cũng ổn nhưng bệnh tình ông nội thì rất trì trệ. Ông nội biết chữ Nho nên cũng có kiến thức về Đông y. Có lần thầy thuốc tới xem mạch cắt thuốc, ông nội còn bàn luận với thầy về một số vị trong thang thuốc. Sau này, có lần cha nói, dường như căn bệnh của ông nội là tâm bệnh. Cha má và anh Bảy vẫn tiếp tục ở lại với ông bà nội và má con Cô Tám. Ngày ngày, má và Cô Tám chăm sóc ông bà nội còn cha thì lo làm vườn trồng trọt giúp Cô Tám. Bệnh tình ông nội dằng dai đến khoảng gần cuối năm 1947 thì ông nội mất. Bác Ba từ bãi Ngao vô cùng cha lo đám tang cho ông nội.

Tình hình lúc này thật khó khăn. Việt Minh bành trướng và xung đột với Tây thường xuyên. Di chuyển trong vùng quê lúc đó là cả một vấn đề. Phải nắm vững được địa bàn, phải biết vùng nào do Tây kiểm soát, và ở cứ điểm nào có nút chặn của Việt Minh. Cha má dự tính là chôn cất ông nội xong sẽ mang các anh chị tôi lên xưởng mộc ở đất Hộ nhưng rồi bà nội lại nhuốm bệnh. Cha thì không còn có thể ở yên chỗ nhà Cô Tám được. Cha phải lưu chuyển thường xuyên để tránh mặt bọn Việt Minh, chỉ tạt về thăm bà nội những lúc thuận tiện. Má và anh Bảy vẫn ở nhà Cô Tám với bà nội. Hai chị thì ở nhà Dì Ba để đi học. Cùng ở chung trong một vùng quê mà gia đình phải phân tán ra ba nơi để cho cuộc sinh tồn. Bọn Việt Minh càng lúc càng gặng hỏi má nhiều hơn. Cha quyết định phải gom cả nhà lại cùng nhau để lỡ có biến cố gì thì cũng tiện bề tính toán. Thế là từ hôm đó, cha má anh chị tôi cùng tụ trên một chiếc xuồng cứ di chuyển từ cồn này qua bãi nọ ở vùng biển bãi Ngao. Bác Ba là người tiếp tế lương thực và mang thông tin cho cha tôi. Cha biết khi nào có thể về thăm bà nội được. Cuộc sống của cha má anh chị tôi cứ bấp bênh như vậy. Đến khoảng tháng 3 năm 1949, má báo tin cho cha biết là má đã có thai.

Cha hết sức vui mừng mặc dù gia đình đang ở trong một hoàn cảnh rất ngặt nghèo. Tức là tôi đã bắt đầu hiện diện trong bụng của má. Tôi đã phải bôn ba trong chiến tranh lửa đạn từ lúc mới tượng hình. Tôi chạy giặc cùng cha má anh chị tôi. Câu chuyện tôi chào đời cũng được cha má và hai chị tôi dăm ba lần kể lại như sau.

2. Tôi chào đời

Những gì tôi sắp kể ra đây là chắp nối từ những mẩu chuyện do cha má và hai chị tôi kể qua ngày tháng ghép lại mà thành. Cứ mỗi khi tôi bướng bỉnh hay cứng đầu lì lợm thì má hoặc hai chị tôi lại than phiền: "Đúng là cái thằng đẻ ngược, khó dạy hết biết!".

Tuy nhiên theo truyền thuyết thì một thằng đẻ ngược như tôi cũng hữu dụng. Nếu có một ai đó ăn cá mắc xương, cứ nhờ tôi, tức là thằng đẻ ngược dùng những ngón tay vuốt vuốt dọc xuống chỗ cuống họng thì sẽ hết mắc xương. Chẳng biết truyền thuyết này có xác thực hay không vì cho đến ngày hôm nay tôi chưa có dịp thử nghiệm lần nào. Nhưng hầu hết người Việt Nam thuộc thế hệ từ hai chị tôi cho tới lớn hơn đều tin như vậy.

Câu chuyện tôi chào đời cũng được má tôi và hai chị dăm ba lần kể lại như sau: Vào một đêm nọ, trong lúc chèo xuồng đưa gia đình đi trốn thì má tôi đau bụng, có vẻ như đã đến lúc lâm bồn. Vì tính theo ngày tháng thì đây là thời gian mà tôi sẽ chào đời. Trên xuồng có bác Ba tôi, tên là bác Đấu, là anh kế của cha. Bác có mang theo một con gà trống, loại gà đá. Đang chèo xuồng đi trốn Tây và trốn Việt Minh, trong lúc má tôi đang đau bụng đẻ mà con gà trống cứ chốc chốc lại gáy lên ò ó o. Cha tôi và mọi người đều lo sợ bị những nút chặn tuần tra của Tây hoặc Việt Minh để ý. Cha tôi nói với bác: "Anh Ba làm sao thì làm, nhưng đừng để Tây hay Việt Minh tụi nó nghe tiếng gà gáy mà ùa ra hốt cả nhà!" Bác Ba Đầu lè nhè: "Gà gáy thì mắc gì mà sợ. Hổng lẽ chú muốn tôi bóp cổ con gà?" Càng lúc má tôi càng quằn quại rên rỉ. Cha tôi thì vỗ về má tôi, hai chị và anh Bảy tôi ngồi co gối thu lu ngủ gà ngủ gật. Còn bác Ba vuốt ve dỗ ngọt con gà trống cho nó đừng gáy. Má tôi càng lúc càng rên la lớn hơn, cuối cùng cha tôi phải tấp vào một cái cồn nhỏ (cù lao) có tên là cồn Hố. Cha tôi để mọi người ở đó và nhờ bác Ba Đầu trông chừng. Cha tôi nói: "Anh Ba coi chừng giùm mấy đứa nhỏ với má nó. Tôi vô bãi Ngao tìm bà mụ."

Thế là một mình cha tôi chèo xuồng ngược về bãi Ngao, lòn vô chợ để tìm một bà mụ đón về lo cho má tôi. Cuối cùng, ông đã đón được bà mụ tên Út Chấm, ông còn mua mang theo được 7-8 lít rượu đế để bà mụ rửa tay. Vừa tấp ghe vào cồn và cùng bà mụ lên bờ, ông vừa hối hai chị tôi và bác Ba Đầu nhóm lửa nấu nước. Ông đưa bà mụ đến bên má tôi và khệ nệ mang theo những chai rượu đế. Tôi ra đời nhờ sự tận tụy của bà mụ tên Út Chấm đó. Điều đáng nói là tôi cứ loi choi hai chân ra trước chứ không chịu chui ra bằng đầu như hầu hết những đứa trẻ khác. Bà mụ Út Chấm tán thán: "Con trai. Thằng nhỏ này lớn lên lì lắm đây. Đẻ giữa rừng mà lại ra ngược thì hết chỗ nói." Rồi bà nói với cha tôi: "Ông Tư ơi! Thiếu đủ thứ hết mà nó ra ngược. Còn hai cánh tay của nó mới khó." Cha tôi năn nỉ bà: "Bà Út ráng giùm. Tội nghiệp thằng nhỏ." Bà Út Chấm nói: "Thì tôi ráng hết sức chớ." Rồi bà mụ Út Chấm cũng đã lôi được tôi ra. Nhưng vì sinh ra trong tình huống như vậy nên người tôi hơi bị lệch, một vai cao một vai thấp. Và sau này lúc đi học hay bị mấy đứa bạn cùng lớp trêu chọc nên tôi thường đánh nhau với chúng. Từ sự việc khi đi học cứ bị bọn bạn cùng lớp trêu chọc nên phải đánh nhau, mỗi lần đánh nhau là tôi thua vì yếu sức hơn bọn chúng, nhưng không vì thế mà tôi sợ, tôi mày mò tìm cách học võ. Sự vụ tôi "tầm sư học võ" hết thầy này đến thầy khác tôi sẽ kể ở một bài khác.

Câu chuyện tôi được sinh ra như thế nào và trong hoàn cảnh ra sao trở thành một thứ "cổ tích hiện thực" vì nó được chắp vá nuôi nấng từ những mẩu chuyện nhỏ giữa cha má và anh chị khi nói về tôi từ cái thuở còn bé tí, qua năm tháng đến hôm nay. Cái cổ tích hiện thực đó cứ chập chờn trong đầu tôi khi mờ khi tỏ, hình ảnh má tôi nằm sinh tôi ở giữa rừng trong đêm, chung quanh là cha tôi, hai chị và anh Bảy tôi. Đặc biệt là hình ảnh bác Ba Đẩu đang cầm chai rượu đế đưa lên miệng tu, thỉnh thoảng, có tiếng kêu của những loài thú đêm vọng lại, hòa lẫn với tiếng râm ri của lũ côn trùng cứ làm tôi thấy nôn nao trong lòng. Chị Tư tôi kể lại, sáng hôm sau đêm má sinh tôi, hoa tràm màu vàng tươi và hoa bần trắng tinh rụng đầy trên lớp thảm gai ô rô lúp xúp trên mặt nước.

Có lẽ vì má tôi sinh tôi vất vả và đau đớn như vậy nên bà thương tôi nhất nhà, hơn cả thằng em út của tôi sau này. Má tôi rất hiền. Tôi chưa từng nghe bà cãi lại cha tôi một lần nào. Má sinh tôi xong, gia đình tôi lại tiếp tục cuộc sống nay cồn mai bãi lênh đênh. Có những lần, cha hoặc má hoặc chị Hai phải ôm tôi cuống cuồng chạy khi bị Tây ruồng bố hoặc bị Việt Minh lùng sục. Có bận khi chạy ngang một lò gạch, chị Hai đã vuột tay làm rớt tôi trong lò gạch. Cả nhà hoảng hồn nhưng may mắn là tôi không sao hết, chỉ khóc ré lên thôi. Lò gạch lúc đó đã nguội rồi, chắc người chủ đã bỏ phế từ lâu.

Đến cuối năm 1949, bệnh bà nội tôi trở nặng. Đầu năm 1950, bà đi theo ông nội tôi. Gia đình tôi và gia đình bác Ba cùng kéo về nhà Cô Tám để làm đám tang cho bà nội. Ở đây đã có Cô Năm là em kế của cha tôi và chồng cô là Dượng Năm, sau này lớn lên tôi có gặp nhiều lần và thấy dượng là một người đàn ông hiền lành hiếm có. Dường như lúc đó vợ chồng cô dượng cũng đã có 1- 2 người con trai. Mộ bà nội cạnh mộ ông nội, ở một khoảng trong đất nhà Cô Tám, được coi như một thứ nghĩa trang gia đình.

CHƯƠNG IV

Những năm tháng yên lành

1. Mẫu tử tình thiêng:

Đám tang bà nội xong, cha lập tức đưa gia đình trở lên Sài Gòn, đúng ra là trở lên Cầu Bông, Đất Hộ. Chuyến đi này đã có tôi, vừa được 4- 5 tháng tuổi. Nhưng khi gia đình tôi đến Bến Tre thì không kịp giờ mua vé xe lửa nên phải ở tạm nhà chú Hai Dậu do chú Út Phiên giới thiệu từ trước. Nhà chú Hai ở sát bờ sông, cạnh cầu Cá Lóc. Trong khi cha lo đi mua vé và công việc, má ẵm tôi, dắt hai chị và anh Bảy ra bờ sông ngồi chơi cho mát. Má trải một chiếc chiếu thả tôi nằm trên đó, má và hai chị nói chuyện. Anh Bảy đang chạy lòng vòng chơi chung quanh. Đột nhiên có tiếng la lớn của chú Hai Dậu: "Coi chừng, coi chừng thằng nhỏ, nó lăn xuống sông kìa!" Vừa nói chú vừa chạy ra. Má và hai chị hoảng hốt quay lại thì thấy tôi đã lăn xuống mép bờ sông. Tức thì má tôi phóng theo tôi. Má vừa bò vừa tuột để theo kịp tôi. Khi tôi đã rơi xuống tới đất, nằm cạnh mép sông, cũng may lúc đó nước ròng, thì má cũng vừa theo kịp. Má vừa khóc vừa ẵm tôi lên. Thấy tôi không động tĩnh gì hết, má càng khóc dữ. Lúc đó chú

Hai Dậu cũng đã xuống đến mé nước. Chú dìu má con tôi lên. Trên bờ cũng có nhiều người đang lố nhố. Khi chú Dậu đưa má con tôi lên tới bờ, mình mẩy chú Dậu và má con tôi lem luốc. Má tôi hỏi chú Dậu: "Chú Hai ơi nó có sao không mà êm ru vậy?" Chú Hai đưa tay sờ ngực sờ mũi tôi rồi nói: "Tim nó vẫn đập, mũi nó vẫn thở, không sao đâu." Một bà lớn tuổi chợt sấn tới nói lớn: "Thằng nhỏ mất vía." Nói xong bà lật tôi lại từ trong tay má rồi vỗ mạnh vào mông tôi. Tôi bật ngoác miệng ra khóc lớn. Bà vừa cứu tôi cười: "Thằng nhỏ mất vía vậy thôi, không có gì đâu." Má ẵm tôi cùng hai chị và anh Bảy, chú Dậu chạy vào nhà để tắm rửa cho tôi. Lúc cha về, nghe má vừa kể chuyện vừa sợ cha la, nhưng cha chỉ nói: "Mình nhớ từ rày về sau đừng bao giờ rời mắt khỏi nó. Con nít lật bật mới biết lẫy biết bò mình chỉ hở mắt một chút là có thể xảy ra chuyện à."

Về sau, khi lớn lên nghe má và hai chị kể lại chuyện này, tôi nghĩ thầm trong đầu: "Chỉ có sợi dây thiêng liêng của tình mẹ con mới kéo má tôi phóng theo tôi nhanh như vậy."

2. Lìa quê lần thứ hai

Lúc bấy giờ, dân số nhà tôi đã ra chiều bề thế, 6 người, chị Hai tôi đã là một thiếu nữ 16 tuổi nhưng chị vẫn ngây thơ và trẻ nít, theo lời cha má tôi kể lại. Chị Tư tôi thêm: "Trong suốt thời gian chạy giặc trên xuống, chị Hai tôi cứ cả ngày ôm sách mà đọc. Chị đọc tới lui 3 bộ sách mà cha đã mua: Gia Long Tẩu Quốc, Hoàng Tử Cảnh Như Tây, Gia Long Phục Quốc. Chị Tư tôi 11 tuổi, giúp cha má tôi nhiều nhất trong thời gian chạy loạn. Chị bắt cá, mò cua và giữ đồ đạc một mình giữa rừng trên cồn Hố. Anh Bảy sáu tuổi, thường được cha cõng mỗi lần phải trốn chạy. Có khi cha vừa cõng anh Bảy vừa ẵm tôi vì má mới sinh tôi, cha sợ má không đủ sức vừa bồng tôi vừa chạy. Còn chị Hai thì khá là vụng về. Vì đã có lần chị để rơi tôi vào lò gạch nên cha má ít khi để chị bồng tôi lúc chạy loạn nữa.

Xe lửa tới ga Sài Gòn, cha bắt 3 chiếc xích lô để vừa chở người xen với đồ đạc. Khi gia đình cha tôi vừa tới xưởng mộc, chú Út Phiên là người nhìn thấy đầu tiên. Chú la lớn: "Chú Tư, chú Sáu, anh Năm ơi, vợ chồng anh Tư lên rồi kìa." Thế là Ông Tư Thìn, Ông Sáu Đính, bác Năm Chẩn cùng một số người khác cùng ùa ra. Ông Tư ôm chầm lấy cha tôi, Ông Sáu Đính thì bồng anh Bảy, bác Năm Chẩn bế bổng chị Tư lên xoay vòng vòng. Còn chú Út Phiên thì giành bồng tôi. Mọi người mừng rỡ chảy nước mắt. Ông Tư Thìn giành trả tiền xích lô rồi nói, "Chú với anh Sáu chờ vợ chồng bây mòn mỏi quá. Sợ chờ không nổi chứ. Hai ông già khú đế này sắp về hưu rồi." Cha cười lớn nói: "Chú mới 61 tuổi thôi chứ làm gì mà già khú đế." Ông Tư hỏi: "Sao bây không biên thư để chú cho xe về đón?" Cha đáp, "Gia đình cháu giờ đông người, lại thêm đồ đạc. Và lại mấy năm nay cháu có dám ở yên một chỗ nhất định nào đâu." Mọi người trong xưởng mộc tới chào gia đình tôi, mừng cha má có thêm tôi. Ông Tư Thìn bàn với Ông Sáu Đính và cha một lúc rồi ông quyết định hôm nay cho xưởng mộc nghỉ sớm. Ông bảo chú Út Phiên gọi điện thoại đặt bàn ở nhà hàng Đồng Khánh. Chú tài xế chở Ông Sáu Đính về lấy chìa khóa nhà cho cha. Khi cha đưa trả những đồ nghề cha đã mượn cho xưởng mộc, Ông Tư Thìn cười lớn, "Chú gửi tặng cho bầy đó chứ trả gì mà trả." Ông lấy cái thư Trung úy Allen gửi cho cha từ 4 năm trước đưa cho cha. Cha xếp lại cất vào túi: "Cháu sẽ đọc sau." Ông Tư Thìn nói, "Còn bây giờ thì về dãy phố mười căn cất đồ đạc đi rồi ra Đồng Khánh ăn bữa tiệc mừng ngày gia đình xưởng mộc sum vầy." Lúc đó khoảng 4 giờ chiều. Ông hẹn với mọi người sẽ gặp nhau ở Đồng Khánh vào khoảng 6 giờ.

6 giờ. Mọi người tề tựu gần như đông đủ ở Đồng Khánh. Trước khi vào tiệc, Ông Tư Thìn đứng lên nói: "Xưởng mộc này do ông chủ Trần Mạnh Cầm đứng ra sáng lập đâu chừng cũng đã 24- 25 năm. Tôi đã sát cánh với ông Cầm từ những ngày đầu. Ông chủ Cầm là người hào sảng tốt bụng. Ông đối đãi với tất cả thợ trong xưởng mộc như anh em cùng một gia đình. Xưởng mộc còn tồn tại ngày nào là sẽ luôn giữ cái truyền thống tốt đẹp đó. Cháu Tư đây bắt đầu làm cho xưởng mộc từ năm 1933, rất được ông chủ Cầm thương quý và chính tôi cũng vậy. Chỉ sau 3- 4 năm học nghề, cháu Tư đã thành người thợ giỏi nhất và nhiều sáng kiến nhất nên được ông chủ Cầm và tôi cất lên làm sếp thợ. Sau mười mấy năm quán xuyến công việc trong xưởng mộc như thế nào thì mọi người ở đây đã biết. Bất ngờ đến tháng 5 năm 1944, cháu Tư đây với Năm Chẩn và Hai Tuấn của xưởng mộc ta bị kiếp nạn

bọn Nhật tới bắt 3 người đi làm khổ dịch. Tháng 9 năm 1945, 3 anh em mới được thả. Trải qua bao gian lao, qua đầu năm 1946, 3 anh em mới về tới đây. Nhưng cháu Tư đây vẫn còn phải long đong về quê tìm lại vợ con và báo hiếu với cha mẹ. Nay cháu Tư đã về trở lại đây với chúng ta. Cháu Tư sẽ vẫn là sếp thợ như cũ. Ngày mai, tôi cần 1- 2 người tới giúp cháu Tư dọn dẹp nhà cửa ở dãy phố mười căn. Bây giờ chúng ta chào mừng ông sếp Tư trở lại với gia đình xưởng mộc!" Tất cả đều vỗ tay hoan hô vui vẻ. Bác Chẩn và chú Hai Tuấn tình nguyện ngày mai tới giúp cha má để thu xếp nhà cửa. Mọi người bắt đầu ngồi xuống ăn uống chuyện trò. Cha báo tin bà nội đã mất sau khi má sinh tôi được 2 tháng, ai nấy đều ngậm ngùi chia buồn. Cha lấy bức thư của Trung úy Allen ra đọc nhanh rồi xếp lại bỏ vào túi. Cha nói với mọi người: "Allen bây giờ làm việc tại Paris trong phòng nghiên cứu tài liệu. Anh ta có vẻ thích công việc này hơn. Có thư của cô Yvone Thủy nữa. Hai vợ chồng và hai đứa con đều khỏe mạnh. Allen đặc biệt hỏi thăm chú Tư Thìn. Còn Đại úy Jeans Pierre, người mà Allen nhờ mang thư qua đây cho cháu cũng là để giới thiệu với cháu và chú Tư Thìn là bạn học của Allen. Hai người tâm đầu ý hợp và cùng rất thích thú về Đông phương, đặc biệt là Á châu. Jeans Pierre cũng biết chút ít chữ Nho nhưng không giỏi bằng Allen." Ông Tư Thìn cười nói: "Anh ta cứ thỉnh thoảng ghé hỏi thăm cháu. Có lần còn muốn Út Phiên dắt về Ba Tri tìm cháu." Cha cười hỏi: "Vậy à?" Ông Tư Thìn tiếp: "Anh ta có để lại số điện thoại. Mai mốt cháu gọi cho anh ta đi.

Tội nghiệp." Cha gật đầu: "Dạ, rồi cháu sẽ gọi. Cháu cũng sẽ viết thư cho anh Allen và cô Yvone Thủy nữa." Đã qua rồi những ngày bập bênh trốn chạy và luôn căng thẳng, gia đình tôi bắt đầu những ngày tháng bình yên ở dãy phố mười căn, Cầu Bông.

Cho đến khi lõm bõm có trí nhớ, tôi vẫn thường xuyên hồi tưởng lại là tại căn nhà ở dãy phố mười căn này, gia đình chúng tôi đã có nhiều ngày hạnh phúc. Cha ngày ngày đi làm ở xưởng mộc, chị Hai được cha má cho đi học may tại một tiệm may ở gần nhà Ông Sáu Đính, chị Tư và anh Bảy cùng nhau đi học. Cha cũng đã nhờ ông Sáu Đính tìm cho má một người giúp việc để đỡ đần má vì bây giờ cha má đã có tới 4 mặt con. Ông Sáu Đính giới thiệu cho cha má một người cùng quê Bình Đại với ông. Chị này tên Đành, 23 tuổi, hơi vụng về nhưng được cái là rất thật thà. Đó là theo lời má và hai chị tôi sau này nhắc lại. Chúng tôi đã có được sự thương yêu chân thật của những người không phải là ruột rà máu mủ. Cùng chung dãy phố thì có gia đình bác Chẩn, gia đình chú Út Phiên. Gia đình bác Chẩn có 4 người con trai giờ đã có thêm cô con gái út, hai bác đã có vẻ vô cùng mãn nguyện tuy hai bác vẫn rất cưng chiều chị Hai và chị Tư tôi. Chú thím Út Phiên đã có thêm một cô con gái lớn hơn tôi 3 tuổi. Mọi người ở xưởng mộc ai cũng tốt với gia đình tôi. Ông Tư Thìn và Ông Sáu Đính thì khỏi nói. Cha đã viết thư cho Trung úy Allen và cô Yvone Thủy. Đại úy Jeans Pierre thì quá vui mừng khi biết cha đã quay về xưởng mộc. Mỗi tuần, Đại úy tới tìm cha ít nhất 1- 2 lần để đàm đạo. Có khi Jeans Pierre, Ông Tư Thìn và cha ngồi với nhau cả buổi cùng trao đổi những khác biệt giữa văn hóa Đông Tây.

Tôi 4- 5 tháng tuổi thì lên dãy phố mười căn ở tới 5 tuổi. Chỉ có 5 năm mà tôi lại còn quá nhỏ cho nên ký ức của tôi về căn nhà phố ở Cầu Bông thường thường rất mơ hồ. Về chị Đành, dường như chị là người đặc cách đi mua hoành thánh mì cho tôi. Tôi hỏi hai chị về chuyện này, hai chị cùng cười. Chị Tư nói: "Từ lúc 3- 4 tuổi, em hay thích ăn hoành thánh mì. Em hay giả bộ nhức răng để đòi má. Nhức răng gì mà cứ ăn hoành thánh mì vô là hết. Cho nên về sau, cứ mỗi lần em ôm mặt kêu nhức răng, má lại cười, đưa tiền cho chị Đành xách cà mèn đi mua hoành thánh mì cho em."

Trong cả ký ức lung linh nhạt nhòa, tôi còn tự nhớ được một chuyện. Có buổi trưa nọ, tôi giận hờn má chuyện chi đó, bỏ ra nằm tựa mặt xuống ngạch cửa mà khóc, ý đồ là chờ cha về để méc cha. Nhưng rồi tôi ngủ quên đi, má phải ra ẩm tôi bỏ lên giường. Có một chuyện mà má và hai chị thỉnh thoảng lại kể, cũng từ năm 3- 4 tuổi, tôi bắt đầu bị suyễn. Thời đó, bệnh suyễn không có được nhiều thuốc như bây giờ, nhất là cho trẻ con. Dường như cũng chưa có loại thuốc để xịt vào cuống họng cho dễ thở. Một hôm, lúc cha đang làm việc ở xưởng mộc, tôi lên cơn suyễn thở khò khè rất nặng. Má hoảng hốt chẳng biết phải làm sao. Bác Chẩn gái biết chuyện sai người con trai lớn chạy qua xưởng mộc để báo cho cha biết. Ông Tư Thìn cho xe của xưởng mộc chở cha về. Má ẩm tôi đi theo cha. Chú tài lái xe xưởng mộc chở cha má và tôi đến bệnh viện Grall. Đến nơi, mọi người lóc cóc đưa tôi vô bệnh viện. Khoảng 4 giờ chiều, có cô y tá cứ cản không cho vô, cha quắc mắt đẩy cô ta ra rồi nắm tay dắt má đang ẵm tôi vô. Cô y tá cứ chạy theo léo nhéo nhưng chú tài xế ngăn cô ta không cho tới gần cha má. Cha má đưa tôi vô gặp được ông bác sĩ người Pháp. Ông khám nhanh cho tôi rồi nói, "Chỉ chậm mười phút nữa thôi là thằng bé này có thể không cứu được." Cha quay ra lấy tay chỉ mặt cô y tá rồi nói: "Cô nên đổi nghề đi, y tá là nghề cứu người. Cô vừa suýt giết người cô biết không? Cô vừa suýt giết con tôi." Cô y tá mặt tái xanh bỏ chạy trốn mất. Một cô y tá khác phải tới thay.

Căn bệnh suyễn quái ác này còn đeo đẳng tôi cho tới năm tôi 9 tuổi và sự việc chữa căn bệnh này cho tôi còn nhiều truyền tích ly kỳ nữa mà tôi sẽ kể sau. Nhưng nói chung, những năm tháng ở dãy phố mười căn, Cầu Bông này là những năm tháng hạnh phúc của gia đình tôi. Gần như mỗi tháng 1- 2 lần, cha thường cho cả gia đình đi vô vườn Bách Thảo, còn có tên là Thảo Cầm Viên hay Bách Thú, tức Sở Thú để dạo chơi và chụp hình, có khi đi chung với gia đình bác Chẩn hay gia đình chú Út Phiên, cũng có lần đi với gia đình Ông Sáu Đính. Tất cả những bức hình chụp vào thời ấy trong Thảo Cầm Viên, hai chị tôi vẫn còn quý báu giữ kỹ trong những tập album. Đó là thứ tài sản vô giá của anh chị em tôi.

Chị Hai tôi học may có 6 tháng thì đã được bà thầy cho ra nghề. Chị may giúp cho tiệm của bà thầy và được trả lương. Chẳng những thế, cha mua cho chị một chiếc máy Singer và ở nhà, chị nhận may lai rai cho những người trong gia đình xưởng mộc. Ngày tháng êm đềm trôi. Tới tháng 9 năm 1954 thì má tôi sinh cậu em út. Út Chín được sinh ra trong sự chào đón của cả nhà và những người thân quen. Nhưng trước khi Út Chín sinh ra được 2 tháng thì một biến cố lớn đã xảy ra cho nước Việt Nam. Hiệp định Geneva được ký kết vào ngày 20 tháng 7 năm 1954. Hội nghị Geneva khai mạc ngày 26 tháng 4 năm 1954 nhằm mục đích ban đầu là khôi phục nền hòa bình tại Triều Tiên và Đông Dương. Do vấn đề của Triều Tiên không đạt được kết quả nên đến ngày 8 tháng 5, vấn đề Đông Dương được đưa ra thảo luận. Sau 75 ngày đàm phán với 8 phiên họp rộng và 23 phiên họp hẹp, cùng nhiều tiếp xúc ngoại giao dồn dập đằng sau các hoạt động công khai, cuối cùng hiệp định được ký vào ngày 20 tháng 7 năm 1954. Hiệp định được ký kết giữa cộng sản Việt Nam đang chiếm giữ miền Bắc và người Pháp.

3. Thế cuộc đổi thay, xưởng mộc tan đàn xẻ nghé

Ngày 16 tháng 6 năm 1954, Quốc trưởng Bảo Đại gặp Ngô Đình Diệm tại Pháp. Diệm đồng ý về nước làm thủ tướng theo lời mời của Bảo Đại với điều kiện Bảo Đại phải đồng ý để chính quyền do ông thành lập được toàn quyền cả về quân sự và chính trị. (Tưởng cũng nên nhắc lại chuyện người Pháp thua trận Điện Biên Phủ ngày 7 tháng 5 năm 1954. Sau đó người Pháp đàm phán để trao trả hoàn toàn quyền độc lập cho nước Việt Nam.) Bảo Đại đồng ý với điều kiện này. Sau đó ông Diệm về nước và chính thức được bổ nhiệm làm thủ tướng ngày 7 tháng 7 năm 1954. Ngô Đình Diệm thành lập chính phủ với nội các bao gồm 18 người.

Chính thể mới Việt Nam Cộng hòa được thành lập vào ngày 26 tháng 10 năm 1955 và Ngô Đình Diệm được bầu làm tổng thống nền đệ Nhất cộng hòa Việt Nam. Những biến động chính trị này dĩ nhiên ảnh hưởng không nhỏ vào đời sống xã hội và tâm lý người dân. Tại xưởng mộc, Ông Tư Thìn và Ông Sáu Đính đều đã 65 tuổi, cả hai ông đều có quyết định về hưu. Ông Tư Thìn thì muốn cùng Bà Tư về quê hưởng nhàn, hai ông bà đã mua nhà vườn sẵn ở Cần Thơ. Nhà cửa ở Sài Gòn hai ông bà để lại cho con. Ông Sáu Đính thì muốn lui về mở tiệm tạp hóa bán lai rai rồi ngày ngày chơi với cháu ngoại. Vợ chồng cô Lịch đã có hai đứa con và vẫn ở chung với hai ông bà. Ông Tư Thìn muốn để xưởng mộc lại cho bác Năm Chẩn và chú Út Phiên nhưng cả hai đều từ chối. Bác Năm Chẩn đã trên 50 và muốn đưa vợ con về Cần Giuộc để gần mồ mả ông bà. Chú Út Phiên chưa tới 40 nhưng chú cũng muốn đưa vợ con về quê để phụng dưỡng cha mẹ già. Vả lại, phần tài sản mà cha mẹ chia cho chú ở Cần Thơ cũng khá, chú cũng cần về đó để quán xuyến. Thật ra, người đầu tiên mà Ông Tư Thìn muốn giao xưởng mộc lại cho là cha nhưng cha đã từ chối. Cha nói với Ông Tư Thìn: "Cháu cám ơn chú, giờ thời cuộc đã biến đổi quá nhiều, xã hội cũng vậy. Chú có nhớ Đại úy Jeans Pierre đã từng nói với chú và cháu rằng, người Pháp sẽ từ từ rút hết ra khỏi Việt Nam. Bây giờ chú và chú Sáu Đính về hưu, cháu ở lại đây cũng buồn lắm. Nước Việt mình từ vĩ tuyến 17 trở ra đã thuộc về tay cộng sản. Miền Nam cũng sẽ có chính phủ Việt Nam Cộng hòa trong nay mai. Chú Tư cũng hiểu quá mà. Hợp tan là lẽ thường tình của cuộc đời." Ông Tư Thìn buồn bã gật đầu. Ông viết thư qua Pháp xin ý kiến Ông Cẩm. Ông chủ Cẩm viết thư về cho Ông Thìn góp ý rằng mọi chuyện nên thuận theo lẽ biến dịch của nó. Ông để nghị, xưởng mộc đã đóng trọn vai trò tốt đẹp của nó. Cá nhân ông, Tư Thìn, cha và mọi người, ai cũng đã đóng trọn vẹn vai trò của mình. Vậy thì xưởng mộc bây giờ nên bán hoặc sang nhượng lại cho người khác. Ông Cẩm viết, số tiền thu được ông sẽ không nhận một cắc, ông muốn Ông Tư Thìn và cha chia tất cả cho mọi người trong xưởng tùy theo thâm niên và đóng góp của mỗi thành viên với xưởng và cũng nên tùy theo hoàn cảnh gia đình của mỗi thành viên. Khi Ông Tư Thìn và cha công bố những diễn tiến này với mọi người trong xưởng mộc thì là khoảng cuối tháng 10. Lúc đó Út Chín em tôi vừa được khoảng 1- 2 tháng tuổi. Ngô Đình Diệm đã được bổ nhiệm lên làm thủ tướng được 3 tháng. Pháp đang lần lượt rút lui ra khỏi Việt Nam. Mọi người trong xưởng mộc ai cũng rất buồn vì chuyện tan đàn xẻ nghé. Ông Tư Thìn và cha khuyên, anh em cứ bàn, nếu gom sức lại cùng nhau mà giữ được xưởng mộc thì Ông Tư Thìn và cha sẽ giao cho. Bằng không thì sẽ bán hoặc sang nhượng cho người khác. Tiền thu được, anh em người nào cũng có phần. Người nào muốn tiếp tục nghề mộc thì sang những xưởng mộc khác mà xin việc, người ta biết đã từng làm ở xưởng mộc này thì chắc chắn sẽ thu nhận. Đại úy Jeans Pierre dường như quá quyến luyến đất nước này nên vẫn chần chừ nấn ná đến nay vẫn chưa đi. Ông có cô vợ Việt là Alice Hương nhưng hai người vẫn chưa có con.

Cuối cùng, không ai đứng ra nhận quản lý xưởng mộc. Mọi người nói, không có Ông Tư Thìn, cha và chú Út Phiên thì không ai trong bọn họ có thể quán xuyến được xưởng mộc. Ông Tư Thìn bắt đầu kiếm người để bán hoặc sang lại xưởng mộc. Cha, bác Năm Chẩn, chú Út Phiên cũng rục rịch chuyện bán nhà. Đầy tháng cậu em Út Chín của tôi được Ông Tư Thìn và mọi người đề nghị làm tại xưởng mộc. Ông Tư Thìn muốn mọi người trong gia đình xưởng mộc cùng mang gia đình đến để họp mặt một lần với nhau. Đây sẽ là một kỷ niệm để đời vì trong tương lai mỗi người sẽ mỗi ngả, không dễ gì gặp lại được nhau. Thức ăn thì có hai cách, một sẽ do các bà lo. Hai sẽ đặt nhà hàng. Ông Tư Thìn còn hứa, hôm đó sẽ mướn hẳn một người thợ chụp hình để chụp cho tất cả mọi người làm kỷ niệm và mọi người cũng nên nhân ngày tụ tập nhau đó để trao đổi địa chỉ mai mốt còn liên lạc với nhau. Ông nói sẽ đưa địa chỉ của ông cho tất cả mọi người.

Tiệc đầy tháng của Út Chín hết sức rộn ràng vui vẻ tuy có giấu bên trong lòng một chút ngậm ngùi. Vợ chồng

Jeans Pierre, Alice Hương cũng có tới. Ai nấy ngấm ngầm coi đây là một bữa tiệc chia tay nhưng mọi sinh hoạt lại vẫn tiếp tục bình thường và sẽ kéo dài qua khỏi Tết Nguyên Đán. Cho mãi đến tháng 3 năm 1955, khi xưởng mộc và ba căn nhà ở dãy phố mười căn Cầu Bông được bán xong, lúc đó mới thực sự là một bữa tiệc chia tay của gia đình xưởng mộc tại nhà hàng Đồng Khánh. Mọi thành viên xưởng mộc đều tùy thành tích và hoàn cảnh của mình, ai cũng được Ông Tư Thìn giao cho một phong bì rút ra từ món tiền bán xưởng mộc. Ông Tư Thìn có đưa ra hỏi ý kiến mọi người về cái xe của xưởng mộc, cha là người đứng lên đề nghị Ông Tư Thìn nên giữ lấy cái xe để làm kỷ niệm của ông chủ Cẩm. Ông Tư Thìn nên mang cái xe ấy về Cần Thơ, thỉnh thoảng lái vòng vòng đi thăm anh em là đẹp rồi. Ai nấy đều cười vang vỗ tay ủng hộ cái ý kiến của cha.

Mấy hôm sau, lại một bữa tiệc chia tay khác của vợ chồng Đại úy Jeans Pierre, cha má và Ông Bà Tư Thìn. Đại úy Jeans Pierre báo tin ông sắp về Pháp và tin vợ ông, Alice Hương đã có mang. Ba cặp vợ chồng cùng bùi ngùi nói với nhau về cái lẽ hợp tan của cuộc đời. Cha có gửi cho Jeans Pierre một bức thư tay nhờ trao cho Allen và Yvone Thủy.

CHƯƠNG V

Về quê lần hai: Giấc mơ điền dã

1. Căn nhà thứ nhất của cha

Căn nhà thứ nhất của cha má với ý nghĩa đây là căn nhà thứ nhất mà cha đã tự tay xây cho gia đình. Tôi không tính căn nhà ở dãy phố mười căn Cầu Bông. Căn nhà đó là căn nhà mà cha mua. Tôi cũng không tính căn nhà mà cha đã cất ở Giồng Sao cho má con Cô Tám. Đối với tôi, việc cha tôi tự tay chẳng dây mực, tự tay trộn hồ để ráp từng viên gạch dựng nên từng bức tường, cưa đóng từng cánh cửa lớn, cửa sổ hình thành một cái nhà là công việc vô cùng vĩ đại. Nó biểu trưng cho cả đời cha bảo bọc, che chắn cho vợ con.

Cái ngày cha mướn một chiếc xe tải lớn, thời đó gọi là xe hàng rồi chất lên đó tất cả những đồ đạc gì có thể mang theo được từ căn nhà ở dãy phố mười căn Cầu Bông, tôi được ngồi ở phía trước với cha và tài xế, phía sau chỗ thùng xe để đồ đạc giường tủ bàn ghế. Cha, Ông Sáu Đính và chú tài xế cũng đã sắp xếp để có đủ chỗ ngồi cho má và hai chị, anh Bảy và một khoảng an toàn để đặt cái nôi cho Út Chín. Lúc đó cậu em tôi đã được 6 tháng tuổi. Dường như cha đã liên lạc về quê trước nhờ người thu xếp và lo lắng mọi chuyện nên khi về tới quê là cha đã gặp người ta ngay để ký giấy mua một miếng đất rộng 6 sào. Miếng đất nằm trên con lộ chính của làng Tân Thủy cách nhà anh Ba Trương (là một người rất thân với gia đình tôi sau này) khoảng 10 mét. Đồ đạc trên xe được gửi tạm ở sân sau nhà anh Ba Trương. Gia đình tôi bắt đầu một cuộc sống mới.

Anh Bảy tôi đã lên trung học, ngày ngày đạp xe ra học ở trường quận Ba Tri. Tôi quên kể chuyện là hồi còn ở dãy phố mười căn đất Hộ, cha má cũng đã từng cho tôi đi học. Tôi đến trường gần nhà và vào học lớp 5. Ngày đầu tiên chị Tư đưa tôi đi học, hẹn đến giờ tan học sẽ đón tôi về. Đến giờ tan học, chị Tư tới sớm để chờ thì đã thấy tôi ôm cặp ngồi ở cổng trường. Chị Tư hỏi: "Sao em không học mà ra đây ngồi? Chưa đến giờ tan học mà?" Tôi trả lời: "Cô giáo mập quá, em không học đâu." Chị Tư bật cười: "Vậy em ra đây ngồi từ lúc nào?" Tôi nói: "Lâu lắm rồi." Thế là hôm đó về nhà cha hỏi, tôi cứ nhất định là không chịu học với cô giáo mập mà cha thì không tìm được trường nào khác gần nhà. Từ đó, mỗi ngày ban ngày thì chị Tư kèm cho tôi, ban đêm thì cha dạy tôi. Cho nên khi về quê, cha đưa tôi đến trường tiểu học Xã Diệu để xin cho tôi học thì cả cha và thầy hiệu trưởng đều hoang mang không biết cho tôi học lớp nào. Cuối cùng, thầy hiệu trưởng nói với cha tôi: "Ông cứ để con nó ở lại đây với tôi rồi tôi tính." Cha tôi ra về. Thầy hiệu trưởng hỏi tôi đủ thứ và bắt tôi viết, làm toán. Sau cùng, ông quyết định cho tôi học lớp 3. Ông gọi một cô giáo vô, giao tôi cho cô. Cô tên Nhịn. Thế là từ đó tôi học lớp 3 với cô Nhịn. Sau này tôi mới biết, chồng cô Nhịn tên là thầy Nhường. (Nhường không có "g"). Thầy Nhường dạy lớp Nhì. Vào thời ấy, học trò tiểu học ở quê tôi học ngày hai buổi. Buổi sáng học từ 7 giờ đến 11 giờ. Nghỉ trưa về nhà ăn cơm ngủ một giấc tới 2 giờ trở lại trường. Tôi còn nhớ ngày học đầu tiên đó, lúc 11 giờ chị Tư đến đón tôi tại trường. Chị chưa kịp hỏi gì tôi thì có một thằng học chung lớp với tôi nói: "Ngày mai bảo chị mày khỏi cần đi đón, mày đi về với tao." Thằng này mặt già khằn mà nhìn nó dơ dơ. Bụng nó lại rất to. Nó tên Sáu, biệt danh là Sáu Bụng. Nó lại nói tiếp: "Tao biết cha mày đang cất nhà. Nhà tao ở chỗ xéo nhà mày, tao ở đối mặt với nhà thằng Hòa." Tôi hỏi, "Thằng Hòa nào?" Nó trả lời: "Thì con ông Ba Trương đó." Tôi lại hỏi: "Bộ nó không học trường này sao?" Sáu Bụng đáp: "Không, nó học ở Bãi Ngao." Chị Tư và tôi về tới nhà thì cha má và chị Hai đang sắp xếp vật liệu xây cất. Cha đã đặt mua gạch đá xi măng đủ thứ và người ta đã chở đến chất đầy một khoảng đất. Cha nhìn tôi cười cười hỏi: "Đi học sao con, có vui không?" Tôi nói, "Dạ vui cha." Cha hỏi: "Cô giáo hay thầy giáo?" Tôi đáp: "Dạ cô giáo cha." Cha hỏi: "Cô giáo có mập không?" "Dạ không, cô giáo này không mập." Cha hỏi: "Nếu lỡ cô giáo mập con có chịu học không?" Tôi cười cười ngó đi chỗ khác. Cha hỏi: "Rồi ông hiệu trưởng cho con học lớp mấy?" Tôi đáp: "Dạ lớp 3 cha". Cha hỏi: "Cô giáo dạy con có hiểu không?" Tôi gật đầu: "Dạ hiểu hết."

Trưa hôm đó khoảng 1 giờ hơn, Sáu Bụng qua rủ tôi đi học. Trên đường đi, Sáu chỉ cho tôi đủ thứ. Cây này là bình bát, cây kia là cây duối, cây nọ là cây trâm. Miệng nó nói tay chỉ, tay nó vừa chỉ vừa hái những thứ trái trên những cây đó và bỏ vào mồm nhai. Tôi hỏi nó, "Mấy trái này ăn được à?" Nó nhe răng cười: "Trái cây nào ăn không được?". Tôi với Sáu Bụng tới trường hơi sớm một tí, chưa tới giờ vào học. Tôi với nó đứng ở sân trường. Nó đang chỉ mấy đứa học cùng lớp để nói tên cho tôi biết. Có một con nhỏ tóc cắt bombe vận bộ đồ bà ba bằng vải bông nhiều màu có vẻ tươm tất lắm. Nó đến đứng trước mặt tôi hỏi: "Có phải chú Tám con bà Chín không?" Tôi ngẩn tò te đến hơn 10 giây mới sực nhớ ra. Má tôi thứ Chín. Chắc nó hỏi tôi và cha má tôi. Tôi gật đầu: "Ừ." Nó tự giới thiệu: "Cháu là Hồng Nga. Bà nội cháu là chị Ba của bà Chín. Ba cháu tên Ba Tải, con bà nội." A, tôi nhớ ra rồi. Mấy hôm nay có nhiều người bà con tới thăm gia đình tôi, trong đó có Dì Ba chị của má và anh Ba Tải ba của con nhỏ này. Tôi nhớ anh Ba Tải còn nói với cha tôi: "Dượng Chín cho chú Tám nó học trường Xã Diệu cho gần, khoảng cây số thôi. Con tôi cũng có mấy đứa học ở đó. Để tôi kêu con Hồng Nga qua đây rủ chú Tám nó đi học cho khỏi bỡ ngỡ." Quả nhiên, con Hồng Nga nói: "Sáng mai, 6 giờ 20 cháu sẽ qua rủ chú Tám đi học." Tôi gật đầu cười "Ừ" rồi hỏi: "Sao đi học sớm vậy?" Nó nhoẻn miệng cười: "Không đi sớm tới trường trễ sao? Bộ chú Tám ngủ trưa lắm hả?"

Từ ngày về quê và bắt đầu xây nhà, cha tôi có che

một mái lá nhỏ trên khoảng đất mới mua, trong đó có để một bộ bàn ghế thô sơ để thỉnh thoảng ông vào nghỉ ngơi. Cả nhà tôi ở tạm cái chái sau ở nhà anh Ba Trương. Buổi tối, má, hai chị và Út Chín ngủ trong nhà anh Ba Trương. Còn cha, anh Bảy và tôi ngủ ở chái sau nhà. Bà con bên cha không có ai ở làng Tân Thủy, gần nhất thì chỉ có Cô Tám ở tận Giồng Sao. Chỉ có bà con bên má thì ở gần đây nhiều. Cả Dì Ba lẫn anh Ba Tài đều muốn cha má dọn đến nhà họ ở nhưng cha từ chối, nại cớ ở đây tiện việc xây nhà hơn. Tôi mơ hồ biết anh Ba Trương có bà con xa với cha hoặc má gì đó. Tuy chỉ là bà con xa nhưng anh Ba Trương lại rất hợp với cha và thương gia đình tôi. Gia đình anh Ba Trương có một tiệm tạp hóa. Vợ anh Ba Trương tên Trải, rất hợp với má. Anh Ba chị Ba gọi cha má tôi là cậu mợ. Hai vợ chồng có một cậu con trai, hình như nhỏ hơn tôi 1- 2 tuổi gì đó. Hòa được anh Ba Trương cho đi học ở một trường nào đó khá xa nhà ngược về phía Bãi Ngao. Mỗi sáng anh Ba Trương đưa Hòa đi học và chiều mới đón về. Hình như bữa trưa, Hòa ở tạm nhà người quen gần trường.

Trở lại chuyện con Hồng Nga. Lúc con nhỏ này quay đi rồi, Sáu Bụng trề môi nói với tôi: "Đồ con nhà giàu, làm phách thấy ghét." Tôi bật cười: "Tao thấy nó có làm phách gì đâu." Sáu Bụng nói: "Tại mày bà con với nó." Tôi hỏi thằng Sáu: "Mà nó ngồi chỗ nào trong lớp sao tao không thấy?" Thằng Sáu Bụng được dịp cười khinh thị: "Nó học ngu thấy bà, mới lớp Tư à." Tôi bật cười và lúc đó có trống vào lớp. Hôm nay tôi mới biết, Thằng Sáu Bụng ghét con Hồng Nga chỉ vì một nguyên do: ba con Hồng Nga là chủ nhà máy xay lúa duy nhất của làng Tân Thủy và chủ nhà máy xay lúa ở một vùng quê thì tất nhiên là giàu. Nhờ hiểu cái tâm lý người nghèo ghét người giàu này là một trong những yếu tố mà bọn làm chính trị dễ dàng xách động quần chúng bởi chiếm đa số trong quần chúng luôn là dân nghèo.

Từ đó, tuần 5 ngày, mỗi ngày 4 buổi, tôi đi học về học với Hồng Nga và thằng Sáu. Thường buổi chiều tan học về lúc 4 giờ, Sáu Bụng hay kéo tôi đi la cà còn Hồng Nga thì cứ giục tôi về không thôi ông bà Chín và mấy cô lo. Thằng Sáu hay kéo tôi vào những bờ bụi để kiếm cây trái dại, chạy vào những gò nổng để kiếm tìm những củ khoai lang còn sót hoặc chui vào những ống cống thật to để nghịch nước. Những ống cống này rất to, một người lớn chỉ cần hơi khom lưng là có thể đi qua được. Đây là những ống cống dẫn thủy nhập điền nên nước rất sạch, nhiều khi lại có cả tôm cá, nhất là vào mùa mưa. Những hôm tan học chiều mà trời mưa, xem như tất nhiên con Hồng Nga phải tự động lo mà về một mình. Giá nào, tôi với thằng Sáu Bụng cũng phải tắm mưa. Gần tuần lễ đầu đi học, tôi rất khổ sở vì má đã trang bị cho tôi thành ra không giống ai. Mặc quần short áo sơ mi trắng cộc tay, chân phải mang giày sandales, đầu đội nón cối trắng được bọc vải sơn phấn nước trắng. Tôi đến trường và thấy mình không giống ai mà cũng không ai giống mình. Tôi phải quyết liệt để đình công bãi thị tranh đấu với má ba ngày. Đến ngày thứ ba, má nói: "Cha bay mà chịu thì má chịu." Tôi tức thì chạy đi cầu viện cha. Cha tôi đang làm việc mồ hôi mồ kê mà cũng bị tôi nắm ngón tay út kéo vô gặp má. Sau khi rõ đầu đuôi tự sự, cha cười nói: "Thôi thì con người ta sao con mình vậy. Mình để nó tới trường mà cứ ngượng ngập thì làm sao mà học được." Má giận lẫy nói, "Ừ, để nó đi chân không đầu trần dang nắng, lỡ nó đạp miểng chai đạp gai hay bị cảm sổ mũi thì về ông lo nghe." Cha lại cười: "Nói như mình thì mấy đứa kia đạp miểng chai đạp gai hay bị cảm nắng hết, đâu còn đứa nào mà đi học." Thế là từ đó tôi được tự do giống lũ bạn học, chỉ trừ cái quần short và trong cặp táp có một cái áo mưa mà tôi không bao giờ chịu mặc. Thỉnh thoảng tôi được má sai mang cho cha ly nước chanh hay được cha kêu tới biểu đi lấy thuốc lá, lấy bút chì. Những lần như vậy tôi rất sung sướng.

Nhà của gia đình tôi mỗi ngày mỗi thành hình thêm. Đã có bốn vách tường, có cửa, cửa sổ. Tuần 5 ngày tôi vẫn đi học với 2 đứa không ưa nhau. Phải nói rõ là thằng Sáu Bụng không ưa con Hồng Nga ra mặt còn Hồng Nga thì không thấy nó nói gì. Tôi nhớ mới chỉ có một lần nó chê thằng Sáu Bụng ở dơ.

Từ ngày gia đình tôi về Tân Thủy, bác Ba Đấu có ghé vô 2 lần. Mỗi lần bác ghé đều có mang cho tôm cá. Lần thứ nhì bác ghé có cho một con cá đuối tôi rất thích. Má con Cô Tám và Dượng Năm Cô Năm ghé thường hơn. Dượng Năm còn đòi ở lại để phụ cha xây nhà nhưng cha không bằng lòng. Cha nói, "Dượng cứ về mà lo chuyện đồng áng của dượng. Tôi có má con nó phụ cũng được rồi." Thực ra người phụ cha nhiều nhất là chị Tư. Chị Tư tôi năm ấy đã 17 tuổi. Chị lại gánh gạch, trộn hồ, phụ cha đủ thứ. Má thì phải giữ Út Chín, chị Hai chỉ làm mấy việc lặt vặt và phụ má lo cơm nước cho cả nhà. Kể từ ngày cha bắt tay vào việc xây cất, chỉ hơn tháng rưỡi sau là chúng tôi đã có nhà. Một căn nhà đẹp đẽ khang trang thoáng mát. Nền gạch bông, tường gạch tô xi măng quét vôi vàng nhẹ, cửa chính, cửa sau và những cửa sổ đều bằng gỗ sơn màu nâu ngả vàng. Mái ngói màu đỏ thắm. Cả nhà tôi đều rất hài lòng về căn nhà này. Cha má không muốn làm tân gia gì hết, nhưng Dì Ba và anh Ba Tải muốn đứng ra làm tân gia cho cha má, thấy vậy vợ chồng anh Ba Trương cũng nhào vô phụ một tay. Anh chị em tôi thì quá vui mừng vì gia đình mình đã có nhà riêng để ở. Nhưng sau khi xây nhà xong, cha tôi lại vùi đầu mê man vào việc trồng trọt vườn tược. Trong bữa cơm, cha bàn với má và hai chị. Cha nói sẽ làm hàng rào xung quanh nhà, trước nhà là râm bụt, hai bên nhà là cây duối và râm bụt trộn lẫn. Sau nhà cha sẽ trồng xương rồng. Sân trước nhà cha sẽ dành bên trái cho má trồng bông, bên phải cha sẽ trồng một cây ăn trái gì đó. Đất sau nhà cha sẽ trồng một vườn mãng cầu dai. Má thêm, sân sau nhà, mình trồng cho tôi 2 cây khế ngọt nha. Cha nói: "Ừ được rồi." Cha lại tiếp: "Ngoài vườn mãng cầu dai, tôi sẽ dành khoảng mươi mét đất để trồng cây thuốc lá." Má hỏi: "Mình trồng thuốc lá chi vậy?" Cha cười: "Thì để tôi hút chớ chi, khỏi mua tốn tiền."

Út Chín em tôi đã bắt đầu đi chập chững, tôi sắp

được nghỉ hè rồi. Nghe đâu năm ngoái trường vì phải sơn sửa nên đã khai giảng trễ 2 tuần. Vì vậy, năm nay giữa tháng 6 mới nghỉ hè. Cô giáo Nhịn xin thầy hiệu trưởng cho tôi một phần thưởng thật đặc biệt vì tuy tôi mới vào học mấy tháng cuối nhưng môn nào cũng được cô cho điểm nhất hết, từ chính tả, tập viết tập đọc cho tới làm toán. Lễ phát phần thưởng trước ngày nghỉ hè, phụ huynh học sinh được mời tới dự. Cha dắt chị Tư tôi đi theo. Lúc tên tôi được kêu, tôi bước lên và được thầy hiệu trưởng xoa đầu, đưa cho một chồng quà cao ngất, nào sách vở giấy bút. Cô giáo Nhịn cũng tới xoa đầu tôi và nói, ráng năm sau cũng học giỏi như vậy nghe chưa. Tôi khệ nệ bê chồng phần thưởng đi về phía cha tôi và chị Tư. Chị Tư thấy vậy đứng dậy đi ra đỡ phụ cho tôi. Cả cha và chị Tư đều nhìn tôi cười sung sướng. Xong lễ phát phần thưởng, mọi người đứng lên trò chuyện trước khi ra về. Anh Ba Tải dắt con Hồng Nga tới gần cha tôi rồi nói: "Nghe con Hồng Nga nói chú Tám đây thích chạy giỡn chơi lắm mà học giỏi dữ ha!" Bỗng đâu có giọng cô giáo Nhịn cất lên: "Thằng nhỏ này kỳ lắm, nó học như chơi mà chơi như học. Tuy hay nghịch phá nhưng sáng dạ." Tôi ngước lên, thấy cô giáo Nhịn và thầy Nhường đang bước tới. Cha, chị Tư và tôi về tới nhà, mọi người đều rất vui mừng vì biết tôi được phần thưởng. Má nói, "Ủa, thấy nó chơi không mà sao được phần thưởng vậy? Chắc cô giáo thiên vị." Má nói xong cười chọc tôi. Mở chồng phần thưởng ra thấy có 5 cuốn tập viết, mấy cuốn sách, mấy cái bút chì bút mực và lọ mực. Mấy cuốn sách, tôi thấy chỉ có 1 cuốn tôi có thể thích. Tên cuốn sách là Candide. Tôi đã từng đọc hết mấy bộ sách do cha mua. Tôi đã đọc hết Gia Long Tẩu Quốc, Hoàng Tử Cảnh Như Tây, Gia Long Phục Quốc từ hồi còn ở trên dãy phố mười căn đất Hộ cho nên tôi chỉ thích những cuốn sách nào có nhiều chữ và cốt truyện li kỳ. Tôi mường tượng nhớ Candide là chuyện phiêu lưu mạo hiểm mà nhân vật chính tên là Candide đã có lúc phải cắt thịt mông mình cho mọi người ăn vì lúc đó cả bọn đang ở trong hoàn cảnh bị đói. Tôi rất mê đọc sách nên đọc hết Candide tôi đành phải đọc mấy cuốn khác trong phần thưởng mà tôi hoàn toàn không thích. Anh Bảy tôi cũng đã bắt đầu nghỉ hè. Thỉnh thoảng anh cõng Út Chín, tay anh dắt tôi đi tới nhà máy xay lúa của anh Ba Tài chơi. Nhà máy này cách nhà tôi khoảng 4 – 500 mét, luôn luôn có đông người rất vui. Ở phía trước nhà máy có một cái quán nhỏ bán bánh dừa bánh ú kẹo và mía, vv... Anh Ba Tài có một người em tên là Bảy Lập. Nhà anh Bảy Lập cũng rất gần nhà máy. Anh Bảy Lập thì hay thường ghé nhà tôi chơi. Một hôm, anh Bảy tôi xin phép cha má, cõng Út Chín và dắt tôi xuống nhà máy xay lúa. Chúng tôi gặp anh Bảy Lập đang đứng trước cái quán chỗ nhà máy xay lúa. Anh Bảy Lập hỏi: "Mấy đứa ăn gì anh mua cho?" Rồi anh mua mía và bánh dừa cho anh em tôi. Anh cũng mua mấy cái kẹo cho Út Chín. Út Chín được bà chủ quán ra ẵm vô chơi với con gái bà trên cái giường tre. Anh Bảy Lập hỏi thăm anh Bảy tôi về chuyện học hành. Thấy hai người đang nói chuyện với nhau, tôi bỏ ra coi mấy thằng nhóc cỡ tuổi tôi bắn đạn (là bắn bi.)

Bỗng tôi nghe tiếng anh Bảy Lập kêu tôi: "Ê, Tám lại anh biểu". Tôi chạy tới bên anh, "Dạ". Anh Bảy lập nói, "Chạy về nhà anh, lại cái bàn lấy cho anh bịch thuốc với cái ống vố." (Tức là cái pipe). Nói xong anh đưa tôi cái chìa khóa nhà và đưa tay chỉ về phía nhà anh. "Em biết nhà anh rồi chớ?" Tôi gật đầu rồi chạy đi. Khi mở cửa bước vô căn nhà nhỏ của anh Bảy Lập, tôi quên béng ngay chuyện bịch thuốc với cái ống vố. Nhà anh Bảy Lập có 2 cái kệ đầy sách, đa số là sách bìa cứng, có chữ mạ vàng. Tôi sấn tới mê mẩn sờ mó khám phá mấy trăm cuốn sách nhà anh Bảy Lập. Ôi thôi sách là sách. Tôi sướng quá mà cuốn nào tôi cũng muốn đọc. Chợt tôi thấy một cuốn rất dày, gáy có chữ mạ vàng đề 3 chữ Tây Du Ký. Tôi mừng rơn. Tôi đã từng nhiều lần nghe nói đến Tề Thiên Đại Thánh, Tam Tạng thỉnh kinh, Trư Bát Giới, vv… nên đã có khái niệm về truyện Tây Du. Tôi nhấc cuốn sách lên, ngồi bẹp xuống đất rồi giở sách ra đọc. Chẳng biết qua bao lâu thời gian, tôi đang theo con khỉ do hòn đá đẻ ra vào Thủy Liêm động chỉ huy những con khỉ khác đùa giỡn chơi chí chóe thì bỗng nghe tiếng anh Bảy Lập vừa cười vừa nói, "Thằng Tám này thiệt, bảo vô lấy cái bịch thuốc với cái ống vố mà vô đây ngồi đọc sách cả tiếng đồng hồ." Tôi ngước lên thấy anh Bảy Lập đang nhìn tôi cười cười. Tôi nói, "Tại em vô đây thấy nhiều sách quá nên quên". Anh Bảy Lập tới nhà cha má thường thấy tôi ngồi đọc sách hơn là ngồi học nên anh biết và đã từng nói: "Thằng này lớn lên sẽ là con mọt sách." Anh nói với cha má tôi, "Cháu cam đoan với dì Chín dượng Chín là thằng này nó còn mê đọc sách hơn cháu nữa." Anh Bảy Lập vừa quơ tay lấy bịch thuốc và cái ống vố vừa nói, "Thôi đi ra, thằng Bảy nó chờ. Anh cho mượn cuốn sách đó mang về đọc. Nếu biết giữ sách kỹ và sạch, đọc hết cuốn đó anh sẽ cho mượn cuốn khác." Tôi đóng Tây Du Ký lại, ôm cuốn sách đứng lên đi theo anh Bảy Lập. Tôi nói: "Em chắc chắn sẽ giữ rất kỹ mà". Thế là từ đó tôi có một kho sách là anh Bảy Lập. Chỗ để nằm hoặc ngồi đọc sách, tại nhà tôi có 2 cái võng, 1 cái là của má và Út Chín, 1 cái là của cha để ông nghỉ trưa. Có nhiều buổi trưa cha kêu tôi lại nằm chung rồi ông nói thơ Lục Vân Tiên cho tôi nghe. Một lúc sau, cả hai cha con đều ngủ. Những lúc cha không dùng chiếc võng của ông, tôi hay mượn nó nằm đọc sách. Rất hiếm khi tôi ngồi đọc sách tại bàn học. Bàn học tôi chỉ ngồi để học hoặc làm bài.

Đối diện với nhà tôi, bên kia đường lộ là một cái chùa Cao Đài. Sân chùa mát rộng và có nhiều cây điều lộn hột. Có một cây điều vàng khá lớn, đặc biệt trên cây có một cái chạc ba rất lớn nằm đọc sách rất sướng. Buổi trưa, hôm nào cha không kêu nằm chung võng để đọc thơ Lục Vân Tiên cho tôi nghe, tôi lại qua chùa Cao Đài, leo lên chạc ba này mà nằm đọc sách, vừa ăn mía hoặc ăn ổi xá lị. Mùa hè êm ả và mê đắm với tôi biết bao nhiêu với những cuốn sách của anh Bảy Lập nên tôi cũng rất ít khi chịu đi la cà với thằng Sáu Bụng. Hết Tây Du Ký, anh Bảy Lập đưa cho tôi Thủy Hử. Xong Thủy Hử lại qua Tam Quốc Diễn Nghĩa. Có lần, anh đưa tôi một cuốn truyện tranh. Truyện tranh này kể về một thanh niên tên

Nguyễn Ái Quốc. Nguyễn Ái Quốc trốn lên một chiếc tàu buôn của người Pháp với mưu đồ qua Pháp để vận động làm cách mạng, cuộc cách mạng đuổi người Pháp ra khỏi Việt Nam. Tranh vẽ xấu và in lem nhem. Tôi vốn thích vẽ và vẽ khá đẹp và tôi là đứa mê đọc sách. Với số tuổi còn nhỏ xíu, tôi đã đọc Thủy Hử, và Tam Quốc Diễn Nghĩa rồi nên cuốn truyện tranh về Nguyễn Ái Quốc nào đó tôi không thích. Đọc chưa hết tôi đã mang trả cho anh Bảy Lập. Anh Bảy Lập hỏi đọc hết chưa mà trả vậy, tôi đáp: "Sách mỏng lét mà toàn hình không có gì đâu mà đọc. Với lại em không thích cuốn này." Anh Bảy Lập cười hỏi, "Vậy tại sao, tại sao không thích?" Tôi nói: "Cuốn sách này xạo." Anh Bảy Lập lại hỏi: "Xạo chỗ nào?" Tôi đáp, "Ông Nguyễn Ái Quốc đâu có nhỏ như con dế hay con kiến mà chui trốn xuống tàu Pháp không ai thấy? Vả lại ông chui xuống tàu Pháp để trốn qua Pháp rồi âm mưu làm cách mạng chống người Pháp em không tin. Em nghĩ là ông ta muốn theo Pháp." Anh Bảy Lập không cười ra tiếng nữa mà cười mím hỏi tôi, "Em nói cuốn này xạo, vậy mấy cuốn kia như Tây Du Ký và Thủy Hử thì sao?" Tôi trả lời liền: "Tây Du Ký và Thủy Hử là có thiệt, nhất là Tây Du Ký." Tôi đưa tay chỉ: "Tây Du Ký xảy ra ở xa xa lắm, tận bên Tây Trúc lận, với lại ở tuốt trên trời cao kia. Cao hơn cả mấy đám mây nữa." Anh Bảy Lập cười lớn xoa đầu tôi: "Thôi được rồi, không thích cuốn này thì anh đưa cuốn khác. Một cuốn toàn chữ không có hình, được chưa?" Tôi gật đầu, "Dạ được." Anh Bảy Lập lấy đưa cho tôi cuốn Ngọn Cỏ Gió Đùa và nói, "Cuốn này là truyện của người Pháp được cụ Hồ Biểu Chánh làm thành truyện của người Việt Nam." Tôi vừa cầm cuốn sách anh đưa tròn mắt hỏi anh: "Sao cụ Hồ Biểu Chánh hay vậy anh? Truyện của người Pháp cụ dịch ra tiếng Việt Nam hả anh?" Anh Bảy Lập lắc đầu cười: "Không, cụ biến nó thành truyện của người Việt Nam luôn." Tôi càng tròn mắt. Như vậy thì cụ quá hay chứ không phải chỉ là hay thôi. Anh Bảy Lập vỗ vai tôi, "Ừ hay lắm, về đọc đi." Hôm sau, ăn sáng xong tôi ra chơi với Út Chín một lúc, anh Bảy chắc ra sau vườn phụ với cha và chị Tư. Má và chị Hai đang nhặt rau và trông chừng Út Chín, tôi ôm Ngọn Cỏ Gió Đùa đang định leo lên võng thì thằng Sáu Bụng tới. Nó kêu, "Ê, Tám đi thả diều không mày?" Tôi lắc đầu nói, "Không, tao phải đọc sách." Bỗng đâu có tiếng cha sau lưng tôi: "Con nên đi thả diều chơi với bạn đi. Phải chạy nhảy mới khỏe người. Còn nhỏ mà nằm hoài là không tốt." Má lên tiếng, "Nó nằm nhà đọc sách là tốt quá rồi. Mình biểu nó ra đồng chạy nhảy dang nắng thì tốt cái gì." Cha bật cười, "Má nó không biết gì hết, thằng Tám đẻ ngược, người nó bị lệch, nó cần hoạt động nhiều để lấy cân bằng lại. Mà con nít thì phải chạy giỡn mới mau lớn được. Đọc sách thì cũng tốt nhưng nằm đọc sách nhiều thì chỉ có cái óc nở ra còn chân tay người ngợm thì khẳng khiu, làm sao đỡ được cái óc nở phình." Cha nói xong cười xoa đầu tôi: "Con đi thả diều với thằng Sáu đi." Tôi nghe lời cha bỏ cuốn sách lại lên bàn, vòng tay thưa cha má rồi đi theo thằng Sáu. Thằng Sáu mừng rơn la lớn: "Mày phải ra đồng ra nổng chơi mới vui chứ nằm ôm cuốn sách cả ngày thì dù quá."

Từ đó tuy đọc sách vẫn là niềm yêu thích lớn nhất của tôi, niềm yêu thích của riêng tôi với những câu chữ trong trang sách nhưng phải công nhận là ra đồng ruộng gò nổng mà chạy nhảy chơi đùa với thằng Sáu Bụng và lũ trẻ khác, từ thả diều cho tới những trò chơi lạ lẫm nhà quê do chúng bày ra cho tôi thì quả thực là cũng vô cùng thích thú. Chúng dạy tôi tạt lon, đánh trống, bỏ một miếng khí đá đặc vào lon sữa bò, cắm bùi nhùi rơm cho thò ra ngoài, lấy bùn trám lon sữa bò lại. Đốt bùi nhùi rơm cho nó cháy đến khi bùi nhùi rơm cháy tận vào khí đá bên trong thì sẽ phát ra một tiếng nổ và cái lon sữa bò bay tung lên bể toét. Còn là vô số những trò khác, chẳng hạn như nướng cá lóc bằng cách quấn lá chuối, hay thui gà rừng gà đồng bằng cách đắp bùn, nhưng tôi mê nhất là cái trò bắn ná thun còn gọi là giàn thun. Thằng Sáu Bụng lớn hơn tôi 2 tuổi nhưng nó đã tỏ ra rất thông thái về chuyện ở đồng quê. Nó tặng tôi một cái giàn thun làm bằng rễ bần (còn gọi là "cặc bần") và nó nói giàn thun bằng rễ bần là quý lắm, nó lên nước láng bóng như vầy là đã xài nhiều năm. Tôi hỏi nó: "Quý tại sao mày cho tao?" Nó nhe răng cười: "Tại tao thích mày, với lại tao còn một cái khác quý hơn." Rồi nó móc trong lưng quần ra một cái giàn thun khác màu nâu đậm hơn gần ngả đen. Tôi gật gù, à ra vậy. Tôi hỏi nó, "Còn loại giàn thun nào quý hơn giàn thun rễ bần không?" Nó nói, "Giàn thun bằng sừng trâu, nhưng mà hiếm lắm." Sau này, khi tôi chơi với anh Đương là người chăn trâu cho Dì Ba tôi, anh Đương đã tặng cho tôi một cái giàn thun bằng sừng trâu để trả công tôi đọc sách cho anh nghe. Phải công nhận nó rất là đẹp. Giàn thun bằng sừng trâu dĩ nhiên được cưa và làm nên bằng sừng trâu rồi được mài giũa, đánh bóng đánh giấy nhám cho đến khi bóng loáng và khi xài vẫn phải thường xuyên lấy lá mít đánh lên cho bóng. Giàn thun bằng rễ bần cũng vậy. Muốn nó bóng được vẫn phải lấy lá mít đánh lên.

Tình huống đã biến chuyển. Tôi phải sắp xếp thời giờ của mùa hè còn lại cho tôi. Cũng công phu vất vả lắm chớ bộ. Ban ngày, giờ nào đọc sách, giờ nào rong chơi với thằng Sáu Bụng và lũ bạn. Đó là chưa kể giờ ăn giờ ngủ, giờ đi thăm bà con với cha má và giờ bị bà con thăm. Lại còn là bao nhiêu những thứ lỉnh kỉnh khác. Tuy vậy, tôi lại rất thường hay ra thăm khu vườn mà cha tôi đang làm. Hai cây khế ngọt cha xin của người ta cho má về trồng ở sân sau đã cao hơn tôi vì khi cha mới xin về thì nó đã cao bằng tôi. Phải công nhận là cây cối nó lớn nhanh hơn người. Những cây mãng cầu được cha trồng theo luống và cách khoảng đều đặn. Ngày nào mới lên mầm mà bây giờ đã cao bằng đầu gối tôi. Khoảnh đất đang trồng thuốc lá cũng đã xanh um. Sân trước nhà tôi, chỗ cha dành cho má trồng bông bây giờ cũng đã có thược dược, cúc, hải đường đua chen màu sắc. Tôi xin má một khoảng nhỏ để trồng mấy cây mồng gà và cây móng tay, má cũng ừ cho nhưng rồi cũng chính má là người chăm sóc mấy cây bông đó của tôi. Cúc má trồng càng ngày càng rộ nở nhiều, má lại trồng thêm vạn thọ. Má nói, trồng vạn thọ để cúng trên ban thờ Phật và thờ ông bà.

Tôi có thiên bẩm để trở thành Hậu Nghệ. Thằng Sáu Bụng và mấy đứa khác chỉ cho tôi cách bắn giàn thun, đứa nào cũng giành nói. Tôi bực quá gắt lên, "Tao biết hết rồi, tụi bay cứ để yên tao bắn cho mà coi." Tôi biểu tụi nó đưa tôi một viên đạn. Đây là loại đạn được vo tròn bằng đất sét và phơi nắng. Còn một loại đạn khác cũng vo tròn bằng đất sét mà nung bằng rơm. Tôi hỏi, "Tụi bay muốn tao bắn cái gì?" Một thằng chỉ: "Mày bắn trái me keo trên kia, cái trái chín có màu vàng ửng đỏ đó." Tôi nói được rồi và tôi bắn. Viên đạn bay đi và trái me keo rớt xuống. Có vài đứa kinh ngạc la lên, "Ủa trúng rồi!" Lại có đứa nói, "Thằng này hên quá!" Sáu Bụng đưa tôi một viên đạn khác và biểu, "Mày bắn nữa tao coi, mày bắn cái trái kế bên đó." Tôi lại kẹp đạn, giương ná và bắn. Trái me keo này lại rớt. Tụi nó la lên, "Thằng này thiện xạ thiệt ta! Mới bắn lần đầu mà chiến dữ zậy?" Vậy đó. Không tập tành gì hết, lần đầu tôi cầm cái ná, tức là cái giàn thun lên là tức thì thành thiện xạ.

Suốt những ngày tháng hè còn lại là xen lẫn những cuộc phiêu lưu của tôi với sách vở chữ nghĩa và những trò chơi ngoài gò nổng ruộng đồng bờ bụi, bắn chim câu cá, bắn trái cây, thả diều và bao nhiêu trò không tên khác. Rồi mùa hè cũng hết, tôi và anh Bảy tiếp tục đi học. Vườn mãng cầu của cha tôi đã cao vọt, mấy cây thuốc lá cũng vậy. Út Chín đã lũm chũm theo cha ngoài vườn. Anh Bảy có cái xe đạp do cha mua cho từ hồi còn ở Cầu Bông đất Hộ. Sáng sáng anh đạp ra trường trung học Ba Tri, chiều đạp về. Năm nay tôi lên lớp Nhì và học với thầy Nhườn.

Thầy Nhường cũng đặc biệt thương tôi như vợ thầy, cô Nhịn.

Ngày 26 tháng 10 năm đó, năm 1955, ông Ngô Đình Diệm được bầu lên làm tổng thống của nền đệ Nhất Cộng Hòa miền Nam. Từ hồi ông Diệm lên làm tổng thống, không khí ở quê tôi cũng có một cái gì đó hơi là lạ. Những người lớn hay nói chuyện với nhau về cộng hòa cộng sản, về vĩ tuyến 17, về sông Bến Hải, về cầu Hiền Lương. Cái radio Philips Hòa Lan chạy bằng pin cha mua từ hồi ở dãy phố mười căn bây giờ cứ ra rả những bài hát và tin tức. Trong đó có hai bài, Quốc Ca và Suy tôn Ngô Tổng thống mà tôi đặc biệt không ưa, cũng không hiểu vì sao tôi không ưa. Cũng có lẽ vì bây giờ mỗi sáng thứ Hai thầy hiệu trưởng bắt tất cả các lớp đều phải xếp hàng ngoài sân trường, lớp nào theo lớp ấy để chào quốc kỳ bởi giữa sân trường bây giờ có một cột cờ cao vọi, xung quanh là một bệ xi măng tròn, một lá cờ màu vàng có ba sọc đỏ được cột dây, dây có nối dài với một ròng rọc được treo trên đỉnh cột cờ. Bắt đầu buổi chào cờ, mọi người đứng nghiêm và hát theo một người bắt giọng. Tôi cũng không nhớ là hát bài Quốc Ca trước hay hát bài Suy tôn Ngô Tổng thống trước. Về 2 điệu nhạc thì tôi không có ý kiến, nhưng tuy lúc đó tôi mới 8 tuổi, tôi đã được đọc gần chục cuốn sách. Tôi thấy lời của cả 2 bài đều rất kỳ cục. Tuy nhiên, ở đây tôi chỉ muốn nói tới 2 câu cuối của bài Suy tôn Ngô Tổng thống. Tôi nghe nó cứ giống như trong một tuồng hát bộ hay tuồng cải lương nào đó mà cha má đã dắt tôi đi coi cùng hai chị và anh Bảy lúc còn ở đất Hộ, dãy phố mười căn, Cầu Bông. Vì từ hồi 5 tuổi, có lần đi coi hát như vậy, tôi đã hỏi cha tôi, "Hoàng thượng vạn vạn tuế là gì? Muôn tâu bệ hạ là gì?" Và cha đã giải thích cho tôi. Nên bây giờ khi nghe, "Toàn dân Việt Nam nhớ ơn Ngô Tổng thống. Ngô Tổng thống Ngô Tổng thống muôn năm" thì tôi thấy vừa mắc cười vừa mắc... mắc... khó nói quá. Cái ông Ngô Tổng thống ấy đã làm được gì mà toàn thể dân Việt Nam phải nhớ ơn ổng kìa? Tôi đã tự dặn lòng là không bao giờ hát Quốc Ca hay Suy tôn Ngô Tổng thống. Còn chào quốc kỳ thì tôi không trốn được nên đành phải đứng đó, lang mang nghĩ tới cuốn sách mà tôi đang đọc. Cái thói tật này đã cùng ngày tháng lớn lên đi theo tôi qua thời gian. Sau này khi đến tuổi, tôi đã quyết định không bao giờ đi bầu mà cũng không theo phe nhóm đảng phái nào, không ủng hộ chính quyền chính phủ nào. Tôi là một anarchist và đặc biệt rất tởm chủ nghĩa cộng sản. Tôi rất vui được ở nhà quê. Tôi rất vui được đi học trường tiểu học Xã Diệu, có thằng bạn là Sáu Bụng. Tôi rất vui với thầy Nhường cô Nhịn và ông hiệu trưởng có tên Tiên giống tôi. Ông hiệu trưởng đã có lần đề nghị với cha cho tôi đổi tên thành Tiến, bỏ thêm một cái dấu sắc lên trên tên tôi, nại cớ là ở trong trường tụi bạn cứ gọi tên tôi cũng là tên ông. Như vậy là phạm húy ông. Nhưng cha lại nhất định không chịu mà cười giải thích với ông, "Tôi đặt tên cháu là Vi Tiên trong câu "hiếu nghĩa vi tiên". Tôi không thể đổi tên cháu được. Với lại thầy hiệu trưởng ơi, thời buổi này mà còn "phạm húy" là gì nữa." Cuối cùng thầy hiệu trưởng phải chịu thua.

Cha đã trồng thêm trước hiên nhà một cây ổi xá lị và một cây mai chiếu thủy. Cây mai chiếu thủy này là cha xin chiết cành từ một cây lão mai ở nhà một người bạn của bác Ba Đấu nên khi mang về hạ thổ (trồng xuống đất) thì nó đã cao bằng một người lớn rồi. Mùa Tết đến, cha bắt đầu chăm chút cho cây mai. Má và hai chị bắt đầu sửa soạn mứt bánh. Mứt gừng xắt sợi xên đường trộn với chuối ép khô cũng xắt sợi. Mứt bí, mứt dừa, rồi mứt mãng cầu xiêm, vv... Đặc biệt là bánh phồng. Bánh phồng được làm bằng bột nếp, được chọn lựa những nguyên liệu nào đó mà tôi không thể nhớ được và được gọi là quết bánh phồng. Một cái bánh phồng dày gấp rưỡi hoặc gấp hai cái bánh tráng, màu vàng ươm, nếu biết quết đúng cách thì khi nướng nó sẽ phồng dày lên thành cả phân hoặc phân rưỡi. Vì vậy nên tên tên của nó là bánh phồng. Bẻ một miếng bánh phồng nướng, dùng muỗng vít một miếng mứt gừng trộn với chuối ép khô bỏ lên miếng bánh phồng, rắc một lượt đậu phộng rang đâm sơ rồi bẻ hai miếng bánh phồng ép lại, đưa lên miệng cắn một cái, cái giòn của bánh phồng, vị béo của nước cốt dừa và những nguyên liệu mà tôi không biết vừa chạm đầu lưỡi thì vị ấm ngọt và thơm của gừng và vị mật của chuối ép khô, tất cả những vị đó sẽ làm người ăn ngất ngây con gà tây tại chỗ. Nhất là tôi cũng bắt chước cha, thỉnh thoảng chiêu một ngụm trà nóng thì ôi thôi nó ngon hết biết. Má và hai chị còn chuẩn bị thêm rất nhiều món khác, nào là củ hành đỏ ngâm dấm, dưa chua, củ cải dưa muối, một nồi thịt heo kho tàu hột vịt thiệt lớn, bánh tét bánh ú. Ôi thôi không thể nào kể hết. Đó là cái Tết ở nhà quê đầu tiên của tôi và là một cái Tết thần tiên. Ngoài đủ thứ món ăn tuyệt vời mà ngày thường không có, còn quần áo mới, tiền lì xì và những trò chơi ngày Tết nữa. Nào bầu cua cá cọp, đổ xí ngầu du lịch vòng quanh thế giới, hay đi đổ xí ngầu để thắng "nụ cười duyên."

Rồi những ngày Tết tuyệt vời cũng qua đi. Tôi lại tuần 5 ngày trở lại trường học. Mỗi sáng thứ Hai lại phải chào cờ. Nỗi bực mình về cái vụ chào cờ này, nó cũng làm tôi ấm ức gần bằng cái sự việc mà tôi nghe được qua những lời người lớn nói chuyện với nhau là cái ông Hồ Chí Minh gì đang làm lãnh tụ của miền Bắc cũng chính là cái ông tên Nguyễn Ái Quốc đã từng trốn lên tàu buôn của Pháp trong cái truyện tranh mà anh Bảy Lập đã đưa tôi. Lại nghe có một truyện tranh khác là ông Nguyễn Ái Quốc này xin lên làm bếp trên một tàu buôn của Pháp nhưng cái điều quan trọng hơn hết là ông Nguyễn Ái Quốc, Hồ Chí Minh đã ký với Pháp cái hiệp định Geneva để cho ông được làm lãnh tụ miền Bắc, cắt đất nước Việt Nam ra làm hai, từ sông Bến Hải trở ra thành đất cộng sản. Sau này lớn lên, ngày càng biết thêm những thông tin, tôi dần hiểu ra, hồi 8 tuổi, tôi đã bực mình ấm ức không ưa hai ông. Thì ra trước khi đi làm cách mạng chống Pháp, ông Nguyễn Ái Quốc Hồ Chí Minh còn có tên là Nguyễn Sinh Cung đã từng 2 lần viết thư van nài nhà nước Pháp cho ông được vào học trường Bảo hộ của Pháp nhưng đã bị từ chối. Còn về ông Ngô Đình Diệm, thì cái bản quốc ca mà ông bắt học trò chúng tôi hát để chào cờ thực ra có tên là Thanh Niên Hành Khúc Ca gì đó mà tác giả là Lưu Hữu Phước, một người Nam bộ theo Việt Minh đã tập kết ra miền Bắc theo đảng cộng sản của Hồ Chí Minh. Dùng bản nhạc của một người cộng sản để làm quốc ca cho chế độ của mình, và ông Diệm luôn tự hào mình là người tích cực chống Cộng thì tôi rất nghi ngờ về não bộ của ông và của tất cả những người trong cái chính phủ của ông. Nó phải có vấn đề không ít nghiêm trọng.

Ngày tháng dần trôi. Vườn mãng cầu của cha tôi xanh tươi hứa hẹn một thành quả nhiều tốt đẹp. Mấy cây thuốc lá cha trồng đã thu hoạch được. Cha cắt những lá thuốc đem phơi cho nó ỉu đi rồi cha cuộn từng lá lại, dùng một con dao thật sắc, cha cắt lá thuốc ra thành những sợi thật mảnh giống y những sợi thuốc trong điếu thuốc lá người ta bán. Cha lại chế một cái máy vấn thuốc bằng gỗ có hai cái trục mỗi trục dài hơn nửa chiếc đũa một chút. Hai trục này tròn và lớn bằng ngón tay út của cha. Chị Hai may cho cha một miếng vải bố dài khoảng 3 tấc, bề ngang dài hơn điếu thuốc người ta bán một chút. Mỗi đầu miếng vải bố được may xếp lại, chừa vừa đủ một khoảng trống để có thể thông cái trục qua, hai trục hai đầu. Cha ráp cái máy vấn thuốc, mua giấy quyến (giấy vấn thuốc) về, để tờ giấy quyến trên miếng vải bố. Máy vấn đã được căng ra, cha chỉ cần một tay giữ trục đầu này, tay còn lại xoay cái trục đầu kia là vấn thành một điếu thuốc. Cha chỉ vấn một lúc là có mấy chục điếu.

Rồi năm học cũng hết, mùa hè cũng đến. Năm học ấy, tôi lại được phần thưởng danh dự. Tại trường thì không nghe ai nói gì nhưng khi về nhà, trừ cha tôi thì ai cũng ngạc nhiên. Má và hai chị nói: "Thằng Tám tối ngày đọc tiểu thuyết, không thôi cũng chạy rông ngoài ruộng ngoài đồng câu cá bắn chim, có thấy nó học đâu mà được phần thưởng vậy cà." Ngay cả bà con hàng xóm cũng tỏ vẻ hoang mang về việc tôi được phần thưởng. Chỉ trừ một người nữa, ngoài cha tôi, coi chuyện tôi được phần thưởng là bình thường. Đó là anh Bảy Lập. Đã có lần anh nói với cha tôi, "Bữa nào dượng Chín thử hỏi thằng Tám về Thủy Hử, về Tam Quốc Chí, nó luận cho dượng Chín nghe. Thằng này nó già trước tuổi dượng à." Lần đó, cha tôi mỉm cười nói với anh Bảy Lập: "Thằng Bảy mày nên để nó sống cái tuổi con nít của nó, đừng có cho nó đọc nhiều sách người lớn quá." Hóa ra, tôi đọc cuốn sách nào cha đều biết hết. Cha có để ý nhưng không nói ra.

Mùa hè mùa hè! Là mùa tôi được tự do nhất với những cuốn sách của anh Bảy Lập, với gò nổng ruộng đồng và đám bạn, với những trò chơi vô cùng ngoạn mục.

Tôi quên chưa nói về cái phần thưởng danh dự của tôi năm nay. Ngoài tập vở, bút mực, có 3 cuốn sách mà trong đó có 1 cuốn tôi vô cùng quý và đã đọc đi đọc lại rất nhiều lần. Đó là Tâm Hồn Cao Thượng do cụ Hà Mai Anh dịch. Đây là một cuốn sách nguyên tác tiếng Ý, Hà Mai Anh đã dịch từ bản tiếng Pháp. (Chú thích: có một điều đáng nói là ba mươi mấy năm sau, tại Hoa Kỳ, tôi đã được anh Trần Lam Giang, như một người anh kết nghĩa, đã có lần giới thiệu một người bạn của anh với tôi. Anh Giang nói, "Đây là anh Hà Mai Phương, con của cụ Hà

Mai Anh, dịch giả Tâm Hồn Cao Thượng, một cuốn sách mà ai từng là học trò đều phải biết. Anh Phương đây đã sống như những nhân vật trong cuốn sách mà bố anh đã dịch." Tôi đã rất cảm động và bắt tay anh Hà Mai Phương. Sau đó ít lâu, anh Hà Mai Phương đã mang đến tặng tôi một bản photocopy của cuốn Từ Điển Phật Học mà anh vừa viết xong. Đây là photocopy từ bản đánh máy của anh và được anh cắt đóng cẩn thận thành sách chứ thật ra sách chưa được xuất bản.)

Nghỉ hè được vài hôm thì gia đình lại có một chuyện vui bất ngờ. Bữa đó, nhà vừa ăn cơm trưa xong thì có một chiếc xe hơi dừng lại ngay cửa. Chị Hai tôi la lớn, "Cha ơi, xe của xưởng mộc kìa!" Cả nhà ngó ra và cùng sửng sốt. Quả đúng là chiếc xe của xưởng mộc và trên xe từ từ bước xuống Ông Tư Thìn, Ông Sáu Đính, bác Năm Chẩn, người tài xế là chú Út Phiên. Cha má và anh chị tôi chạy ùa ra. Tôi cũng chạy theo. Mọi người chủ khách cầm tay nhau mà chảy nước mắt. Bác Năm Chẩn ôm cổ anh Bảy. Chú Út Phiên xốc nách tôi lên. Chú hỏi: "Nghe nói thằng Tám con học giỏi lắm hả?" Tôi vừa mắc cỡ vừa sung sướng hỏi lại: "Sao chú biết?" Chú Phiên cười: "Ừ thì chuyện chi chú chẳng biết." Ông Sáu Đính xoa đầu tôi: "Chắc cha con viết thư khoe với Ông Tư Thìn cũng giống như đã khoe với ông, rồi Ông Tư Thìn khoe lại với chú Út Phiên đó." Tôi bật nghĩ trong đầu: "À, thì ra cha và hai ông cùng bác Chẩn và chú Út Phiên vẫn liên lạc thường với nhau. Mọi người vẫn biên thư cho nhau."

Trong những ngày 4 người khách ở nhà tôi, tôi hiếm

khi rời nhà mặc dù thằng Sáu Bụng cứ ghé rủ rê. Tôi nằm võng đọc sách, những cuốn sách mà tôi vừa được phần thưởng, nhất là cuốn Tâm Hồn Cao Thượng. Lại còn thêm mấy cuốn của anh Bảy Lập tiếp tế. Thực ra, tôi muốn nghe những câu chuyện của cha với 4 người khách từ phương xa tới thăm gia đình tôi. Tôi rất thích nghe những bàn luận của người lớn. Bác Năm Chẩn có mang theo một khung bố (canvas) và một túi vải đầy sơn cọ. Bác nói muốn vẽ tặng cha một bức tranh. Bây giờ ở Cần Giuộc bác đã có một tiệm tạp hóa giống như của Ông Sáu Đính. Bác giao tiệm tạp hóa cho bác gái và hai anh con lớn còn bác thì ngày ngày xách cọ màu đi vẽ phong cảnh chơi. Bác vốn thích vẽ từ nhỏ, đến nay khi tuổi đã năm mươi mấy rồi bác mới có thể thực hiện được ý thích đó một cách thong dong. Bác Chẩn vẽ rất thư thả, nhưng không đầy nửa tiếng sau trên khung bố đã hiện ra cảnh một dòng sông. Trên dòng sông có một con thuyền. Trên con thuyền có một người đang ngồi câu cá. Trên bờ sông bên này có một cây đa cổ thụ cành rủ cả xuống dòng sông. Bờ bên kia là một dãy phi lao. Tôi thích quá mang mấy cái hình tôi vẽ ra khoe với bác. Bác Chẩn xoa đầu khen và nói, "Con vẽ được lắm. Con có muốn những màu cọ này không?" Tôi mừng quá gật đầu. Bác mỉm cười nói, "Bác tặng con hết đó. Lát nữa bác ra xe lấy vô cho con mấy tập giấy vẽ."

Qua những câu chuyện giữa cha và 4 vị khách, tôi được biết thêm vô số chuyện, những chuyện về miền Nam của tôi, về nền đệ Nhất Việt Nam Cộng hòa, về ông

Ngô Đình Diệm và nội các của ông, về Cầu Bông đất Hộ, về dãy phố mười căn, về Cần Thơ, về Cần Giuộc và đặc biệt nhất, tôi biết là cuối hè này, cha sẽ dắt anh Bảy lên gửi trọ nhà Ông Sáu Đính để anh Bảy đi học trường ở Gia Định. Cha không muốn cho anh Bảy đi học trường ở Ba Tri nữa. Cha đã bàn chuyện này với má, hai chị và anh Bảy, ai cũng bằng lòng.

Út Chín em tôi tạng người không được khỏe lắm, thỉnh thoảng lại làm kinh. Mỗi lần như vậy chị Tư tôi lại chạy qua nhà anh Ba Trương cầu cứu, chị Hai thì chạy đi kiếm cha. Anh Ba Trương chạy qua mang theo 2 xâu chìa khóa, nhét vào tay Út Chín mỗi tay một xâu vừa đưa cho má một miếng gì trắng ngà giống như đường phèn. Má nhai miếng đó nhỏ ra rồi mớm cho em tôi. Rất nhanh sau đó Út Chín ổn định lại. Anh Ba Trương cũng từng được cha má mời qua ngồi chung với các vị khách.

Qua 5 ngày, 4 vị khách sửa soạn ra về. Cha hẹn với Ông Sáu Đính khoảng giữa tháng 8 sẽ đưa anh Bảy lên nhà ông. Anh Ba Trương cũng qua dự bữa cơm chia tay với 4 người khách tại nhà tôi. Tôi thấy cha má, anh Ba Trương và 4 người khách đều cười nói lúc chia tay nhưng tôi cảm nhận được là 7 người họ rất ngậm ngùi. Cả hai chị và anh Bảy tôi cũng vậy. Riêng tôi, tôi rất buồn vì nghe cha tôi nói chuyện với những người bạn của ông tôi mê thậm chí còn hơn cả mê đọc sách và mê chạy chơi với lũ bạn. Vì nếu cha tôi không ngồi với những người bạn thực sự thì cha tôi là một người hết sức kiệm lời. Tôi vẫn nhớ, lúc Ông Tư Thìn, Ông Sáu Đính, bác Năm Chẩn và chú

Út Phiên mới tới, cha trong nhà chạy ra bắt tay vừa nói: "Hữu bằng tự viễn phương lai, bất diệc lạc hồ?" Ông Tư Thìn lặp lại câu nói của cha rồi cha cùng khách nắm tay nhau cười lớn. Hôm sau, tôi có lén hỏi cha câu đó nghĩa là gì. Cha cười xoa đầu tôi, nói: "Có bạn từ nơi xa đến chơi, bộ không sướng sao?" À thì ra là vậy. Khi 4 ông khách của cha má đi rồi, tôi cũng chỉ buồn được một lúc thôi. Tôi còn phải tiếp tục với mùa hè của tôi, với những cuốn sách, với lũ bạn, với con diều, con cánh cam, con chèo bẻo, con áo dà và bao nhiêu là thứ khác.

Mười Tây tháng 8, cha dắt anh Bảy lên Sài Gòn ở trọ nhà Ông Sáu Đính. Chuyển hồ sơ từ trường ở Ba Tri lên trường ở Gia Định để học.

Đầu tháng 9 nhập học, tôi lên lớp Nhất. Năm nay tôi học với thầy hiệu trưởng. Thầy hiệu trưởng không sửa tên tôi trên giấy tờ hồ sơ nhưng thầy đã làm tất cả bạn học trong lớp gọi tên tôi là Tiến. Và khi thầy gọi tôi trả bài hay làm bất cứ gì cũng gọi là Tiến. Ngầm khó chịu đã đưa tôi đến tức giận. Lũ bạn trong lớp rất khôn, chúng biết tôi không thích cái tên Tiến nên chỉ gọi tôi là Tám như thằng Sáu Bụng. Với thầy hiệu trưởng, tôi đã nhiều lần tỏ thái độ. Nhiều lần, ông gọi Trần Vi Tiến lên trả bài, tôi ngồi tỉnh bơ chẳng thèm động đậy. Thầy hiệu trưởng tức giận đi xuống bên tôi hỏi: "Sao thầy gọi mà trò không trả lời?" Tôi tỉnh bơ hỏi lại: "Dạ thầy gọi hồi nào con đâu có nghe?" Thầy hiệu trưởng gằn giọng: "Tôi vừa gọi Trần Vi Tiến, cả lớp này đều nghe." Tôi nhướng mắt: "Dạ con quên vì đó không phải tên đúng của con ạ." Thầy hiệu trưởng hừ nhẹ rồi quay lưng trở lại bàn của thầy. Tôi đứng lên cầm tập đi theo thầy. Về nhà, tôi có kể lại chuyện này cho cha nghe. Cha tôi nói: "Con như vậy là không đúng, vì đó là thầy của con. Từ nay con không được như vậy nữa nghe." Tôi gật đầu dạ với cha và tôi thấy cha tôi mỉm cười.

Hai chị tôi dạo này đã thường được người làng tới đặt may quần áo, ngay cả áo dài cưới. Chị Tư tôi không phải do chị Hai dạy mà chỉ nhờ phụ đơm nút cho chị Hai và làm những việc lặt vặt. Lúc nào chị Hai bỏ máy trống, chị Tư lén vô ngồi may ngày một chút rồi thành nghề. Cha cũng đã mua riêng cho chị Tư một cái máy may hiệu Singer. Mùa Tết đến, rất nhiều người tới đặt hai chị may quần áo Tết. Hai chị tuy bận may quần áo cho khách nhưng cũng thay phiên giúp má chuẩn bị những món ăn cho ngày Tết. Ngoài những món giống như năm ngoái, năm nay có thêm những chai rượu Tây do 4 vị khách của cha má tặng trong lần đến thăm hôm đầu hè. Cô Năm mang tới mấy chục nem chua. Cô Tám thì tôm khô củ kiệu và bịch chuối khô. Tôi lại được hưởng thêm một cái Tết tuyệt vời ở nhà quê. Đặc biệt Tết này, ở mấy tiệm tạp hóa còn bán pháo chuột, loại pháo nhỏ hơn đầu đũa, đốt lên chỉ nổ lét đét nhưng đối với bọn trẻ con chúng tôi, chỉ cần có vậy thôi đã là hết xảy rồi. Những ngày Tết vừa ấm áp vừa rộn ràng rồi cũng trôi qua. Tôi quay trở lại trường, vẫn ngày ngày đi về cùng với thằng Sáu Bụng và con Hồng Nga.

2. Kiếp nạn lần thứ hai của cha

Sau Tết, tôi đi học khoảng được gần 2 tuần thì hôm đó, khi về tới nhà sau buổi học sáng, tôi nhìn thấy một cảnh tượng khiến tôi hết sức hoang mang sợ hãi. Má và hai chị tôi đang ngồi khóc, người nào mắt cũng sưng đỏ. Có cả chị Ba Trải vợ anh Ba Trương cũng đang ngồi khóc. Tôi đứng thộn ra nhìn mọi người. Tôi không thấy cha tôi đâu. Tôi hỏi, "Cha đâu rồi?" Không ai trả lời. Chị Tư đứng dậy đi ra sau bếp bưng lên cho tôi một tô cơm rồi bảo: "Em ăn đi." Tôi lắc đầu, "Em không ăn. Cha đâu?" Má, chị Hai và chị Ba Trải càng khóc to hơn. Chị Tư vừa quệt nước mắt vừa nói, "Cha với anh Ba Trương bị bắt đi rồi." Tôi nghe cứ có cục gì chặn ngang cổ. Tôi lạc giọng: "Ai bắt? Bắt đi hồi nào? Tại sao?" Chị Tư nghẹn ngào: "Mấy người ngoài quận vô bắt, lúc hơn 9 giờ sáng. Ai mà biết tại sao." Ngay giây phút đó, tôi không cảm thấy hoảng sợ chi hết mà chỉ thấy một nỗi tức giận vô cùng. Tôi không khóc mà cũng không ăn cơm. Tôi nằm trên chiếc võng của cha. Má, chị Ba Trải và hai chị nói gì tôi cũng không nghe. Lúc 1 giờ rưỡi, thằng Sáu Bụng và con Hồng Nga tới rủ đi học, tôi nói lớn: "Tao không đi học, tụi bay đi đi." Mặc cho má, chị Ba Trải và hai chị nói gì, tôi cũng không thèm trả lời. Tôi nhất định không đi học. Sau đó, má và chị Ba Trải có ra quận hỏi thăm. Quay về, hai người lại ngồi xuống tiếp tục khóc. Hai chị có hỏi thì chị Ba Trải trả lời, "Ra đó cứ bị họ xua đuổi. Sau đó thấy mợ và chị năn nỉ quá, có một anh lính nói, cậu Tư và anh Ba làm chính trị nên bị bắt.

Cậu Tư và anh Ba là Việt Minh." Tôi nằm trên võng của cha nghe mà giận run cả người. Và tôi tiếp tục nghỉ học. Thỉnh thoảng, đói lắm tôi mới ăn cơm. Qua 4 hôm, vào khoảng 5 giờ chiều, thầy hiệu trưởng, thầy Nhường và cô Nhịn tới nhà. Cả ba người cùng nói chuyện với má rồi kêu tôi ra. Cả bốn người đều khuyên tôi ngày mai đi học lại, nhưng tôi cương quyết lắc đầu và quay lại chiếc võng của cha.

Đến ngày thứ 9 thì anh Ba Trương được thả về. Má biểu chị Hai ở nhà coi chừng tôi và Út Chín, má và chị Tư qua nhà anh Ba Trương. Tôi đòi theo nhưng má nhất định không cho. Khoảng 2 giờ đồng hồ sau, má và chị Tư quay về nhà. Má và chị Tư kể lại chuyện cho chị Hai nghe, tôi đứng kế bên. Má và chị Tư nói, "Anh Ba Trương kể, đầu tiên bọn nó tra hỏi là cha với anh Ba Trương đã theo Việt Minh từ hồi nào. Cha với anh Ba Trương đều nói là không có. Bọn chúng bắt đầu những trò tra tấn hoặc là đánh đập, bắt phèo, trùm những chiếc quần áo cũ của lính lên mặt rồi đổ nước xà bông cho ngộp. Cuối cùng, thấy cả cha và anh Ba Trương đều không có gì để khai hết, chúng hỏi: "Hai người có ai là Thiên chúa giáo không?" Cha và anh Ba Trương cùng lắc đầu. Chúng dụ, bây giờ ai theo Thiên chúa giáo thì chúng thả. Sau khi chúng bỏ đi, anh Ba Trương đã bàn với cha: "Cậu à, hay là bây giờ tạm thời mình theo Thiên chúa giáo cho yên đi cậu?" Nhưng cha một mực lắc đầu: "Tôi làm như vậy không được." Rồi anh Ba Trương đã nói với chúng, anh bằng lòng theo Thiên chúa giáo và được chúng thả ra." Kể xong chuyện, má khóc lớn: "Mình ơi, tôi biết tính mình. Không ai ép mình làm được gì hết." Tôi đứng nghe mà người run lẩy bẩy vì tức giận. Chị Tư viết thư cho Ông Tư Thìn và chú Út Phiên báo tin về cha. Chị dặn Ông Tư và chú Út báo tin cho Ông Sáu Đính, nhớ khéo dặn là đừng để cho anh Bảy biết kẻo ảnh hưởng tới việc học của ảnh. Chị viết, "Thằng Tám nó biết chuyện của cha con giờ nó bỏ học rồi."

Bốn ngày sau cha được thả về, tôi đã chạy qua gặp anh Ba Trương trước đó, nên giờ cha về tôi đã chuẩn bị tinh thần. Tuy nhiên, tôi thấy cha mình còn bèo nhèo tiều tụy hơn cả anh Ba Trương và tôi ứa nước mắt, ôm chầm lấy chân cha. Cha xoa đầu tôi. Má nói, "Thôi để cha đi tắm rồi còn ăn uống nghỉ ngơi." Tôi dạ và buông cha ra. Sau đó, bà con tới thăm. Anh Ba Tài, Dì Ba, Cậu Hai từ Phú Lễ, bác Ba Đầu từ Bãi Ngao, Cô Năm, Cô Tám... cha cũng tiếp bình thường. Hỏi gì về chuyện tù tội cha đều lắc đầu nói chẳng có gì đâu. Biết tôi bỏ học, cha cũng không bắt tôi đi học lại. Rồi cha lục tìm, soạn xếp rất nhiều giấy tờ, bỏ vào một chiếc cặp. Cha nói với má và cả nhà, cha phải đi Sài Gòn để lo công việc.

Từ hôm mới được thả về, cha đã viết một toa thuốc và đưa chị Tư, biểu chị Tư ra tiệm thuốc bắc ở Ba Tri cắt 10 thang, đừng có tới tiệm thuốc của ông Tư Tươi ở Tân Thủy. Chị Tư đi cắt thuốc mang về. Cha biểu chị mang cho anh Ba Trương 5 thang còn 5 thang cha đưa cho má, nói má chỉ cách cho chị Tư sắc để cho cha uống. Lúc cha nói với má cha phải đi Sài Gòn, má nói, "Mình còn hai thang thuốc nữa, uống hết rồi hãy đi." Cha suy nghĩ một lúc rồi cũng chiều má. Từ đó cho tới cuối năm, cha có đi Sài Gòn thêm 1, 2 lần nữa. Cha cũng có đi Cần Thơ 1 lần và Cần Giuộc 1 lần. Tôi dần dà cũng hiểu được nhiều chuyện. Vợ chồng anh Ba Trương cũng thường qua lại với cha má. Qua những câu chuyện của người lớn, tôi biết cha đã lên Sài Gòn kiện chính quyền quận Ba Tri. Những người ra lệnh bắt và tra tấn cha đã bị trừng phạt hoặc bị thuyên chuyển đi chỗ khác. Cha cũng đã từng tới gặp ông Tư Tươi, chủ tiệm thuốc Bắc, vốn là con của người thầy đã dạy cha học chữ Nho. Cha hỏi ông ta, "Tại sao anh khai cho tôi và Ba Trương là Việt Minh trong khi anh biết là không phải, và chính anh cũng đâu phải Việt Minh?" Cha kể, "Mọi người biết Tư Tươi trả lời sao không?" Dĩ nhiên ai cũng lắc đầu. Cha nói tiếp, "Tư Tươi nói, anh Tư ơi anh thông cảm giùm tôi. Tôi mà khai ra tụi Việt Minh thiệt thì tụi nó giết tôi còn gì. Tôi công nhận là tôi hèn nhát, tôi mong anh nghĩ tình thầy mà tha thứ cho tôi." Cha tôi mỉm cười và đã đồng ý tha cho thằng chả. Người đã tự nhận mình hèn thì còn chấp làm gì. Ông thầy thuốc Tư Tươi này thì tôi không lạ gì. Tôi với thằng Sáu Bụng hay để dành vỏ quýt mang ra tiệm ông ta đổi lấy táo Tàu. Ngoài chuyện ông ta đã khai hại cha và anh Ba Trương tôi đã biết được sau ngày cha trở về, qua những lần cha má nói chuyện với hai chị, với vợ chồng anh Ba Trương, tôi cũng đã trù định cả một kế hoạch để trả thù ông ta. Nên nhớ, tôi là Tám Hậu Nghệ. Tôi có thể cách 20 thước bắn một viên đạn bằng giàn thun ngay cuống họng ông ta.

Nhưng khi nghe cha tôi nói đã tha thứ cho ông ta vì ông ta tự nhận là một người hèn, tôi cũng bắt chước cha tôi. Tôi cũng tha ông ta vì ông ta là một người hèn.

Cha đi Sài Gòn mấy lần, ngoài chuyện kiện thưa còn là để kiếm nhà. Cha đã quyết định đưa gia đình trở lại Gia Định chứ không ở lại Ba Tri nữa. Cha nói: "Tưởng có hiệp định Geneva rồi, thì trắng đen rành mạch, ngờ đâu bây giờ Việt Minh vẫn còn đầy ra đó, nó chỉ thay hình đổi dạng, khéo che giấu nanh vuốt thôi. Mình không thể ở yên đây đâu." Cha tôi cũng đang kiếm người để bán lại căn nhà mơ ước vừa mới dựng xong. Nhà có vườn bông phía trước, hai cây khế phía sau và cả một vườn mãng cầu. Vườn mãng cầu đang đơm hoa kết trái bằng mồ hôi của cha với hai chị và má tôi. Căn nhà cũng vậy. Từng viên gạch miếng vôi trong căn nhà có mồ hôi của cha tôi, chị Tư tôi và cả công sức của má và chị Hai tôi nữa.

Ngày tháng dần trôi, cha vẫn chưa tìm được người để bán nhà và đất ở Tân Thủy, chưa tìm mua được nhà ở đất Hộ, Gia Định. Cha phải nhờ Ông Sáu Đính để ý giùm nhưng ông bây giờ cũng già quá rồi. Gần 70 rồi. Nhưng đã có cô Lịch giúp cha. Vấn đề quan trọng là phải bán được nhà và đất ở Tân Thủy.

Mùa hè đã đến từ lâu. Nhưng tôi giờ thì còn cần gì mùa hè nữa. Sáu Bụng vẫn thường ghé chơi với tôi. Thỉnh thoảng, tôi cũng có ra ngoài chạy nhảy với nó. Nhưng tôi hay nằm nhà đọc sách hơn. Mấy lần đi Sài Gòn, cha cũng từng mua sách lớp Nhất về cho tôi tự học nhưng tôi thường đọc sách truyện hơn là đụng tới mấy cuốn sách học. Rồi Tết cũng đến. Nhưng Tết năm nay, nhà tôi không có cái không khí Tết của 2 năm trước. Má và hai chị cũng làm bánh mứt, nấu thức ăn như những năm trước nhưng không khí không có cái rộn ràng vui vẻ của ngày Tết.

Trên bàn thờ Phật và ông bà, bình bông vạn thọ và bông cúc vẫn được thay thường xuyên. Những ngày Tết, bà con và hàng xóm vẫn tới thăm, cha má cũng có đi thăm viếng lại một số người. Ông Sáu Đính, Ông Tư Thìn, bác Năm Chẩn và chú Út Phiên đều có gửi thiệp đến cho cha và gia đình. Qua Tết được vài ngày, cha báo tin là đã bán được nhà, đất và vườn mãng cầu. Rồi cha nói phải đi Sài Gòn để kiếm nhà mà dọn lên. Cha nói với má, "Chưa mua nhà được thì mình ở nhà mướn." Má hỏi: "Mướn lại chỗ dãy phố mười căn hả?" Cha nói không, dãy phố mười căn bây giờ dẹp rồi. Bây giờ người ta làm hàng quán.

CHƯƠNG VI

Lìa quê lần cuối

1. Tìm đất sống

Thế là gia đình chúng tôi lại lìa quê, lìa khỏi căn nhà mơ ước điền viên của cha má. Căn nhà thương yêu ấm cúng của anh em chúng tôi. Căn nhà mà cha đã xây từng viên gạch tường, lát từng viên gạch nền, và vườn mãng cầu dai, và những cây thuốc lá, hai cây khế và vườn bông của má, bỏ lại tất cả mồ hôi và sự chăm chút của gia đình tôi.

Bây giờ là tháng 3 năm 1958. Anh Bảy đã 15 tuổi, đã xin nghỉ học mấy ngày để về phụ dọn nhà. Chú Út Phiên cũng từ Cần Thơ qua giúp. Có bác Ba Đẩu, Cô Năm Cô Tám, vợ chồng anh Ba Trương, anh Bảy Lập. Lần này cha mướn tới hai chiếc xe tải. Sau khi mọi người đã phụ khiêng chất tất cả đồ đạc lên hai chiếc xe, cha má từ giã bà con hàng xóm. Thằng Sáu Bụng ôm lấy tôi khóc. Tôi vỗ vỗ vào lưng nó: "Tao sẽ biên thư cho mày. Tao cho mày địa chỉ, mày có lên Sài Gòn thì ghé nhà tao chơi." Sáu Bụng thi tiểu học rớt và nó cũng đã bỏ học. Nó nói với tôi: "Không có mày tao học không được." Thật ra, hồi tôi còn đi học với nó, tôi luôn cho nó chép lại mấy bài toán và copy lúc viết chính tả. Thằng này lười và rất chậm hiểu nhưng nó là đứa hết sức tốt bụng. Chú Út Phiên theo gia đình tôi lên Sài Gòn. Cha tôi đã mướn một căn nhà trên đại lộ Chi Lăng, Gia Định. Nhà số 59 ngay mặt đường. Hông trái bên nhà là một đường hẻm có căng một bảng lớn trên đầu hẻm là Hãng dệt Nam Tường vì đi vào sâu trong hẻm có một hãng dệt tên Nam Tường đồng thời cũng có một lò võ Giudo và Taekwando tên là Odowan. Sau khi giúp gia đình tôi dọn nhà xong, chú Út Phiên quay về Cần Thơ, hẹn có dịp sẽ lên thăm. Cha cũng đưa anh Bảy ra nhà Ông Sáu Đính để xin phép ông đưa anh Bảy trở về với gia đình. Cha đưa tôi ra trường tiểu học công lập Chi Lăng để xin cho tôi học. Cha xin cho tôi vào học lớp Nhất và nói với ông giám học rằng tôi vừa học sắp xong lớp Nhất hồi ở nhà quê. Ông giám học nói, "Giấy tờ học của thằng nhỏ này lộn xộn quá. Học bạ của nó hồi học lớp Ba lớp Nhì thì tốt, lớp Năm lớp Tư không có, lớp Nhất thì chỉ có cái đệ nhất tam cá nguyệt." Cuối cùng ông nói: "Tôi nhận cho cháu vào học lớp Nhất mùa 58- 59. Ông làm sẵn giấy tờ cho cháu. Đầu tháng 9 ông đưa cháu vô đây học lớp Nhất." Cha nói, "Hồi ở quê nó học cũng còn mấy tháng nữa là xong lớp Nhất. Bây giờ ông cho cháu vào học tiếp được không?" Ông giám học cười: "Cháu thôi học đã 1 năm rồi. Tôi cũng không biết bây giờ nó còn nhớ gì không nữa? Để nó vô học khóa 58- 59. Tôi thấy bảng điểm hồi năm học lớp Ba lớp Nhì của nó rất tốt và thấy bảng điểm thi đệ nhất cá nguyệt của nó hồi lớp Nhất trường quê cũng tốt." Rồi ông cười: "Thôi vậy đi." Ông đưa cho cha một cuốn sổ có ghi tên tôi tên lớp và một tờ giấy. Ông dặn, "Đầu tháng 9 ông đưa cháu tới nhập học, nhớ mang theo tờ giấy và cuốn sổ này." Hai cha con tôi ra xe đi về. Đây là chiếc xe mô bi lết do Ông Sáu Đính tặng cha tôi. Chiếc xe màu xanh, cũ nhưng chạy rất tốt. Cha không đưa tôi về nhà ngay mà chở tôi vào một trường tiểu học mới thành lập có tên là Đạo Đức Trí Thức Học Đường chỉ nằm xéo cửa nhà tôi chừng 10 mét phía bên kia đường. Cha dắt tôi vào văn phòng hiệu trưởng xin cho tôi học. Cha nói: "Gia đình tôi từ quê mới dọn lên, muốn xin cho cháu học mấy tháng chót của lớp Nhất." Ông hiệu trưởng hỏi, "Rồi cháu có thi tiểu học không?" Cha tôi cười, "Thi cũng được mà không thi cũng chẳng sao. Vì chuyện nhà, cháu đã bỏ học cả năm rồi. Tôi muốn cháu đi học để quen không khí thôi. Nó dư tuổi học, tháng 9 học lại cũng chẳng sao." Tôi được nhận học và cha đóng tiền. Thế là từ sáng mai, tôi sẽ vào học trường Đạo Đức Trí Thức này. Đi học ở một trường ở thành phố, tôi mới thấy lũ bạn ở trường tiểu học Xã Diệu tôi là những đứa tuyệt vời. Được thầy hiệu trưởng dẫn vào một lớp học có khoảng hơn 40 đứa vừa trai vừa gái, có đứa bằng tuổi tôi có đứa lớn hơn, tôi đã nghe những tiếng xì xào khúc khích. Thầy hiệu trưởng giao tôi cho thầy giáo lớp xong vừa bước ra khỏi cửa lớp thì tôi đã nghe có đứa nào đó hét lên: "Thằng này một vai rút một vai xệ tụi mày ơi." Thầy giáo quay lại quát, "Im lặng" rồi thầy chỉ chỗ cho tôi ngồi. Vẫn có những tiếng léo nhéo trêu chọc tôi. Tôi không sợ nhưng bắt đầu khó chịu. Lũ con gái thì hết đứa này đến đứa kia lén nhìn tôi, thì thầm với nhau cười khúc khích. Tôi đi đến chỗ mà ông thầy đã chỉ tôi. Ông thầy này trạc tuổi chú Út Phiên hoặc trẻ hơn. Thầy chỉ tôi tới ngồi chỗ đầu bàn thứ 3. Lớp này có hai dãy bàn, mỗi dãy 9 bàn. Mỗi bàn 3 học sinh. Một số những bàn cuối lớp hãy còn trống. Bàn thầy chỉ tôi đến mới chỉ có 2 học sinh, 1 trai và 1 gái. Nhưng khi tôi vừa đến chỗ đầu bàn thì cái thằng đang ngồi giữa, một thằng mặt rỗ và đen đột nhiên nó sấn ra đầu bàn ngồi. Tôi nhìn nó, nó nhìn tôi. Tôi nói với nó: "Thầy chỉ tôi ngồi chỗ này." Nó hất cằm, "Mày vô trong ngồi đi." Biết nó giở trò, tôi cố nhịn nói, "Vậy thì mày đứng ra cho tao vô." Nó lại nói: "Mày làm sao vô được thì vô." Thực tình, tôi chỉ muốn đấm vào mặt nó. Bỗng tôi nghe tiếng của ông thầy: "Trò Khánh ngồi lại chỗ cũ. Để chỗ cho trò Tiên." Thằng mặt rỗ vừa kéo tập lùi lại vừa lầu bầu: "Đồ cái thằng vai lệch." Tôi nghe cục giận lên tới cổ nhưng cố dằn. Đầu bàn bên kia là một con nhỏ tóc dài tới vai. Nó nhìn tôi nhoẻn miệng cười thân thiện. Thầy bước xuống chỗ tôi ngồi nói với cả lớp, "Đây là trò Tiên, bạn mới của các trò." Rồi thầy nói tiếp, "Trò ngồi giữa đó là Nguyễn Quốc Khánh. Đầu bàn bên kia là Lý Liên Tâm. Ba em chung bàn nên làm quen với nhau đi." Tôi bỗng nhiên có cảm tình với ông thầy này. Giọng thầy trầm ấm. Thầy về đứng chỗ bảng đen rồi quay xuống nói với cả lớp, "Còn có mấy tháng nữa là tới ngày thi, tôi nghĩ các em nên chỉ chú tâm vào việc học, đừng làm bất cứ chuyện gì vô ích khác." Nói xong, thầy viết đề Toán lên bảng. Tôi cũng chép đề Toán rồi cắm cúi làm bài. Tôi làm xong bài và đem lên nộp thầy khá sớm. Tiếng trống giờ chơi vừa đánh lên, thằng Khánh rỗ đã bước tràn qua người tôi vọt ra ngoài. Nó quay lại nói, "Tao chờ mày ngoài sân." Tôi đứng dậy. Bỗng có một bàn tay mềm mại nắm lấy cổ tay tôi. Tôi quay lại. Liên Tâm là người nắm tay tôi. Con bé nói: "Trò đừng ra ngoài đó. Tụi nó kiếm chuyện đánh trò đó." Tôi nhẹ rút tay ra khỏi tay Liên Tâm, vừa bỏ đi vừa nói: "Cám ơn trò, tôi không sao đâu." Hình như con bé Liên Tâm cũng lót tót theo tôi.

Trường này mới mở không lâu mà cũng có vẻ là một ngôi trường mới xây cất. Xung quanh trường rất rộng và có nhiều lùm bụi. Đây là một sân chơi bát ngát. Thằng Khánh rỗ vừa đi vừa ngoái lại tôi. Đi theo nó còn vài thằng nữa. Bọn chúng đi vòng ra phía sân sau trường. Bọn chúng dừng lại. Thằng Khánh hỏi tôi, "Ê thằng lệch vai, mày nghinh tao hả?" Tôi đứng sựng lại và hơi ngơ ngác. Tôi hỏi, "Nghinh là gì?" Khánh rỗ nhổ nước bọt chửi thề rồi nói, "Mày làm bộ nhà quê hả? Tao đánh thấy mẹ giờ." Khánh rỗ vừa nói xong tôi đã đập thẳng vào mặt nó. "Không ai được phép nói tới cha mẹ tôi." Thằng Khánh bất ngờ bị tôi đập vô mắt nhào vô ôm và vật tôi xuống. Thằng này to và khỏe hơn tôi. Có tiếng phe thằng Khánh cổ võ, "Đè cho nó hết lệch vai đi Khánh." Tiếng lũ con gái la lên khiếp đảm. Bỗng có tiếng Liên Tâm nói lớn, "Có thầy giám thị tới." Thằng Khánh đang đè tôi nằm dưới vuột buông ra. Nó vội vàng bỏ chạy, những thằng khác cũng bỏ chạy theo. Tôi đứng lên ngó dáo dác mà không thấy thầy giám thị nào hết.

Từ đó, mỗi ngày đến trường, ngoài giờ học, giờ chơi và giờ về là giờ tôi đánh lộn. Và tôi luôn đánh trước, bất kể là giờ chơi tôi vừa bị đè trầy mặt sứt trán. Có trống tan trường là tôi đã ra kiếm ngay cái thằng vừa đánh tôi buổi trưa. Tụi nó cũng có kiềng cái độ lỳ của tôi. Nhưng tụi nó quá đông nên không dừng cuộc chơi của tụi nó. Tụi nó thay phiên thay đổi những thằng chọc tôi, ứng dụng thuật xa luân chiến. Mỗi ngày đi học về tôi đều trầy trụa và bầm dập. Má hỏi, tôi cứ chối là chạy chơi bị té. Nhưng tôi không giấu cha. Cha hỏi tôi, "Con không nhịn được sao?" Tôi ngó xuống đất: "Cha dạy võ cho con đi." Trong đời tôi có hai lần tôi xin cha dạy những cái mà tôi tin là cha giỏi nhưng cha đã không dạy. Dạy võ là một và dạy chữ Nho là hai. Lần này cha không dạy võ cho tôi nhưng cha dạy tôi cách hít đất. Trong lúc hít đất phải chọi cái vai bị xệ cao lên và phải hít lên xuống làm sao, thở thế nào, gồng hai tay thế nào để cái vai bị xệ sẽ từ từ hết xệ.

Cha không dạy thì tôi tự đi tìm thầy. Từ nhà tôi đi vô hẻm Nam Tường khoảng mươi mét bên phải có một cái nhà hai tầng, có hai thằng trạc tuổi tôi, một thằng tên Mi sên, một thằng tên An giê. Tôi đã từng hỏi cha tôi, sao tụi nó tên kỳ vậy. Cha nói, "Gia đình đó quốc tịch Pháp, tên đó là tên Tây." Mi sên và An giê có hai người anh lớn hơn cả anh Bảy. Tôi thấy hai anh này thường dợt võ với nhau. Họ mang vào tay những bao tay thật dày, rồi đứng đối diện nhau và tìm cách đánh nhau. Đấm vào mặt, vào ngực, vào bụng nhau. Tôi đứng xem mê mải làm hai anh để ý. Một anh hỏi tôi, "Em thích học cái này không?" Tôi gật đầu hỏi lại, "Cái này là võ hả anh?" Anh gật đầu, "Đây là bốc xing." Rồi anh tháo hai cái bao tay ra mà tròng vào tay tôi. Nhưng tay tôi nhỏ quá nên không vừa, hai cái bao tay cứ tuột ra. Anh cười nói, "Thôi để anh dạy em đánh tay không. Hai cái này gọi là găng. Găng bốc xing." Rồi anh dạy tôi từng đòn một. Cách nắm tay lại, cách đục thẳng vào mặt, cách từ dưới bốc ngược lên cằm, cách quạc vào quai hàm, vv... Mi sên và An giê khoái chí cũng nhào vô học. Sự vụ tôi tầm sư học võ sẽ còn dài dài đến tận khi tôi trưởng thành. Nhưng càng về sau là tôi học vì mê chứ không phải học để đánh nhau. Càng học được nhiều thứ võ, tôi lại càng không dám đánh nhau. Tôi đã từng bỏ ra ba năm để ra Bình Định học thứ võ của Vua Quang Trung đã đánh bại quân Thanh.

Tôi học trường Đạo Đức Trí Thức chỉ có mấy tháng thôi mà đã xảy ra bao nhiêu cuộc đánh nhau. Càng đánh nhau với bọn này, tôi càng nhớ và thương thằng Sáu Bụng và lũ bạn học ở nhà quê của tôi. Lũ bạn ở trường tiểu học Xã Diệu làng Tân Thủy. Con gái thì một bộ đồ bà ba, trai thì quần xà lỏn áo sơ mi cộc tay, hầu hết đi chân trần đầu trần nhưng đứa nào cũng lành như củ khoai củ sắn. Chưa từng có đứa nào chê tôi vai lệch hay bị gì hết. Hầu như bọn bạn cùng lớp ở tỉnh thành này chúng hay gây hấn và cậy đông. Gia đình tôi cũng không ở số 59 đường Chi Lăng lâu lắm. Tôi nhớ, chỉ khoảng 4 tháng sau đã dọn qua một nhà khác tại chợ Cây Quéo vì khi bắt đầu nhập học vào trường tiểu học Chi Lăng gần chợ Bà Chiểu, tôi đã đi bộ từ nhà ở chợ Cây Quéo theo đường Hoàng Hoa

Thám tới trường. Vậy là tôi bắt đầu học lại lớp Nhất, niên khóa 1958- 1959.

Từ ngày dời quê lên ở số 59 Chi Lăng Gia Định, rồi lại dọn về chợ Cây Quéo, sinh hoạt gia đình tôi có vẻ chưa được ổn định. Hồi còn ở 59 Chi Lăng, có lúc nhà tôi bán bàn tủ do cha đóng, có lúc mua gạo do mối từ quê mang lên rồi bán lại. Nhưng từ khi dọn về ở tại chợ Cây Quéo, tôi nhớ nhà tôi suốt ngày chỉ đóng cửa. Cái cửa sắt kéo, trước cửa nhà là chợ nên rất ồn và lại thường hay có những vụ cãi vã gây gổ đánh nhau giữa mấy bà đang bán trong chợ. Cha má không muốn những đứa con mình chứng kiến những cảnh đó, nhất là tôi và Út Chín. Tôi học trường Tiểu học Chi Lăng thì cũng ít đánh nhau hơn vì đây là trường công lập, học trò có kỷ luật hơn ở trường Đạo Đức Trí Thức là trường tư rất nhiều. Tôi học ở tiểu học Chi Lăng được vài tháng thì cha về báo cho biết đã mua được nhà và đất. Cũng trên đường Chi Lăng cách nhà cũ không xa. Chỗ nhà cha mua là số 69. Đó là một căn nhà cũ kỹ nhưng được cái là đất còn rộng. Cha nói, "Mình cứ dọn về đó ở tạm cho khỏi tốn tiền mướn nhà, rồi cha sẽ từ từ đập bỏ cái nhà đó, xây lại cái nhà khác. Đất đủ để mình xây hai căn nhà đàng hoàng rồi bán lại cho người khác một căn." Thế rồi gia đình tôi lại dọn nhà, dọn về số 69 đại lộ Chi Lăng, nơi mà tôi sẽ có rất nhiều kỷ niệm tuổi niên thiếu. Còn căn nhà ở ngay tại chợ Cây Quéo thì tôi chỉ có một kỷ niệm duy nhất là bữa cuối tuần đang đứng trong nhà khom lưng nhìn qua khe hở của cánh cửa sắt để xem cảnh một bà bán cá và một bà bán thịt heo đang đánh nhau chửi nhau thì mông tôi bị một cái gì quất ngang đau điếng. Tôi giật mình quay lại, má đang cầm cái chổi lông gà, cán chổi thì giương ra ngoài rung rung. Tôi hiểu ra ngay. Má cau mày nói, "Đã biểu đừng có ngó mấy cái cảnh đánh chửi chợ búa mà không nghe lời. Muốn má đánh nữa không?" Tôi vừa xoa mông vừa lắc đầu, thì con chỉ coi chút cho vui vậy mà. Má la, "Vui gì mà vui, người ta chửi đánh nhau mà."

Ở nhà 59 Chi Lăng và ở chợ Cây Quéo hai chị tôi cũng lai rai nhận được những mối may quần áo từ những người quen biết cũ hồi ở dãy phố mười căn Cầu Bông và đôi khi cũng từ những người hàng xóm mới. Ai tới đặt may đồ cũng phải đập cửa rầm rầm.

2. Căn nhà thứ hai của cha xây

Lần này, nhà cha xây lâu hơn cái nhà ở quê Tân Thủy nhiều vì xây cùng lúc hai căn mà lại vừa xây vừa phải cư ngụ trong nhà. Chị Tư vẫn là người phụ cha nhiều nhất. Anh Bảy đã đi học xa, chị Hai thì bận lo may vá và chăm sóc Út Chín để má lo cơm nước. Lên thành phố tôi đi học ngày chỉ có một buổi, buổi chiều, nên buổi sáng tôi cũng có giúp được cha chút ít như ra giếng xách thùng nước cho cha trộn hồ, bê ly nước đá chanh má pha cho cha, lấy cho cha bịch thuốc lá. Xóm nhà tôi xài nước giếng, cái giếng ở gần gốc cây nhãn của ông Năm Bụng Bự. Tôi hay giành đi lấy nước khi có dịp vì phải thả một cái thùng có cột dây xuống giếng rồi kéo nước lên bằng cách chuyền dây bằng hai tay. Tôi cho đây là cách tập hai bàn tay và hai cánh tay rất tốt. Ông Năm Bụng Bự là chủ tiệm bánh mì bò kho và cơm tấm bì ở ngay sát nhà tôi. Cơm tấm bì tiệm ông rất ngon. Tiệm ông ở sát nhà tôi nhưng nhà ông thì ở sau cái giếng.

Mỗi ngày đi học từ nhà tôi, cứ đại lộ Chi Lăng đi về hướng phải chừng 1 cây số là đến trường. Đường đi sẽ gặp trường Mỹ Nghệ Thực Hành chung khuôn viên với trường Cao Đẳng Mỹ Thuật. Cùng bên phải đó, đi thêm khoảng hơn mươi thước nữa gặp đường Lê Văn Duyệt. Nếu quẹo phải đường Lê Văn Duyệt, đi thẳng khoảng hơn cây số sẽ gặp trường Nữ trung học Lê Văn Duyệt, nơi vốn trước kia là xưởng mộc mà cha tôi đã làm. Qua khỏi trường Nữ trung học Lê Văn Duyệt là tới Cầu Bông. Qua khỏi Cầu Bông thì bên trái lô nhô hàng quán, vốn là dãy phố mười căn mà gia đình tôi đã từng có một căn trong đó. Suốt 17 năm, riêng cá nhân tôi đã ở trong căn nhà đó từ lúc 3 tháng tuổi cho tới lúc hơn 5 tuổi.

Trở lại con đường tôi đi học mỗi ngày. Không quẹo phải vào đường Lê Văn Duyệt mà băng qua thôi thì gặp Lăng Ông tức là lăng mộ của Đức Tả quân Lê Văn Duyệt rộng rãi uy nghi và thơm nức mùi nhang khói. Qua khỏi Lăng Ông là tới trường Chi Lăng của tôi. Tiếp theo đó là chợ Bà Chiểu. Đi tới nữa là rạp xi nê Cao Đồng Hưng. Sau lưng chợ Bà Chiểu là rạp Huỳnh Long chuyên chiếu phim Ấn Độ nói tiếng Việt và có ca vọng cổ. Cũng khúc đường này tính từ Lăng Ông thì bên kia đường nào là tòa tỉnh trưởng, trường tiểu học Nam Tỉnh Lỵ, nhà thương

Nguyễn Văn Học, trường trung học Hồ Ngọc Cẩn. Tôi phải tự kéo mình đứng lại, nếu không tôi sẽ tiếp tục qua Hàng Xanh Thị Nghè và qua xa lộ Biên Hòa rồi mải miết đi vào những địa danh, đi vào những vòm trời niên thiếu của tôi.

Rồi Giáng sinh. Rồi người người lo chuẩn bị Tết. Má và hai chị cũng làm những thứ như mọi năm. Anh Bảy sẽ về ăn Tết với gia đình. Năm đó, chúng tôi đã có một cái Tết rất vui tuy là ở trong một căn nhà trống trước hở sau vì chưa cất xong. Ông Sáu Đính có đi với cô Lịch và hai đứa cháu ngoại của ông tới thăm cha má. Bà Sáu Đính đã qua đời hồi tháng Bảy trong năm, má và chị Hai có đi đám tang. Trong dịp Tết, cũng có một cặp vợ chồng tới thăm cha má. Hai người này tôi mới thấy lần đầu. Họ mang tới một hộp quà khá to và gói ghém rất đẹp. Tôi chỉ nghe loáng thoáng họ kêu cha má là cậu mợ. Hai chị gọi họ là anh Hai chị Hai. Họ ngồi nói chuyện với cha má rất lâu. Hai chị mang mứt bánh trà nước mời họ rồi cũng ngồi cùng bàn. Anh Bảy đã đi chơi với bạn. Còn tôi thì đang bận đọc mấy cuốn báo Xuân nên khi họ đưa phong bao lì xì tôi chỉ cầm lấy cám ơn, để xuống một bên rồi tiếp tục đọc báo. Khi vợ chồng anh Hai Phán về rồi, hai chị nhanh chóng dọn dẹp bàn nước lên ngồi cùng cha má bàn chuyện về họ. Câu chuyện khiến tôi tò mò, bỏ tờ báo xuống và lắng tai nghe. Qua câu chuyện, tôi biết anh Hai Phán còn lớn hơn chú Út Phiên mấy tuổi, có bà con xa với má. Hồi năm 1940, lúc đó cha má và hai chị tôi đã ở dãy phố mười căn được hơn 2 năm, vợ chồng anh Hai

Phán tìm đến nhờ cha giúp đỡ. Anh Hai Phán kẹt một vụ gì đó đang bị cò bót truy tìm. Anh không dám về nhà và nhờ cha má cho ở nhờ mấy ngày. Cha má đã cho anh ta ở nhờ 2 ngày, cha lại còn nhờ Trung úy Allen giúp gỡ rối cho anh ta. Anh Hai Phán hết tội, hai vợ chồng anh đã đến và thiết tha nói là mang ơn cha má suốt đời. Nhưng sau đó thì không bao giờ thấy họ ghé thăm. Gần 19 năm qua, chỉ có đôi ba lần hai gia đình tình cờ gặp nhau trong thảo cầm viên hoặc ngoài đường phố. Hai chị tôi đã nghe má nói nhiều về hai vợ chồng này nên vốn đã không ưa họ. Hôm nay mồng Bốn Tết, đã sang năm âm lịch Kỷ Hợi 1959, hai vợ chồng anh Hai Phán mang quà tới thăm cha má và xin lỗi là vì lâu nay quá bận nên dù đã biết gia đình tôi đã quay lại trở lại Gia Định từ hồi đầu năm trước nhưng vẫn chưa có dịp ghé thăm. Anh Hai Phán hỏi có phải cha đang xây lại nhà này không và có phải cha xây hai căn liền vách không. Cha nói ừ thì hai vợ chồng lại xin cha để lại cho một căn. Má đã định từ chối nhưng cha mỉm cười nói, "Hai vợ chồng cháu cứ về, để cậu mợ bàn với nhau đã. Khoảng tuần sau quay lại sẽ trả lời." Má hỏi cha, "Rồi bây giờ ông tính sao? Mấy người bạc bẽo như vậy tôi không muốn ở gần họ đâu." Chị Tư cũng nói, "Con thấy má nói đúng đó cha." Chị Hai cười: "Con thấy họ cũng hiền mà. Bữa nay còn mua quà tới xin lỗi nữa. Để con mở ra coi họ mang cái gì tới đây." Nói xong, chị Hai tôi bắt đầu lấy cái kéo cắt mấy cái dây cột món quà. Là một bộ ấm trà với 6 cái tách rất đẹp. Chị Hai xuýt xoa nói, "Ấm tách trà đẹp quá." Cha trả lời má, "Tôi tính như vậy. Ông bà mình nói, không nên đánh người chạy lại. Dù sao, hai căn nhà này cất xong sẽ bán bớt một căn. Bán cho người quen thì vẫn tốt hơn. Mai mốt vợ chồng Hai Phán quay lại, tôi đưa giá nếu nó đồng ý thì đặt cọc một nửa tiền, mình bán cho nó. Mình cũng đang cần thêm tiền để mua vật liệu nhà." Cuối cùng má và chị Tư cũng nghe theo lời cha.

Niên khóa tới, tôi sẽ lên trung học. Tôi thưa với cha muốn thi vào trường Mỹ Thuật. Cha khuyên tôi, "Cha biết con thích vẽ và có khiếu vẽ. Nhưng cha nghĩ học chữ tốt hơn. Bây giờ con nên học chữ cho có thành tựu trước đã rồi sau này muốn học vẽ lúc nào chẳng được." Tôi đã nghe lời cha.

Hai chị càng ngày càng có nhiều khách tới đặt may. Một hôm cha hỏi tôi: "Con nghĩ có thể vẽ được cái bảng hiệu tiệm may cho hai chị con không?" Tôi hơi giật mình hỏi cha, "Hai chị mở tiệm may hả cha?" Cha gật đầu, "Hai chị con may khéo nên ngày càng có nhiều khách. Đã đến thời điểm mở một tiệm may đàng hoàng cho hai chị con." Tôi gật đầu lia lịa sung sướng nói, "Con vẽ được. Con vẽ được!" và thầm nghĩ, cha không muốn tôi thi vào trường vẽ mà lại tin tưởng tôi sẽ vẽ được bảng hiệu tiệm cho hai chị và cha cũng đã từng nói, "Học chữ cũng tiện cho con vào những ngành nghề sau này dễ kiếm tiền hơn." Nhưng cha đâu có biết rằng, mấy chục năm sau đó, khi người Việt Nam di tản qua Mỹ, mấy người bạn họa sĩ của tôi ai cũng bán được tranh và có được nhà cao cửa rộng. Phần tôi, tôi học chữ và chọn cái nghề cao đẹp nhất của chữ là viết. Tôi viết, viết và viết. Viết không biết bao nhiêu là chữ, in mấy chục cuốn sách và tờ báo, về già vẫn nhà không vườn trống, tử vô địa táng. Nhưng thôi, tôi phải quay lại với chuyện gia đình tôi hồi năm 1959. Thấy tôi nói chắc chắn sẽ vẽ được, cha rất vui. Ông lấy xe mô bi lết chở tôi đi lòng vòng tìm mấy tiệm may. Trước khi đi cha đã dặn tôi mang theo cây viết và tờ giấy. Ông nói, "Cha chở con đi xem bảng hiệu của người ta. Con ngó nhìn cho kỹ để tìm một kiểu đẹp riêng cho tiệm mình." Tôi gật đầu nói, dạ con biết rồi cha. Sau đó, cha tôi đi mua gỗ, tôn về, một tấm bảng có chiều dài bằng chiều ngang nhà tôi và chiều cao khoảng gần 1 mét. Cha hỏi tôi cần những màu gì để cha đi mua sơn cọ cho tôi. Tôi đã hoàn thành tấm bảng hiệu tiệm may cho hai chị tôi mà ai ai cũng khen là đẹp và tôi rất hãnh diện về điều này. Đây là tác phẩm vĩ đại nhất trong nghề vẽ của tôi vì mấy chục năm sau, tôi cũng đã vẽ, triển lãm vài ba lần, cũng có bán được tranh chút đỉnh, chưa tác phẩm nào làm tôi sung sướng bằng cái bảng hiệu tiệm may của hai chị tôi mà tôi đã vẽ năm học lớp đệ Thất.

Nhà may Kim Hoa của hai chị tôi ngày càng có tiếng và phát đạt. Hai chị cũng có nhiều học trò tới xin học may. Có chị từ quê lên. Cũng có chị ở ngay lòng vòng vùng Gia Định. Tôi còn nhớ tên mấy người là Phượng, Típ, Thoa, vv... Hơn 10 năm ở số 69 đại lộ Chi Lăng Gia Định là thời kỳ vàng son của nhà may Kim Hoa. Tôi vẫn tiếp tục mê đọc sách, mê võ, mê vẽ nhưng bây giờ lại mê thêm viết lách và làm thơ.

Năm học đệ Ngũ, tôi có quen một anh bạn người gốc Hoa, Giang Múi. Anh có tập thơ Đường Về Cố Đô, ký bút hiệu Giang Đoàn Đông. Anh từng bỏ tiền ra in cho tôi một tập truyện ngắn lại còn giới thiệu tôi cho một ông cụ người Hoa ở Chợ Lớn, đường Khổng Tử để tôi học vẽ tranh thủy mặc. Tôi học hành bình thường, nếu không muốn nói là vẫn giỏi nhưng càng lúc tôi càng say mê thi ca và triết học. Tôi đọc những cuốn sách dịch từ những tác giả ngoại quốc từ rất sớm. Thơ thì Rabin Tagore, Khalil Gibran, Apollinaire, Baudelaire, Verlaine, thơ Đường, hài cú, vv... Tóm lại là tất cả những gì mà tôi bắt gặp. Văn thì từ Albert Camus, Jean-Paul Sartre, Françoise Sagan, vv... Tôi đọc Hermann Hesse, Nikos Kazantzakis, và cả những tác giả Nhật như Kawabata, thi sĩ đạo sư Tây Tạng Milarepa. Với tôi, thơ Việt Nam xưa thì Chinh Phụ Ngâm của Đặng Trần Côn là tuyệt vời nhất với bản dịch bất khả tư nghì của bà Đoàn Thị Điểm. Tôi vẫn còn mê vẽ, nhưng tôi tự nhận thấy khả năng vẽ của tôi không bằng khả năng thi ca viết lách của tôi. Viết lách mới là xương thịt của tôi, hội họa chỉ là ngoài da thôi.

3. Má tôi bệnh nặng. Ngôi nhà thứ ba cha xây

Năm 1969, tôi đang trọ ở nhà người cháu tên Trần Văn Xuân ở Nha Trang. Xuân vai cháu nhưng lớn tuổi hơn tôi. Tôi ở đây để nghiên cứu về người sắc tộc Gia Rai ở buôn Tương buôn Xiêm. Tôi được điện tín của anh Bảy bảo tôi về ngay vì má bệnh nặng nhưng địa chỉ nhà trong điện tín anh Bảy cho thì không phải ở số 69 đại lộ Chi Lăng mà là ở 194/3, Long Vân Tự, Hàng Xanh. Tôi bay về tới phi trường Tân Sơn Nhất rồi bắt xe về nhà, một ngôi nhà mới hai tầng. Hai chị vẫn ngồi may. Tôi bước vô hỏi má đâu, chị Hai nói, cha đưa má về quê ở nhà Cô Tám rồi.

Ngồi nói chuyện với hai chị, tôi mới biết má bị bệnh nặng đã mấy tháng rồi. Cha đã đưa má đi chữa đủ thầy đủ thuốc mà bệnh thì vẫn dây dưa. Ở thành phố bụi bặm ồn ào, má muốn ở một chỗ nào yên tĩnh nên cha đã đưa má về ở với Cô Tám. Chị Tư nói cha má về dưới Cô Tám gần được 1 tuần rồi. Tôi hỏi anh Bảy đâu, chị nói anh đi làm. Tôi hỏi chị về căn nhà này. Chị Tư cho biết, cha tôi tìm thấy khu đất này rộng mà rẻ nên đã mua và xây hai căn lầu liền vách. Cha má định dành một căn cho anh Bảy khi anh cưới vợ nhưng khi cưới vợ, hai vợ chồng anh Bảy tôi không chịu ở nhà này nên cha đã bán cho gia đình một ông bác sĩ. Chị Tư nói, "Nhà này rộng mà đẹp lắm, chiều sâu những 24 thước. Em đi coi đi. Cha xây nhà này rất kỹ, cửa sổ đều có cửa lưới để ngăn muỗi." Rồi chị dắt tôi đi một vòng quanh nhà. Nhà rộng thiệt, tầng trên tầng dưới đều lát gạch bông, cha tôi có đóng một cái tủ sách thật đẹp để ở tầng trên, có những cuốn sách của tôi chất đầy trong đó. Nhà có hai phòng vệ sinh, một cái sát phòng ăn và một cái ở sân sau. Sân sau rộng và cha có trồng rau. Có một bồn nước rất to xây bằng xi măng. Chái nhà bên trái gần bếp rất rộng, cha có căng võng để cho má nằm. Chung quanh có trồng chuối và một số cây kiểng. Tôi và chị Tư đang đứng nói chuyện thì nghe có tiếng lao xao ở nhà trước. Hai chị em quay ra thì đã thấy cha và má đứng đó. Má tôi gầy và xanh nhưng khi nhìn thấy tôi má cười rất tươi. Tôi chạy tới ôm má và nghe mùi dầu Nhị Thiên Đường và một cái mùi rất riêng của má. Cha tôi nói, "Má bay tự nhiên đòi về. Bả nói nhớ nhà và muốn về coi thằng Tám nó ra sao." Tôi ứa nước mắt nhìn cha tôi. Tóc cha đã bạc rất nhiều. Bỗng nhiên tôi quay qua nhìn hai chị tôi. Chị Hai tôi vẫn mảnh mai nhưng nhìn đã chững chạc, năm nay chị đã 37 tuổi rồi. Chị Tư tôi đã 32. Chị vẫn tròn trịa xinh xắn. Hai chị tôi đến ngày giờ đó vẫn chưa người nào có bạn trai và không có dấu hiệu gì là muốn lấy chồng mặc dù cả hai chị đều không có ít người ngấm nghé. Riêng chị Tư tôi, anh Lâm, đến sau này khi chị sang Mỹ, anh vẫn còn biên thư nhờ Út Chín mang qua cho chị.

Nghe tiếng xe dừng lại ngoài sân, tôi quay qua và thấy Út Chín đã về tới. Tôi nhìn Út Chín cười gật đầu. Cậu em út của tôi bây giờ đã là một thiếu niên 16 tuổi đang học trung học. Tôi đảo mắt nhìn khắp tất cả những người thân yêu của mình, cha má, hai chị, cậu em út của tôi, vắng có anh Bảy tôi thôi. Lòng tôi lâng lâng thấy mình đã được sinh ra trong một gia đình hạnh phúc. Thấy cha má, anh chị em mình đều là những người tuyệt vời. Tôi lại ôm má tôi. Má nói: "Con khoan đi, ở nhà chơi với má nghe." Tôi cười nói, "Lúc nãy con cũng đang định xuống nhà Cô Tám tìm cha má mà. Nếu cha má không về, con đã đi Ba Tri rồi." Má tôi đập vào vai tôi, "Con nói thiệt không?" "Dạ thiệt." Quả thiệt tôi đang muốn đi Ba Tri để tìm cha má thì bỗng cha má tôi đã về. Lần đó, tôi đã ở lại nhà khá lâu. Tôi ở lại nhà chơi với má tôi. Tôi nằm nhà đọc sách, thỉnh thoảng lắm tôi mới ra ngoài. Má có vẻ vui khi thấy tôi chịu nằm nhà, nhưng bệnh tình của má thì cứ giằng dai. Má tôi mắc phải một chứng bệnh mà thời đó y khoa dường như chưa có thuốc chữa. Cha đã đưa má tôi đi hết Tây y rồi trở về với Đông y, thuốc Bắc thuốc Nam và mọi thứ thuốc gì có thể. Nhưng rồi bỗng dần dần má tôi có vẻ khỏe ra, bớt xanh xao và ăn uống nhiều hơn. Cha tôi bàn với anh Bảy đi Đà Nẵng để cưới vợ cho anh. Đám cưới sẽ tổ chức ở Đà Nẵng cho phía bên đằng gái mà về đây sẽ làm một bữa tiệc khác cho phía bên đằng trai.

Thời gian này tôi hay ở nhà nói chuyện với má. Má tôi ngồi hoặc nằm trên võng, tôi bắc một cái ghế dựa ngồi gần đó. Cha với anh Bảy đi khoảng mươi ngày thì quay về cùng với chị Mai, vợ anh. Chúng tôi lại có một bữa tiệc cưới cho anh Bảy ở Đồng Khánh. Bạn bè ở xưởng mộc ngày xưa của cha chỉ còn vài người lác đác, vợ chồng bác Năm Chẩn từ Cần Giuộc, vợ chồng chú Út Phiên từ Cần Thơ, vợ chồng cô Lịch con ông Sáu Đính. Ông Sáu Đính đã theo Bà Sáu được mấy năm rồi, Ông Bà Tư Thìn cũng đã lần lượt qua đời.

Hôm ấy, má tôi mặc áo dài nhung màu tím than, tóc má đã thưa nhưng vẫn bới và bọc lưới sau vai, cha mặc bộ veston màu xám nhạt đi bên má, Út Chín cũng veston cẩn thận. Hai chị tôi áo dài thêu hoa tha thướt, và dĩ nhiên đẹp nhất là cô dâu chú rể.

Sau đám cưới anh Bảy ít lâu, tình hình sức khỏe má

tôi có vẻ ổn định nên lại nổi máu giang hồ, tôi xin phép cha má để cho tôi đi. Cha tôi hỏi, "Đi đâu?" Tôi thưa, "Dạ con chưa biết. Nhưng có thể con ra Bình Định tìm thầy học võ." "Con nói bây giờ chán đánh nhau rồi sao còn đi học võ?" Tôi thưa, "Dạ bây giờ con học vì mê và vì muốn nghiên cứu triết lý trong võ thuật, nhất là võ thuật Việt Nam. Con muốn nghiên cứu về võ Quang Trung và trống Tây Sơn." Cha nói với má: "Thôi mình để cho con nó đi." Cha cười, "Nó làm trai chí tại bốn phương mà" rồi cha quay sang tôi: "Nhớ, đi tới đâu thì thư về nhà cho địa chỉ nghe chưa." Tôi nhìn thấy má rơm rớm nước mắt nên nói, "Con sẽ quay về nhà thường xuyên mà." Rồi tôi xách túi bỏ đi ngay, sợ thấy má tôi khóc. Tôi nói với cha tôi, "Con sẽ viết thư về nhà ngay khi có địa chỉ." Tôi ra phòng ngoài chào hai chị rồi đi nhanh ra cửa. Thực ra, tôi đã nói với cha là tôi sẽ nhận một công việc dạy học ở Phù Mỹ, Bình Định. Tới đó, tôi sẽ làm công việc nghiên cứu của tôi luôn.

Tôi đã giữ lời hứa, về nhà thăm má và gia đình thường hơn. Cứ mỗi 3 hoặc chậm nhất là 4 tháng. Tết Nguyên Đán, tôi cũng về ăn Tết với gia đình.

Qua năm 1970 ít lâu, tôi hay tin vợ chồng anh Bảy có con gái đầu lòng. Đến nay, nhà vẫn còn giữ cái hình chụp tôi bế con bé Thảo Trang cách đây hơn 50 năm. Con bé thật xinh xắn dễ thương. Má tôi vẫn bệnh dai dẳng, khi ở quê với Cô Tám, lúc lại về nhà. Còn tôi thì tiếp tục lang bạt đi về. Gia đình tôi rồi cũng quen. Riêng chị Hai rất không ưa thói tật này của tôi.

Năm 1972, tôi được tin anh Bảy và chị Mai có thêm đứa con gái thứ là cháu Yên Lan. Tình hình đất nước ngày càng căng thẳng. Tôi về nhà thăm má và gia đình cùng lúc chị Mai bồng cháu Yên Lan về thăm bên ngoại ở Đà Nẵng. Chỉ còn Thảo Trang ở lại. Bé Thảo Trang lên 2 tuổi mũm mĩm dễ thương và rất ngoan. Bây giờ, bé là cục cưng của ông bà nội và hai cô. Nhưng tội nghiệp bà nội vì đang bệnh nên không dám gần gũi vuốt ve cháu.

Lúc tôi về đến nhà thì biết má đang ở giồng Sao với Cô Tám. Tôi muốn ra bến xe đò miền Đông để bắt xe về quê ngay nhưng cha nói giờ này chưa chắc có xe đâu. Con vừa đi đường xa về mệt nên ngủ lại một đêm rồi sáng mai hãy đi sớm. Hai chị tôi cũng nói, "Em ở lại nhà chơi một đêm đã." Tôi nghe theo lời cha và hai chị, bồng bé Thảo Trang vào phòng, cất túi xách, lên lầu nói chuyện với cha vì lúc đó hai chị vừa có khách tới.

Hôm sau tôi vừa về đến ngõ nhà Cô Tám thì hai con ngỗng cô nuôi đã ngoác mỏ kêu ầm ĩ. Con ngỗng này là vậy, nó chỉ kêu khi có người về đến ngõ nhà cô. Má và Cô Tám ngóng ra cửa ngó thấy tôi. Tôi sợ má quýnh quáng chạy ra té thì khổ. Tôi vội vàng xách túi chạy nhanh vào. Má mừng quýnh ôm lấy tôi mếu máo: "Sao con đen quá vậy Tám?" Tôi cười ôm vai má: "Đàn ông con trai phải đen mới khỏe và đẹp chứ má." Má quay qua Cô Tám: "Sẵn có cá bống kèo và nếp mới, cô Tám nấu một nồi cơm nếp rồi kho tiêu cá bống đi. Thằng Tám nó mê món này dữ lắm." Cô Tám cười: "Được rồi chị Tư. Em còn có một món nó thích ngay bây giờ nữa nè." Tôi hỏi: "Món gì vậy

Cô Tám?" Cô Tám lại cười, "Chuối khô. Bộ chê hả." Tôi lắc đầu quầy quậy, "Không chê, không chê." Cô Tám nói với má, "Nó cũng là cháu cưng của em chớ bộ." Má và Cô Tám, hai người đều thuộc lòng những món sở thích của tôi. Tôi ở chơi với má và Cô Tám hai ngày. Trước khi tôi đi, má còn dặn, "Con nhớ ăn uống đầy đủ nghe. Đừng có thức khuya. Mai mốt má hết bệnh về nấu canh chua cá lóc, rang tôm thịt ba chỉ cho con ăn." Tôi nhìn má chỉ muốn khóc. Má tôi bây giờ gầy gò lắm, đầu đã cạo trọc vì tóc rụng nhiều quá. Má mặc một bộ đồ tràng màu nâu. Chợt má thò tay vào túi áo bà ba bên trong áo tràng. Má hỏi tôi, "Con còn tiền xài không, má cho." Tôi ứa nước mắt. Tôi ôm và giữ tay má lại, "Con bây giờ làm có tiền rồi. Má khỏi cần cho con nữa. Con có đưa Cô Tám ít tiền để má và Cô Tám cần gì thì mua." Cô Tám tôi nói: "Nó nói thiệt đó chị Tư. Nó có đưa tiền cho em đây nè." Xong, cô móc tiền đưa ra cho má thấy. Má tôi hay để dành tiền trong chiếc gối nằm ngủ hàng ngày. Tiền má xếp ngay ngắn rồi gói trong chiếc khăn tay, bọc ngoài một lớp giấy dầu. Mỗi khi đi đâu, nếu có mang theo ít tiền trong túi, má cũng gói ghém kỹ lưỡng và cài miệng túi lại bằng một cây kim tây. Tôi là đứa con hay được má cho tiền. Mỗi lần tôi vòi vĩnh, má lại mắng: "Sao không lại mà xin cha mày." Bà không ăn con cá lớn. Những ngày cuối đời, bà ăn chay trường và thường niệm Bạch Y Thần Chú. Bà không biết đọc. Bạch Y Thần Chú là do tôi đọc cho bà thuộc lòng. Hồi tôi còn nhỏ, má tôi đi đâu thường dắt tôi theo. Thỉnh thoảng bà ăn trầu. Cái mùi trầu, mùi dầu Nhị

Thiên Đường bà hay xài là cái mùi thân thương suốt thời thơ ấu của tôi.

Hôm đó, tôi ghì nhẹ má thêm một lần nữa rồi quay đi nhanh mà lòng cứ bứt rứt. Cho tới lần về thăm cha má và gia đình vào Tết Nguyên Đán năm đó, tôi gặp má và Cô Tám tại nhà mình. Có cha và tất cả các anh chị em của tôi. Khi bỏ túi xách xuống và bước tới ôm má, lòng tôi lại bứt rứt cứ y như cái lúc tôi ôm má chia tay lúc ở nhà Cô Tám. Bây giờ thì tôi đã hiểu. Má tôi gầy yếu quá, ngày càng tiều tụy hơn mà tôi thì không làm được gì cho má. Đó là điều khiến lòng tôi dày vò bất an. Đau xót cho tôi là lúc má qua đời, tôi đang ở xa nhà. Một buổi sáng trong phòng trọ ở Playku, tôi nhìn thấy má ngồi trên cửa sổ nhìn tôi cười buồn. Tất nhiên tôi biết ngay rằng má đã mất. Tôi vội vàng về Sài Gòn. Tôi vừa bước vào nhà, thấy hai chị tôi mắt sưng đỏ. Chị Tư tôi nói: "Ủa, cha mới vừa đánh điện tín lúc nãy mà em đã về tới rồi. Má mất tối qua." Hai chị tôi đang may áo tang, một chồng quần áo xô gai may xong đang nằm trên bàn gần đó. Chị Hai nói, "Má mất dưới nhà Cô Tám, cha đi đánh điện tín cho em xong đã cùng với anh Bảy em và Út Chín về quê lo công việc trước." Chị Tư tiếp lời: "Hai chị ở lại may quần áo tang cho mọi người và luôn tiện chờ em về. Hai chị sắp xong rồi, em vào nghỉ ngơi tí rồi ba chị em mình cùng đi." Tôi không nói gì hết. Tôi vứt chiếc túi xách xuống đất, lẳng lặng ra sau nhà. Tôi ngồi lên chiếc võng mà má tôi hay nằm. Tôi đã ngồi yên như vậy để nghe cái mùi của má tôi còn vương vất trên chiếc võng và quanh quất đâu đó. Tôi vẫn chưa có cái cảm giác rằng tôi mất má. Tôi vẫn đinh ninh khi cùng hai chị về tới nhà Cô Tám ở Giồng Sao, hai con ngỗng trắng Cô Tám nuôi quang quác kêu báo khách thì bóng má lừng chừng thấp thoáng nơi khung cửa rồi tôi chạy vào ôm má nhỏ bé, gầy gò trong vòng tay tôi.

CHƯƠNG VII

Chia trời cách đất

1. Má tôi mất. Từ biệt

Tôi đã thực sự mất má. Về tới nhà Cô Tám, tôi chỉ kịp hôn lên trán má trước khi quan tài đóng nắp. Mộ má nằm cạnh mộ ông nội bà nội. Má mất vào tháng 5 âm lịch năm 1973, hưởng thọ 62 tuổi. Má ra đi mang theo cả những kỷ niệm thần kỳ thời thơ ấu của tôi. Thời ở dãy phố mười căn Cầu Bông, tôi đã rụng hết răng sữa rồi mà gần 5 tuổi vẫn chưa mọc lại răng. Ai chỉ cho má không biết mà má đi tìm mua mấy cây mía còn nguyên lá mang về. Cha hỏi, "Mình mua mía sao không bảo họ chặt bớt lá đi cho gọn?" Má cười nói: "Lá mía mới cần." Cha nhướng mắt: "Cần cho việc gì?" Má nói: "Để chữa bệnh già háp cho thằng Tám." Vì răng tôi chưa mọc nên miệng móm xọm hay bị mọi người chọc là già háp. Cha lại hỏi, "Mình chữa bằng cách nào?" Má cười, "Chuyện đó của tôi, mình khỏi lo." Sau đó, canh lúc không có cha ở nhà, má kêu tôi đến, biểu tôi há miệng ra, nhắm mắt lại rồi nói, "Má sẽ làm cho răng con mọc ra. Hơi bị đau một chút, con ráng chịu nha. Con trai là phải gan dạ ha." Tôi gật đầu cương quyết,

"Dạ, con chịu được." Sau đó tôi nghe nướu hàm trên và nướu hàm dưới của tôi cứ bị cái gì cứa qua cứa lại rất đau rát. Nước mắt tôi ứa ra, nhưng nghe má tôi nói con trai là phải gan dạ nên tôi chịu được hết. Đến lúc má nói xong rồi, tôi mở mắt ra thì thấy miệng mình chảy máu xuống tay, xuống nền nhà. Má lấy khăn lau miệng cho tôi rồi dắt đi súc miệng bằng nước muối. Lúc đó hai chị và anh Bảy tôi cũng đã đi học nên chỉ có chị Đành chứng kiến cảnh má tôi lấy lá mía cứa hai hàm nướu của tôi. Bữa cơm chiều hôm đó, cha, hai chị và anh Bảy đều thất kinh khi biết má dùng gai trên rìa lá mía để chữa bệnh chậm mọc răng của tôi. Cha lắc đầu nói: "Tôi chịu thua mình luôn. Nếu miệng thằng nhỏ mà bị nhiễm trùng gì thì mình tự lo nghe." Má chỉ cười cười. Điều đáng nói là tôi không bị nhiễm trùng gì hết và răng tôi đã từ từ mọc. Một chuyện nữa là khi ăn cái Tết đầu tiên trong căn nhà mới ở Tân Thủy quê nhà, hôm đó mồng Bốn Tết, cũng rước ông Táo về và đưa ông bà đi thì phải, má đang chặt thịt gà thì thấy tôi đứng gần đó cứ nhìn. Má ngoắc tôi lại, cầm cái đùi gà đưa tôi: "Con ra sau nhà ăn đi, đừng để cha thấy." Tôi mừng rỡ chộp lấy cái đùi gà, vọt lẹ ra vườn sau. Tôi vừa đi vừa cắn nhai, nên đến cái lu nước gần cây khế thì đã ăn được một nửa. Bỗng tôi thấy nghẹn ngang ở cổ và không thở được. Tôi buông cái đùi gà, một tay ôm ngực một tay vịn vào lu nước. Từ trong cổ họng tôi phát ra những tiếng khò khè. May là lúc đó chị Hai tôi ra sau lấy nước nên thấy tôi. Chị vừa la kêu cứu vừa bế xốc tôi chạy vào nhà. Cha má, mọi người đổ xô đến và tôi được cấp cứu. Khi biết rõ đầu đuôi, cha cằn nhằn má: "Má nó thương con mà không hiểu biết kiêng cữ cho bệnh của nó là hại nó nghe chưa. Đã nói nó bị suyễn không ăn được thịt gà mà. Thiếu gì thứ khác cho nó ăn." Má rơm rớm nước mắt không nói gì hết nhưng má đã hạ quyết tâm tự má sẽ chữa hết bệnh suyễn cho tôi. Tôi ngẫm ra chuyện này khi ngày càng lớn, hồi tưởng lại những lần má đã làm những món thuốc vô cùng đặc dị mà bốn trong số đó tôi còn nhớ rất rõ là: rắn mối nướng, nhông nướng, hai con này má nướng xong xé nhỏ chấm muối cho tôi ăn. Ba ba hầm táo Tàu và một vài vị khác mà tôi không biết. Hôm má làm món này, cha về nhìn thấy nó trong cái nồi đất hỏi: "Má nó làm món gì vậy? Cho tôi nhậu hả?" Má lắc đầu, "Không phải, nó là thuốc của thằng Tám. Ba ba hầm táo đó." Cha lắc đầu, cười tủm tỉm bỏ đi. Từ cái lần má chữa bệnh chậm mọc răng của tôi thành công, cha hầu như mặc nhiên chấp nhận cái tài Hoa Đà của má. Món thuốc cuối cùng má dùng để chữa bệnh suyễn cho tôi mới là kinh tâm động phách. Hôm đó má kêu tôi ra, biểu tôi nhắm mắt, há miệng rồi thè lưỡi ra. Má nói, "Đứng im đừng nhúc nhích nghe chưa?" Tôi gật đầu. Tôi cảm thấy má để một cái gì lên lưỡi tôi nhồn nhột. Rồi đột nhiên cái gì đó từ lưỡi chạy tuột vào cuống họng tôi. Tôi hoảng hồn bật tiếng la và mở mắt ra. Tôi thấy thằng Sáu Bụng đang trố mắt nhìn tôi mà mặt xanh lè. Còn má tôi thì vẫn đang ngồi trên ghế mắt nhìn tôi đăm đăm và vẻ mặt má rất lạ. Trên tay má có cầm một cái hộp diêm trống không. Tôi hỏi gấp, "Cái gì vậy? Cái gì vậy?" Má hỏi ngược lại tôi, "Con thấy trong bụng có gì lạ không?" Tôi lắc đầu, "Dạ không. Mà lúc nãy cái gì chạy vô cuống họng con vậy?" Má không trả lời mà đưa tay vỗ lên đầu tôi, má nói: "Được rồi, được rồi." Thằng Sáu Bụng bỗng bật tiếng: "Mày vừa nuốt một con thằn lằn trắng đó." Tôi há hốc mồm: "Hả?" Hỏi vậy thôi chứ tôi cũng chẳng có cảm giác gì là sợ hãi. Nhưng điều kỳ diệu là từ đó về sau tôi không còn bị suyễn nữa. Chẳng biết có phải do tác dụng của món thuốc cuối cùng, con thằn lằn trắng mà tôi đã nuốt vào bụng hay tất cả các món thuốc má làm cộng lại và được thấm đẫm bằng tình thương yêu của má dành cho tôi đã tạo nên kỳ tích.

Cha vốn ít nói. Từ ngày má qua đời, cha lại càng ít nói hơn. Mỗi lần về thăm nhà, trong những bữa cơm ngồi với cha và hai chị, tôi luôn thấy chị Tư mang một trái ớt tươi để cạnh chén cơm cho cha nhưng cha chẳng bao giờ đụng đến. Khi ăn, cha thường hay nói câu, "Món này, hồi đó má bay không có nấu vậy." Có một lần chị Hai định lên tiếng nhưng chị Tư đưa mắt ra hiệu nên chị Hai lại im. Thường sau khi nói câu đó, cha bỏ đũa xuống ngồi yên rất lâu mới cầm đũa lên ăn lại. Lúc má tôi mất, chị Hai tôi đã 40. Chị Tư tôi 35. Cả hai chị đều nhởn nhơ an nhiên, chưa một lần nào nhắc tới chuyện chồng con.

2. Biến cố tháng Tư, 1975: Sinh ly

Gia đình tôi không còn hạnh phúc vui vẻ như những năm tháng ở dãy phố mười căn, thời trước khi cha bị kiếp nạn trong căn nhà có vườn mãng cầu do cha xây ở làng Tân Thủy, cũng không thường có những giây phút sum họp êm đềm ấm cúng như thời ở số 69 đại lộ Chi Lăng, Gia Định. Từ ngày má qua đời, không khí gia đình tôi như chùng hẳn xuống trong khi không khí xã hội thì xao động từng giờ. Nguyên Đán năm đó, gia đình tôi hầu như không có Tết. Cha và hai chị vẫn cúng kiếng ông bà, cúng má, trên bàn thờ vẫn có nhang khói nghi ngút nhưng ai nấy đều lặng lờ. Dường như trong mỗi thành viên trong gia đình đều có một khoảng trống không lấp được. Rồi ngày 5 tháng 5 âm lịch năm 1974, giỗ đầu má. Có Cô Tám từ Giồng Sao, Ba Tri lên. Trước đó mấy tháng, cha và hai chị cũng đã về quê tảo mộ ông bà nội và mộ má.

Trung thu năm đó tôi có về cùng cha đi mua bánh nướng. Không khí gia đình tôi có vẻ dần ổn định lại. Cha cùng hai chị tươi tỉnh hơn, trên môi mỗi người thỉnh thoảng đã có nụ cười. Nhờ con bé Thảo Trang. Bé rất thông minh và ngoan ngoãn. Bây giờ nó là niềm vui của cha và hai chị, mặc cho tình hình chính trị và chiến sự càng lúc càng căng thẳng và phức tạp. Tết Nguyên Đán vẫn đến, từ xa về nhà, tôi thấy cha, hai chị, Út Chín đang mua sắm chuẩn bị Tết. Năm nay, không khí gia đình tôi có vẻ Tết. Mọi người như đã hồi phục lại, nhưng đâu ai ngờ rằng đây là cái Tết cuối cùng gia đình tôi còn sum họp được như vậy.

Sau Tết, tình huống náo loạn hình như xảy ra khắp nơi. Tổng thống Nguyễn Văn Thiệu và những lệnh rút quân dồn dập, Nha Trang, Buôn Mê Thuột, Playku, đại lộ kinh hoàng. Nguyễn Văn Thiệu từ chức. Ông Trần Văn Hương lụm cụm lên ngồi ghế tổng thống. Rồi ông Trần Văn Hương nhường ghế tổng thống cho tướng Big Minh tức Dương Văn Minh, từng là công thần của Diệm vì từng đánh dẹp Hòa Hảo, Cao Đài. Ngày 29 tháng Tư, anh Bảy đã dặn trước gia đình phải chuẩn bị để anh đưa ra tàu đi di tản ra nước ngoài. Cha tôi đã nói nhiều lần, mình không thể sống với cộng sản được. Ngày 29 tháng Tư, anh Bảy về đón. Lúc đó, bé Thảo Trang đang bệnh nặng, Út Chín thì đi đâu chưa thấy về. Cha và hai chị không thể bỏ đi đâu mà thiếu bé Thảo Trang và Út Chín. Cha bảo anh Bảy và tôi: "Thôi hai đứa con đi trước đi. Hai đứa con mà ở lại là nguy hiểm nhất. Mọi chuyện sẽ theo tình hình mà tính sau." Tôi hôn bé Thảo Trang rồi lặng lẽ nhìn cha và hai chị. Tôi chỉ kịp vớ lấy cuốn album hình ảnh gia đình bỏ vào túi xách nhỏ rồi leo lên yên sau chiếc Lambretta của anh Bảy. Anh Bảy chở tôi ra kho Năm bến cảng Sài Gòn. Chúng tôi ngủ 1 đêm trên tàu tại bến cảng. Chúng tôi phải chờ thuyền trưởng về quê đón thân nhân lên. Sáng hôm sau, 30 tháng Tư, 1975, dường như lúc 11 giờ, đài phát thanh Sài Gòn đang phát đi cái giọng ẽo lả của tướng Dương Văn Minh đương kim tổng thống cuối cùng của miền Nam, một người rất to con mà bộ não rất bé hoặc dường như không có và giọng nói thì eo éo như của một hoạn quan. Ông ta đang tuyên bố những lời đầu hàng vô cùng đê tiện. Chiếc tàu mà hai anh em tôi đã leo lên từ tối qua bấy giờ đang từ từ tách bến và hướng về Thái Bình Dương. Hai anh em tôi đang bước những bước đầu tiên vào một cuộc đời mới, trên một vùng đất mới nơi xứ lạ quê người. Cuộc phiêu lưu này chẳng biết sẽ về đâu và đến bao giờ.

CHƯƠNG VIII

Bóng chim bằng trên vách thời gian

1. Sau 15 năm chia biệt, phụ tử trùng phùng

Hai anh em tôi đến Hoa Kỳ, ra khỏi trại tị nạn. Anh Bảy tôi định cư ở miền Đông còn tôi thì lại phiêu bạt đó đây, từ Los Angeles qua Minneapolis, quay về Santa Barbara. Cho đến cuối năm 1981, tôi mới dừng chân ở San Jose, California sống bằng nghề viết văn làm báo. Còn anh Bảy tôi, từ ngày ra khỏi trại tị nạn, đã có việc làm tương đối và ổn định được nhà cửa nên anh đã nộp hồ sơ với Sở Di trú để bảo lãnh gia đình qua theo diện ODP (đoàn tụ gia đình). Năm 1990, hồ sơ bảo lãnh gia đình của anh Bảy đang đi đến những bước cuối của thành quả. Anh cũng đã từng về thăm cha, hai chị và Út Chín. Thình lình, em tôi nhắn qua, nói cha bị bệnh nặng. Tôi vội vàng lấy vé máy bay về Việt Nam. Chuyến đi này tôi đã kể rất kỹ trong cuốn Vọng Mãi Từ Tâm Một Tiếng Chuông, ở đây chỉ xin lướt qua. Về đến phi trường Tân Sơn Nhất, xuống máy bay tôi bị giữ lại và truy vấn liên tục 3 tiếng đồng hồ mới được cho ra về với thân nhân, kèm theo một lời dặn dò, không được ra khỏi thành phố, nhất là lên cao nguyên. Ra bên ngoài, tôi gặp ngay hai chị và em tôi đang chờ với những vẻ mặt rất lo lắng. Chúng tôi về nhà, căn nhà ở 194/3 Long Vân Tự. Tôi tuôn ngay lên lầu để gặp cha tôi. Cha đang đứng chờ tôi. Cha già quá rồi, 80 tuổi rồi, tóc trắng phơ như cước, đôi mắt đục của cha nhìn tôi ngấn nước. Cha nói nhỏ: "Con về rồi đó hả?" Tôi bước tới cầm tay cha tôi. Cha đang đứng gần bức vách, trên vách treo một tờ lịch lớn có hình Đức Bồ Đề Đạt Ma đang quảy trên vai một chiếc dép, đôi chân ngài đang đứng nhẹ trên một cành lau để qua sông hay vượt biển chi đó. Tôi thầm nói trong đầu, "Như hà sư tổ Đông lai ý." Tôi hỏi cha: "Cha sao rồi? Cha có thấy khỏe không?" Cha nhẹ gật đầu, mỉm cười: "Cha khỏe rồi con. Con đi đường xa chắc đói bụng lắm phải không? Xuống nhà để hai chị lo cho ăn gì đi." Tôi nắm tay cha tôi, hai cha con cùng xuống dưới nhà. Út Chín đã có vợ và có một con trai 2 tuổi. 15 năm rồi tôi mới trở lại căn nhà này. Gặp lại cha, hai chị và em tôi. Lần đó, tôi ở lại với gia đình đúng 1 tháng rồi quay về Hoa Kỳ.

2. Gia đình đoàn tụ

Đầu năm 1992, cha và hai chị bay sang miền Đông Hoa Kỳ ở với gia đình anh Bảy tôi. Út Chín phải đi sau vì cách đây hơn 2 năm đã lấy vợ có con nên giấy tờ hồ sơ bị thay đổi. Cha và hai chị ở nhà anh Bảy tôi được khoảng 1 tháng thì lạnh quá chịu không thấu. Năm đó cha đã 82, chị Hai đã 59, chị Tư đã 54. Chúng tôi bàn bạc với nhau cuối cùng quyết định tôi sẽ qua đón cha và hai chị về ở với tôi vì tôi đang ở San Jose, California tương đối thời tiết gần giống Việt Nam, ấm áp hơn và không có tuyết. Lúc đó, tôi đang thuê một căn nhà Victoria ở số 496 South Second Street, ngay góc đường với William St. Tôi ở nguyên tầng trên và tầng dưới tôi có một tiệm sách nhỏ, đồng thời tôi cũng là chủ nhiệm của một tạp chí văn học có tên là Văn Uyển. Trên lầu, chỗ hành lang, tôi để một ghế bành rất êm ái cho cha ngồi. Mỗi ngày, tôi chạy xuống trông coi tiệm sách, vừa thực hiện tờ báo Văn Uyển. Hai chị tôi từ ngày về San Jose đã nhanh chóng nhận được mối may áo dài ăn chia với tiệm may Lee. Phu nhân của mấy ông bạn tôi biết hai bà chị tôi may áo dài đẹp cũng đã tấp nập mang vải tới nhờ may. Nhờ thế hai chị rất vui, cha tôi thì có đứa con gái của tôi là Âu Cơ vừa lên 5 cũng hay đến đùa chơi với ông nội. Có hôm tôi thấy cha còn dạy cho Âu Cơ cách vẽ chữ Nho. Tôi không ngờ là cha vẫn còn nhớ chữ Nho. Thỉnh thoảng, tôi cắt móng tay móng chân cho cha. Tôi cố gắng mỗi ngày đưa cha xuống cầu thang rồi hai cha con đi bộ một vòng block quanh khu phố. Điều đáng buồn là tôi đã không thực hiện được công việc đưa cha đi bộ mỗi ngày một vòng thường xuyên vì tôi quá bận. Thời gian êm đềm trôi, tôi quá hạnh phúc vì được gần cha và hai chị. Tết Nguyên Đán năm 1992 đến, sau 17 năm luân lạc, tôi mới có được một cái Tết với gia đình, một cái Tết thực sự gọi là Tết.

Mồng Bốn Tết, tôi có chiếc xe mini van chở được tất cả nhà, vợ con, cha và hai chị lên thăm chùa Kim Sơn ở Wetsonville, California do sư Thích Tịnh Từ trụ trì, cách nhà tôi khoảng 45 phút. Tôi biết nơi đây từ thuở nó còn là một khu rừng núi hoang vu rộng lớn. Đến Tết năm 1992 đó thì Tự viện Kim Sơn đã đồ sộ uy nghiêm hiện diện. Đến Tự viện Kim Sơn gia đình tôi ai cũng vui. Không khí Tết nhộn nhịp tại chùa. Phật tử mười phương đổ về rất đông vì đây là ngày lễ hội lớn nhất của người Việt Nam nói chung. Thầy Tịnh Từ thì tôi khá thân. Lúc gặp thầy, tôi giới thiệu cha và hai chị. Thầy vui vẻ bắt chuyện và hỏi thăm cha. Tôi còn nhớ mãi câu chuyện cha và thầy nói với nhau. Đột nhiên, cha hỏi thầy: "Xin thầy cho biết ý nghĩa câu, "Ưng vô sở trụ nhi sanh kỳ tâm" trong Kinh Kim Cang". Thầy Tịnh Từ chắp tay "Mô Phật" rồi nói: "Dạ thưa bác, theo ý tôi thì câu này có nghĩa là đừng có để tâm mình trụ vào hay thuộc về một cái gì hết thì lúc đó tâm mới sinh ra được điều kỳ biệt." Cha nhẹ lắc đầu mỉm cười, cái nụ cười mỉm của riêng cha mà tôi đã từng được nhìn thấy nhiều lần từ hồi còn bé dại cho tới lúc lớn khôn. Cha ôn tồn nói: "Tôi lại nghĩ khác." Thầy Tịnh Từ nhỏ nhẹ: "Dạ thưa bác, xin bác cho nghe cao kiến." Vẫn nụ cười mỉm trên môi, cha nói: "Cao kiến thì không dám, nhưng chút ý mọn thì có. Ưng vô sở trụ nhi sanh kỳ tâm – khi tâm không dính mắc vào đâu, vào cái gì hết tức đã lộ ra được cái chơn tâm của mình. Chơn tâm là tâm thật, tâm thật là tâm Phật, tức mình đã tìm được cái tâm Phật của mình." Thầy Tịnh Từ giật mình và tôi cũng giật mình. Tôi biết cha giỏi chữ Nho, cha từng đọc Nam Hoa Kinh bằng chữ Nho nhưng tôi chưa từng biết cha có đọc Kinh Phật, nghiên cứu Kinh Phật. Thầy Tịnh Từ chắp tay xá xá cha và nói: "Con cám ơn bác, hôm nay bác mở mắt cho con rồi."

3. Chim bằng vút cánh

Sau Tết Nguyên Đán, mọi việc trở lại bình thường. Tôi tiếp tục sửa soạn bài vở cho Tạp chí Văn Uyển số Mùa Xuân năm 1993. Thường mỗi ngày ngoài bữa ăn trưa, tôi vẫn chạy từ tiệm sách lên tầng lầu chỗ cư ngụ 3 – 4 lần để uống nước hay làm gì đó. Cha luôn ngồi trong chiếc ghế bành lớn chỗ hành lang. Ngoài những lúc bé Âu Cơ tới chơi với ông nội, cha hay ngồi ngủ gà ngủ gật hoặc mở ti vi xem. Bé Âu Cơ thường chỉ chơi với ông nội được một lúc lại bỏ chạy đi chơi những trò riêng của nó. Lần nào cũng vậy, khi tôi từ tiệm sách chạy lên lầu ngang tới hành lang dù đang ngủ gà ngủ gật, cha cũng mở mắt ra và nhìn tôi nói nhỏ: "À, con đó hả." Nhưng hôm ấy vào khoảng 11 giờ sáng, vì có việc nên tôi đã chạy lên xuống 3 lần, cha tôi vẫn ngồi im không động đậy. Hốt nhiên, một cảm giác kỳ lạ trùm phủ lấy tôi. Tôi đến bên lay nhẹ cha và gọi: "Cha! Cha!" Cha tôi không trả lời. Tôi đưa tay lên mũi cha, không cảm thấy có hơi thở. Tôi sờ nhẹ vào ngực cha, im lìm. Tôi lạnh cả người. Tôi chạy vào bấm 911, xong qua báo cho hai chị biết là cha đã có chuyện rồi. Vài phút sau, xe Ambulance tới. Ba nhân viên cấp cứu kiểm soát nhanh qua cha tôi rồi khiêng cha tôi bỏ lên chiếc băng ca mang ra xe Ambulance. Một nhân viên cấp cứu bảo tôi lên lái xe theo họ. Khi tôi tìm tới căn phòng mà cha tôi đang được đặt nằm tại bệnh viện thì trong phòng đang có tới 2 bác sĩ và 3 y tá. Một vị bác sĩ tới đặt tay lên vai tôi và nói nhỏ: "Chúng tôi rất tiếc, nhưng cụ đã đi trước đây khoảng nửa tiếng. Heart attack, từ phía sau tới nên cụ không đau đớn gì cả. Rất nhanh, chỉ nửa giây thôi." Vị bác sĩ thứ 2 tiếp lời: "Nếu heart attack mà từ phía trước ngực thì sẽ phải chịu rất nhiều đau đớn." Tôi không còn nghe gì được nữa. Mơ hồ, dường như tôi có nói một câu: "Tôi muốn được một mình với cha tôi." Và mọi người lần lượt bỏ ra ngoài. Tôi đến đứng bên giường cạnh cha. Tôi cúi xuống hôn nhẹ lên trán cha rồi cứ đứng lặng như vậy. Tôi thấy chung quanh tôi là một khoảng hư không vô tận. Chỉ có mình tôi với cha. Chỉ hai cha con tôi, không còn gì nữa hết. Hoàn toàn không còn gì. Hoàn toàn không có gì. Con chim bằng đã bay vút vào vô tận. Con chim bằng suốt một đời dang đôi cánh rộng phủ rợp bóng mát cho vợ con, cho bằng hữu và cho những ai cần tới ông. Giờ con chim bằng đã bay đi. Bay vút lên trời cao vô tận. Cha đã ra đi sau má đúng 20 năm. Chim bằng đã bay đi, nhưng bóng chim bằng vẫn in lại trên vách của thời gian miên viễn.

Lúc tôi bắt đầu thực hiện cuốn sách này, nhà tôi, Khánh Phương nói: "Anh lấy tên cuốn sách là Bóng Chim Bằng Trên Vách Thời Gian, không sợ người ta cho là anh tự kiêu quá chăng?" Tôi đã cười nhẹ nói với nàng: "Anh tư cách gì mà làm được một cánh chim bằng mặc dù là anh rất mong muốn. Nhưng với cuộc đời này, nhiều lắm anh cũng sẽ chỉ là một con nhạn thôi em. Một con nhạn để mà *"dấu chân hồng nhạn rụng đầy gió sương."* (Trong Cơn Yêu Dấu, thơ Hoàng Trúc Ly, 1963). Một con hồng nhạn chỉ có thể để lại những dấu chân đầy sương gió bởi vì *"Nhạn quá trường không/ Ảnh trầm hàn thủy/ Nhạn bất di hình chi ý/ Thủy bất lưu ảnh chi tâm."* (đây là bài kệ Ảnh Trầm Hàn Thủy của thiền sư Hương Hải phái Trúc Lâm thời Lê Mạt trong một pháp thoại với vua Lê Dụ Tông.) Tôi chỉ là một con chim nhạn tình cờ bay qua nhân gian này, nếu dấu chân có để lại chút gió sương trên sa mạc hoang vu hay hình bóng có thoáng qua trên một vũng nước mưa giữa một đường phố bùn lầy trên quê hương xưa cũ thì đó cũng chỉ là những tình cờ. Những tình cờ ngẫu nhĩ mà thôi.

Con kính dâng cuốn sách này lên hương hồn Cha Má.
Lancaster, Pennsylvania, Hoa Kỳ,
ngày 27 tháng 9 năm 2024.
Trần Nghi Hoàng

CÁC BÀI PHỎNG VẤN, PHÊ BÌNH, NHẬN ĐỊNH

Cùng Ý Kiến Của Bạn Hữu Và Độc Giả

Lời bạt tập
"Thơ Trần Nghi Hoàng"

Hà Cẩm Tâm

Trong một căn duyên tình cờ vào mùa đông năm 82, tôi gặp Trần Nghi Hoàng tại phòng triển lãm tranh sơn dầu của tôi tại thành phố Los Gatos, một thành phố nhỏ dễ thương, cạnh bờ biển Santa Cruz, California. Rồi kéo nhau ra quán cà phê nhỏ, người Việt Nam làm chủ, nói chuyện lơ mơ.

  Trần Nghi Hoàng cho biết cũng đang vẽ tranh chơi, vẽ thủy mạc và muốn vẽ sơn dầu. Anh hỏi thăm những người bạn làm văn nghệ còn ở lại Việt Nam. Anh hỏi rất kỹ về thi sĩ Hoàng Trúc Ly. Chúng tôi ngồi ngẩn ngơ thật lâu, không nói một lời gì, chỉ còn lại những làn sóng ngầm tuần cảm thật lộn xộn. Bên ngoài trời xanh cao, trong vắt và lạnh.

  ... Tìm đâu một cõi quê nhà
  Hồn soi bóng quán hình hoa chập chờn...

Tôi nhìn thẳng vào mắt anh một lúc và chúng tôi khóc. Không ai nói với ai một lời gì nữa...

Vẫn làm thơ hả? Vẫn còn làm thơ à! Làm sao bỏ được anh, như anh đã bao lần đốt tranh bẻ cọ, thề thốt lung tung mà có bỏ vẽ được không. Làm sao ngăn được giọt sương long lanh khi có ánh mặt trời! Ừ làm sao cũng chẳng làm sao. Nhớ hoài lời Đăng Lạt vào nửa khuya như lời hồn ma cũ: "Xin anh vui lòng sống". Chúng tôi bật cười nghiêng ngả thật hồn nhiên làm cho các nàng tóc vàng mắt xanh ngồi quanh tưởng chúng tôi điên.

Bóng em tuyệt vời như đá
Ngựa hồng bờm lộng đêm khơi...

Một người đàn ông trên 30, nửa đời Đông phương, nửa đời ở đây, làm đủ các nghề lao động Mỹ, phách lạc hồn xiêu mà còn thấy được giữa chốn khô cằn sắt thép này hình ảnh của một trừu tượng mê hồn như thế, thì đúng là một thi sĩ chớ không còn là gì nữa!

... Đêm qua râu mọc âm thầm
Tiếng chim hót lạnh chỗ nằm nửa khuya...

Cái cô đơn của Lý Bạch, cái rét mướt của Paris với Mây Ngàn (VITA), cái đói khổ đầu đường xó chợ của Jack London, cái chìm sâu viên sỏi Hermann Hesse, triết học yêu chán không còn nghĩa lý gì hết, hoàn toàn.

Mai về đứng như chim
Trên cành khô nhân bản
Ngó trái đất lặng im
Giữa hư vô lãng đãng
Và người vẫn đi tìm...

Ngày hôm nay, 21 tháng 11, cả nước Mỹ đang rần rộ đi vào lễ "Thank's Giving" ("Tạ Ơn") mua những cái ăn, sắm những cái mặc, những vật dụng trang hoàng nhà cửa. Mọi người đang đổ xô ồ ạt đi tìm những vật bên ngoài trái tim để làm cho bên trong được bình an và hạnh phúc. Ôi!

... Nếu phép lạ có lần rớt xuống
Như trần gian rụng trái mê đời
Thì chiêm bao cũng là ước muốn
Của kiếp người đã mỏi mòn hơi...

Như con chim quý bị thương, như một người đã tan nát từ bên trong, sa vào ngõ BÍ, vô phương chạy chữa. Nó lớn lao đến nỗi không sự tưởng tượng nào hình dung được, không ngôn ngữ nào diễn đạt cho cùng, không màu sắc nào tượng hình cho trọn. Không khối dung, diện tích tiềm thức, - tình cảm - nguồn cơn nào lấp cho bằng, dầu cho lấp giả vờ hay trong giấc mơ.

*

Tôi sực nhớ một đêm hàn huyên với một "nhà văn lớn" Việt Nam, ở trại tị nạn vùng biển Á Châu cách đây 5 năm, tôi nhắc đến Sơn Nam, "Hương Rừng Cà Mau", Văn Minh Miệt Vườn thì anh ấy nói như đã có sẵn từ lâu: "Kiểu văn nghệ miền Nam mà...". Tôi thấy thương Sơn Nam và thương anh ấy thật thương. Trước mặt chúng tôi là đại dương trùng trùng vô sắc, vô định giống như thuở hoang sơ đất trời gặp gỡ lần đầu.

Đất trời hoa lá hồn nhiên
Bừng vui như thuở đất riêng gặp trời...

Và xin ...

Thắp hương soi dấu hồn trôi
Theo mùi ngọc huệ rong chơi cõi ngoài...

Cám ơn cuộc đời đã cho em, cho anh, cho chúng ta trái tim và những chất liệu rung cảm mới tinh nguyên; một cành cây khô mục sóng đập gió dời được tấp vào một bến bờ kinh dị kỳ ảo; từ trong hơi thở sát na thường nhựt đến cõi tâm linh sâu thẳm, của các tinh cầu khôi ngô, một cái lực vô hình đẩy chúng ta vào con xoáy phi thường siêu tốc theo chiều trôn ốc và ngược lại, cấn qua các đường chéo gãy nhọn, lặp lại những chu kỳ ngoài chân ngã. Tất cả hiện nguyên hình thành sự sống tuyệt vời.

... Lạc nhau giữa chốn trùng khơi,
Nhớ nhau hát điệu thổ ngơi ngậm ngùi.
Ngày ôm mặt cố ngủ vùi,
Đêm mơ tóc trắng bước lùi tàn xiêu...

Trần Nghi Hoàng là một thi sĩ sáng ngời trong cơn quay cuồng sống động nầy. Viết xong câu đó hỏi lại trái tim, thì trái tim thưa rằng: Trần Nghi Hoàng là một thi sĩ – không miền, không vùng, không biên cương – trong cơn quay cuồng đảo điên nghiệt ngã nầy...

Thung lũng Santa Clara, California
21/11/83
Hà Cẩm Tâm

Trần Nghi Hoàng:
Người lữ hành cô đơn
trong hành trình vần điệu

Du Tử Lê

(Bài đã được đăng trên tuần san Khởi Hành, San Jose, C.A của ông Đào Quý Châu số ngày thứ Năm 1-9-1988. Sau đó đăng lại trên tạp chí Văn Uyển số Xuân 1995.)

1.

Ngôi nhà có chiếc cầu thang gỗ lộ thiên, ọp ẹp. Chiếc cầu thang viền theo cạnh dài của vạt đất vào mùa nắng, như một miếng da trâu, loang lổ rác, hộp thiếc và vỏ chai. Chiếc cầu thang gỗ, mùa mưa, gió ném những vạt nước buốt cùng lá me dại như những cánh bướm màu xanh non, rất nhỏ. Cái rét mướt, cái gió lùa không chỉ trên những bậc gỗ đi lên. Mà nó, hút qua chiếc hành lang hẹp. Chiếc hành lang của tầng lầu thứ nhất. Những cánh cửa sổ mở xuống miếng vườn lổn nhổn, rau thơm. Một cánh cửa sổ ngó xuống con đường Số Hai. Cánh cửa sổ duy nhất - của căn phòng ngủ duy nhất, luôn luôn, ngó xuống giòng đời. Ngó ra ngoài cái ngổn ngang, cái âm u của ngôi phòng khách ẩm. Ánh sáng dường như không bao giờ rọi tới những bờ tường kín những khung vải. Những khung vải vây giữ những màu sắc. Hội họa. Những màu xám, màu xanh thủy tinh muốn chảy xuống. Chảy xuống những kệ sách. Chảy xuống những chồng báo. Chảy xuống một mặt thảm, từng là chỗ nằm của giang hồ, của văn nghệ khắp nơi.

Chiếc cầu thang gỗ, dãy hành lang hẹp, vườn rau thơm, mưa lá me, như bướm, cánh cửa sổ ngó xuống cuộc đời, ngôi phòng khách đầy dấu vết hội họa, dấu vết thi ca, dấu vết giang hồ, lữ thứ đó là thế giới của một lãng tử, một khách mài gươm, một tên thất chí, một kẻ ngông cuồng...?

Tất cả những góc cạnh sần sượng đó, cùng thuộc về một người, như tất cả thế giới đó, cùng thuộc về hắn. Trên hết, đáng nói hơn cả, với tôi, là một người làm thơ. Là Trần Nghi Hoàng. Kẻ thừa sai của thi ca. Người lữ hành đơn độc trong hành trình vần điệu tan hoang. Đó là Trần Nghi Hoàng của "Lưu Vong Hành". Trần Nghi Hoàng của những cơn say đã dứt. Của lang bạt đã dừng. Của bạo hành đã hết. Của cuồng ngông đã nguôi. Của lầm than đã cuối.

Đó là Trần Nghi Hoàng lầm lũi, kiên gan không phải với tuế nguyệt, mà với thi ca. Với bàng hoàng nhớ. Với bầm dập quên.

2.

Tôi không nhớ mình đã được đọc thơ của một người mang tên Trần Nghi Hoàng từ bao giờ? Chỉ nhớ một trưa nắng ở Đắc Phúc, có dễ cũng đã ba năm, có dễ là lâu hơn thế, người thanh niên chắc nịch, vững vàng như một con beo gấm, xiết lại những ngón tay như sắt thỏi, như muốn bóp choét bàn tay tôi. Lối bắt tay, cái phong thái giang hồ, tôi thích lắm.

Một buổi trưa nắng rộp bên ngoài khung cửa Đắc Phúc, có dễ cũng đã ba năm, hay đà lâu hơn thế, Trần Lam Giang nói, đây, Trần Nghi Hoàng.

Chỉ vỏn vẹn có bốn chữ. Mà bốn chữ đó đã ở lại với tôi, bền chặt. Sâu thẳm. Bất biến.

Tôi không nhớ mình đã được đọc thơ của người thi sĩ mang tên Trần Nghi Hoàng từ lúc nào. Chỉ nhớ, những đêm nằm trong căn phòng có cánh cửa sổ duy nhất, ngó xuống đường Số Hai, lục bát của anh, bay lộng. Năm chữ của anh, cổ độ. Bảy chữ của anh, xốn xang. Những ngày nằm trong căn phòng có cánh cửa sổ duy nhất ngó xuống đường Số Hai, tôi thích thơ xuôi của Trần Nghi Hoàng. Thơ xuôi, chảy chỗ như mật ngọt, chỗ như cường toan.

"Trong rừng phong vàng đỏ lá thu xào xạc có chàng múa hoài thanh kiếm tre khô. Con chim khách ngóc đầu từ bụi cỏ gọi con sâu đang ngủ giữa sương chiều. Nàng quỳ dưới chân chàng trải vạt tóc trăm năm

nhung đen như con đường vào thánh địa của nhân gian truyền tụng ngu ngơ."

("Lưu Vong Hành," Trí Nhớ Lung Linh)

Và:

"Ôi Cồn Hố Bãi Ngao Pleiku Phú Bổn Qui Nhơn Gia Định Sài Gòn nước Mỹ văn minh con người dắt con chó đi ỉa. Những đứa con đỉnh ngộ tài hoa thành đạt gửi cha mẹ gửi ông bà vào những nursing home để biểu dương hai chữ tự do ích kỷ cá nhân vô hạnh. Thanh kiếm tre chàng múa hoài từ thuở thanh kiếm trúc chàng còn múa đến hơi tàn có quê hương Việt Nam ở một cuối trời lãng đãng chờ mong lầm than máu lệ."

("Lưu Vong Hành," Trí Nhớ Lung Linh)

Những đêm nằm trong căn phòng có cánh cửa sổ duy nhất ngó xuống đường Số Hai, Lãm[1] kể tôi nghe về một vạt nắng, một cơn mưa, một rớt bão rơi xuống đời người tuổi trẻ. Nắng mưa, đất trời, sông núi, nhật nguyệt, tử sinh đã lung linh trong thơ Trần Nghi Hoàng, như những câu hỏi lớn. Những vấn nạn gửi vào nhân gian. Những cật vấn, ném vào thiên địa.

---

1. Lãm tức ca sĩ Lê Uyên.

> *buồn chia một nhánh lên trời*
> *nhánh rơi xuống đất, nhánh rời rã khô*
> *vui đâu gom lại bây giờ*
> *gom hồn lữ thứ, đội mồ lưu vong*
> *sững nhìn hai mắt đèn chong*
> *đếm râu trăm sợi, mối lòng trăm dây*
> *trán bời nhăn vết đọa đầy*
> *tim co theo nhịp thở ngầy ngật đau*
> ("Lưu Vong Hành," Hư Thi)

Hoặc nữa:

> *ta mười năm làm tên lãng tử*
> *chân lướt bay trên những nhục vinh*
> *khóc cười nhân thế như trò giễu*
> *ta giễu đời ta cũng tận tình*
> ("Lưu Vong Hành," Bài Hành Tháng Tư)

Những đêm nằm trong căn phòng có chiếc cửa sổ duy nhất ngó xuống đường Số Hai. Tôi nghe được tiếng đàn khởi từ một trái tim nghìn sợi rung. Tiếng dương cầm của cơn bão rớt Trần Nghi Hoàng, của nắng mưa chàng suốt kiếp khôn nguôi. Tiếng đàn phổ vào thi ca Trần Nghi Hoàng, thành những mặt gương chiếu ngời cõi khác.

> *xin tạ ơn mặt trời buổi sáng*
> *mở mắt đời ai thức thâu đêm*
> *con sâu mọc cánh bay lơ đãng*
> *về cuối miền có dấu chân chim...*

... em mọc cánh xanh hồn viễn mộng
bay về ta nào phải tình cờ
ở đó biển vang lời tình rỗng
dã tràng hôn những dấu chân mơ
        ("Lưu Vong Hành," Tạ Ơn Mặt Trời)

Hay:

có những cây xanh buồn trái đất
nên mưa đôi lúc cũng dịu dàng
có những mây thu không khóc được
nên từng đêm cứ mãi lang thang
        ("Lưu Vong Hành," Em, Bài Thơ Nhỏ.)

3.

Lâu rồi, tôi không còn có dịp nằm trong căn phòng có cánh cửa sổ duy nhất ngó xuống đường Số Hai. Những mùa mưa đã đi xa. Lãm đang ở xa. Mùa hè chói chang những luống rau thơm, chiếc cầu thang gỗ, ọp ẹp, dãy hành lang đi ngang bồn rửa chén bát, những bờ tường xám, xanh ve chai, tấm thảm cũ, những dấu chân phai, nhưng tiếng thơ chàng, vẫn ở. Vẫn ở với Đắc Phúc, ở với Trần Lam Giang. Ở với cánh cửa sổ duy nhất, ngó xuống đường Số Hai. Ở với thiên địa tù mù. Ở với nhật nguyệt rưng rưng. Ở với tử sinh, dập dập. Và tất nhiên thơ chàng ở với tôi nữa.

                                              Du Tử Lê

Ba cây mà chụm lại
(Phỏng vấn)

Văn Thanh (thực hiện)

(Bài đã đăng trên tạp chí Văn Uyển - San Jose, California, tạp chí Xây Dựng - Houston, Texas, v.v...)

Trong giới văn học tại vùng San Jose, tôi có chú ý tới một người hay được văn nghệ sĩ nhắc tới. Đó là ông Trần Nghi Hoàng. Tôi để ý trong câu chuyện mọi người nói về ông: Có khi nhắc lại câu nói của ông, có khi là một nhận định của ông, có khi là một bài viết của ông, đã được đem ra mổ xẻ tận tình thấu đáo.

Mọi người khi nói đến ông thì đều tỏ lộ ý kiến rất khác nhau, nhưng phần lớn đều đi đến sự khẳng định chung, ông là con người có tài và rất... lập dị. Và sự việc này đã đưa đến chuyện ngần ngại đăng bài của ông. Vì sao vậy?

Có phải sự lập dị trong cách sống của ông đã là trở ngại để cho mọi người bực bội rồi xa lánh đối với ông không? Hay nó chỉ là một cách khác đi để nói rằng ông Trần Nghi Hoàng là người không đáng để nhắc đến, vì thực tài của ông chỉ giới hạn ở một mức độ nào đó thôi?

Tôi thường băn khoăn và cảm thấy sự giải thích như thế có lẽ hơi nông nổi. Theo tôi biết, ông Trần Nghi Hoàng là một người viết rất khỏe, viết với nhiều thể loại khác nhau, từ: Truyện, kịch, thơ, phiếm, luận... tới vẽ, làm báo, mở tiệm sách. Ông có mối quan hệ với văn nghệ sĩ rất rộng rãi, hầu như tất cả những người có tên tuổi trong giới văn học hải ngoại của người Việt không mấy người không biết tới ông. Vấn đề chính có lẽ nằm ở những bài viết của ông.

Vấn đề không phải là ông viết cái gì, có hay hay không. Nhiều khi, sự bài xích về các bài viết hay một tác phẩm bên cạnh một cái tên là sự ẩn chứa những nội dung không được nói ra, hay không muốn nói ra vì những động cơ hoàn toàn không dính dáng tới văn học. Văn học vốn là hoạt động cộng khai của xã hội, hay thì suy ngẫm, dở thì chê bôi hoặc phê phán...

Vì thế, tôi mở cuộc phỏng vấn ông Trần Nghi Hoàng, để quý vị độc giả được nhìn gần hơn về một con người... dị biệt... đáng yêu và... đáng ghét thế nào!

Văn Thanh: Xin ông cho độc giả biết quá trình thời gian tham gia giới văn học của ông? Những tác phẩm nào ông đã hoàn thành, thể loại gì?

Trần Nghi Hoàng: Nếu hiểu tham gia giới văn học kiểu đã ở phe này nhóm kia để sinh hoạt văn học thì tôi chưa từng. Tôi bắt đầu làm thơ năm 14 tuổi. Năm 17 tuổi, có anh bạn người Hoa yêu tiếng Việt tên Giang Múi, làm thơ ký bút hiệu Giang Đoàn Đông bỏ tiền in cho tôi tập truyện ngắn. Tập truyện này hoàn toàn không bán được vì chúng tôi không biết làm sao phát hành. Đông có cố gắng liên lạc vận động với "giới văn nghệ", nhưng cũng không tới đâu, lý do vì Trần Nghi Hoàng không thuộc một "lò" nào nên không ai thèm để ý tới. Đó là kỷ niệm và kinh nghiệm cho tôi biết về cái tinh thần bè phái của giới văn học miền Nam trước 75.

Khoảng gần nửa năm sau, ông chủ một nhà xuất bản có tiếng tăm (thấy tôi dễ thương sao đó không biết?!) in giúp cho tôi tập thơ đầu tay mà không lấy đồng nào hết. Ông hiện đang có mặt tại đây nhưng tôi không biết ông có muốn nhắc lại chuyện cũ hay không nên tạm thời miễn nhắc tên. Tập thơ này để tặng nhiều hơn bán.

Tại Mỹ, năm 82, tôi từ New York về San Jose, cộng tác với Hà Túc Đạo giữ trang Văn Học Nghệ Thuật cho tuần báo Dân Tộc (vừa làm kiếm sống vừa vì đúng sở nguyện), và sau đó làm Tổng thư ký cho báo này. Những bài thơ tôi đăng trên Dân Tộc được yêu thích. Năm 83, nhiều bạn hữu góp tiền đề nghị in "Thơ Trần Nghi Hoàng". Các anh em như Họa sĩ Hà Cẩm Tâm, Tâm Nguyên (nay là Luật sư), Trần Ngọc Quỳnh, Họa sĩ Đăng Lạt, Họa sĩ Nguyễn Long (nay thành tài tử sau khi đóng phim "Heaven and Earth", nhưng vẫn còn vẽ tranh) v.v ... "Thơ Trần Nghi

Hoàng" tuyệt bản gần một năm sau đó. Năm 86, NXB Chỉ Thảo (Papyrus) in "Lưu Vong Hành", tập thơ thứ 2 của tôi. Năm 88, tôi hình thành cơ sở Văn Uyển, gồm tạp chí Văn Uyển, nhà xuất bản và phát hành Văn Uyển, nhà sách Văn Uyển. Năm 89, Văn Uyển xuất bản "Quỷ Mỵ Truyện", gồm 18 truyện ngắn loại Tân Liêu Trai. Tập truyện này sau đó được nhiều báo xin đăng lại có trả tiền nhuận bút. "Gã Cùi Và Miếng Dừa Non" in năm 1990, trong đó là những tạp ghi của tôi và 8 truyện ngắn Trần Thị Bông Giấy. ("Gã Cùi Và Miếng Dừa Non" sau đó một năm, "bị" in lại trong nước và "được" tịch thu). Tập thơ thứ 3 của tôi: "Anh Có Thực Sự Muốn Thành Một Bồ Tát" cùng in vào năm 1990.

Văn Thanh: Ngoài các tác phẩm kể trên, ông còn có những hoạt động nào có liên quan đến vấn đề chữ nghĩa, chẳng hạn như làm những báo nào, viết cho những tạp chí nào?

Trần Nghi Hoàng: Thôi với Dân Tộc đầu năm 86, tôi cùng anh Trần Lam Giang dụng tuần báo Đất Đứng. Đất Đứng sống được 6 tháng. Trần Thị Bông Giấy có mang cháu Âu Cơ. Tôi thấy tác phẩm máu thịt của mình tuyệt vời hơn tất cả, nên tự nghỉ hưu - không sinh hoạt viết lách trong gần một năm để lo cho Trần Thị Bông Giấy và Âu Cơ. Cuối 87 đầu 88 gì đó, tôi trở lại cộng tác với nhật báo Dân Việt, rồi là tổng thư ký nhật báo Người Việt Bắc Cali (thuộc công ty Người Việt ở Nam Cali), sau cùng là nhật báo Đông Nam Á trước khi có cơ sở Văn Uyển.

Văn Thanh: Dự kiến sáng tác của ông trong tương lai. Hiện nay ông đã có thêm những hoạch định gì?
Trần Nghi Hoàng: "Truyện Người Viết Sử" đã in bìa xong, phần ruột đang được đọc lại, khoảng 10 truyện ngắn. Tôi nghĩ tập truyện này sẽ trình làng vào đầu tháng 10 sắp tới. Tiếp đó, trường ca "Mở Cửa Tử Sinh", một bài thơ dài chừng 3 nghìn câu sẽ xuất bản trước cuối năm, nếu tôi hài lòng nó. Còn bộ "Văn Hóa Các Sắc Tộc Việt Nam", tập I: "Hùng Sử Thi Đẻ Đất Đẻ Nước" vẫn đang trong tình trạng sửa chữa, thêm bớt đã hai năm nay mà tôi chưa vừa ý. Hy vọng là tôi sẽ hoàn tất và cho in vào đầu năm 96, để sau đó có thể viết qua tập II mà tôi đã dựng sườn: "Tình Yêu Trong Thi Ca Của Người Sắc Tộc." Ngoài ra, tôi đang viết song song một tập tiểu luận, một tập kịch và một tập truyện ngắn khác, sau "Truyện Người Viết Sử."

Văn Thanh: Xin ông nói qua về nội dung tập tiểu luận?
Trần Nghi Hoàng: Nó gồm những bài viết đi sâu vào các vấn đề chung quanh Lịch Sử và Con Người.

Văn Thanh: Còn về những sáng tác kịch của ông?
Trần Nghi Hoàng: Những năm sống ở miền Đông Hoa Kỳ, khoảng 79 đến 81, tôi viết nhiều kịch thơ và kịch văn xuôi. Tôi có chọn một trong những kịch thơ in chung trong tập "Lưu Vong Hành," là vở "Ngàn Trươi Xuân Kỷ Dậu."

Về kịch văn xuôi, dường như năm 83 hay 84 gì đó, Trần Quảng Nam có lấy một hài kịch của tôi với tựa "Ông Chủ Đa Tình" làm một băng video cùng tên. Vở hài này do Nhật Hạ, La Thoại Tân v.v... đóng. Nửa năm gần đây, tôi viết kịch lại. Thực ra, tôi rất thích viết và dựng kịch. Nhưng mất nhiều thời giờ và cũng khá khó khăn cho chuyện dựng kịch, nên tôi đành để đó... Trong Văn Uyển số 13, có in một vở kịch mới loại ẩn dụ của tôi, với nhan đề, "Sen Tàn Trong Ngày 30 Tháng Tư". Kịch này tôi viết nhân đọc kịch "Sen Nở Trong Ngày 29 Tháng Tư" của Nguyễn Huy Thiệp. Nếu đúng như dự tính, tôi có thể in một tập kịch trong năm 96.

Văn Thanh: Ông đã lăn lộn thời gian dài và bỏ nhiều tâm sức cho công việc văn chương, như vậy, nhìn lại chính bản thân ông, xin ông cho biết vì những duyên do hay mục tiêu lý tưởng nào đó khiến ông say mê gắn bó cuộc đời mình với văn học?

Trần Nghi Hoàng: Câu hỏi này nếu trả lời đầy đủ theo ý tôi thì sẽ hơi dài đấy. Tuy nhiên, nếu ông có đọc Tâm bút "Một Truyện Dài Không Có Tên" của Trần Thị Bông Giấy, trong đó có một đoạn Trần Thị Bông Giấy viết về chuyện này, tương đối đủ để giải đáp điều ông hỏi. Ở đây, tôi có thể nói vắn tắt: Tôi cầm cây viết vì đó là khả năng tốt nhất của tôi để thực hiện cái mà có thể ông gọi là lý tưởng gì đó. Và dĩ nhiên, chắc ông đã thấy tôi cầm viết với thái độ nghiêm túc và say mê. Tôi từng nói tôi trách nhiệm từng chữ tôi viết ra.

Văn Thanh: Nhiều người nói với tôi, ông là con người lập dị trên trường chữ nghĩa, ông nghĩ sao về điểm này?

Trần Nghi Hoàng: Tôi thà "lập dị" hơn là "lập lại". Đó cũng là quan niệm của tôi trong lãnh vực văn học.

Văn Thanh: Nếu như vậy, chẳng nhẽ chỉ vì "ghét" ông nên mọi người đã gán cho ông hai chữ "lập dị". Vậy ông có bao giờ nghĩ tới vì những điều gì mà mọi người xa lánh ông không?

Trần Nghi Hoàng: Tôi nghĩ ông Văn Thanh hơi quá đáng đó. Làm gì tôi quan trọng tới mức "mọi người" phải lưu tâm "xa lánh". Xin tiết lộ cho ông biết là cũng có rất nhiều người "ưu ái" tôi đấy ông. Tôi muốn nói giới độc giả. Hiện Văn Uyển có hơn 400 độc giả dài hạn, chưa nói số báo được bán ra ở các tiệm sách. Một điều cần nói thêm, các bài trên Văn Uyển luôn được nhiều báo khác xin phép đăng lại. Thí dụ như tuần báo Quê Hương của ông Kiều Nguyên Tá ở Nam Cali. Các tiểu bang xa thì có bán nguyệt san Xây Dựng của bà Hoàng Minh Thúy ở Houston, TX, Việt Nam News của Nguyên Thanh ở GA. v.v ...Và mấy lúc gần đây, có một vài văn thi hữu chắc có lẽ vì ở xa... không biết rõ về tôi (cười) nên liên lạc kết giao...

Đùa ông một tí... Về sách do Văn Uyển xuất bản bán khá chạy. "Nước Chảy Qua Cầu" đã tái bản. "Một Truyện Dài Không Có Tên" cũng có triển vọng sẽ phải in lần hai. Tôi luôn dùng tiền lời cuốn trước để in cuốn sau. Xin trở lại với câu hỏi của ông, tôi chỉ thấy hầu như những người "xa lánh" tôi là một vài đồng nghiệp "cầm viết" mà thôi. Thí dụ, nếu ai đó viết một bài mà có nhắc tên Trần Nghi Hoàng, thì không cần biết nội dung ra sao, bài viết tất sẽ bị vứt sọt rác. Về hiện tượng này, tôi xin kể một câu chuyện sau đây: "Năm 1950 có Đại Hội Văn Hóa Kháng Chiến họp ở Việt Bắc. Lúc hội nghị gần kết thúc, đột ngột Hồ Chí Minh đến thăm hội nghị. Họ Hồ sau màn ủy lạo lên lớp này nọ, bèn nổi hứng đọc bốn câu, mỗi câu năm chữ, mà theo lời giới thiệu của ông ta, thì đó là một bài ngũ ngôn tứ tuyệt! Thơ họ Hồ, thì chắc ông Văn Thanh cũng biết đấy, nó thuộc loại cắc bùm, kiểu khẩu hiệu tuyên truyền xúi dại. Hồ Chí Minh đọc xong thơ, hẳn nhiên có vụ vỗ tay hoan hô, chỉ riêng một người là Phan Khôi vẫn ngồi im lặng. Phan Khôi, cái tên tuổi đã gắn liền với Thơ Mới Việt Nam, làm sao ông có thể vỗ tay khen bài thơ của chủ tịch ta! Và lại, lúc đó ông Phan Khôi đầu óc chỉ quanh quẩn với những câu thơ quá dở mà quên cả tác giả là ai. Họ Hồ bèn hỏi mọi người, nhưng cốt ý thăm dò Phan Khôi: "Mấy câu thơ tôi vừa làm có điểm gì sơ sót, nhờ các vị văn nghệ sĩ chỉ giáo cho." Cả hội trường im lặng, ngơ ngác không hiểu ý người chủ tịch. Bất đồ, từ hàng ghế đầu Phan Khôi đứng phắt dậy giơ tay: "Tôi xin có ý kiến." Cả hội trường như nín thở, riêng Phan Khôi vẫn điềm nhiên. Hồ Chí Minh mặt hơi tái đi nhưng cố nhoẻn nụ cười nhạt: "Xin mời thi sĩ Phan Khôi lên hiệu đính cho". Phan Khôi đường hoàng lên bục. Sửa chữa thơ người khác là chuyện rất khó, vì không thể dùng chữ hay ý của mình. Và lại càng khó hơn nữa là từ ghế lên bục chỉ có 4 bước rưỡi chứ không được 7 bước như trường hợp Tào Thực thời xưa. Vậy mà, trong hoàn cảnh đó, với mấy giây ngắn ngủi, Phan Khôi đã sửa được bài thơ, ông Phan chỉ cần đảo đi đảo lại các chữ trong bài của họ Hồ. Ông

Phan Khôi đã biến một bài thơ con cóc thành một bài thơ tuyệt hay, khiến cho mọi người phải vỗ tay vang dội hồi lâu, lâu và to hơn tiếng vỗ tay cho Hồ Chí Minh vừa nãy. Phan Khôi không vì chuyện này mà mang tội. Nhưng, kể từ đó cho đến suốt cuộc kháng chiến về sau, tới khi trở lại Hà Nội, hầu hết những bài thơ của Phan Khôi gửi đi, cứ có chữ Phan Khôi là bị trù dập, không đăng... Đến nỗi sau khi Phan Khôi chết, người ta còn sợ cái tên Phan Khôi không dám đi đưa đám. Theo ông Văn Thanh, có phải vì cái tài thơ Phan Khôi nó làm cho cái tên Phan Khôi thành có tội, cần phải xa lánh không?"

Văn Thanh: Văn học và chính trị là hai lĩnh vực hoạt động khác nhau. Thế nhưng, trong sáng tác văn học, nhà văn không thể không có quan điểm chính trị riêng của mình khi viết về các hiện tượng xã hội, ông có đồng ý như vậy không?
Trần Nghi Hoàng: Đó là một lẽ đương nhiên.

Văn Thanh: Xin ông cho biết sự liên hệ, sự khác biệt giữa người làm văn học và người làm chính trị?
Trần Nghi Hoàng: Cái tương quan giữa văn học và chính trị là: Văn học hỗ trợ để phát triển cho chính trị, điều chỉnh làm chính trị tốt hơn. Chính trị có thể đàn áp, lừa bịp văn học nhưng luôn luôn cần văn học. Bởi đó, người làm văn học bắt buộc có quan điểm chính trị. Ngược lại, người làm chính trị không nhất thiết có kiến thức hay quan điểm về văn học.

Văn Thanh: Trong sáng tác của ông, có lần tôi đọc thấy ông viết: "Miền Nam thua là vì hai chữ "chống Cộng". Phải "đánh Cộng" mới đúng". Xin ông giải thích cho độc giả biết quan điểm chính trị này của ông với tư cách là một nhà văn.

Trần Nghi Hoàng: Ông Văn Thanh xuất thân từ miền Bắc, chắc ông không biết ở Nam Kỳ có một thành ngữ rất độc đáo như sau: "cà chớn chống xâm lăng" để chỉ những tên không làm việc chi nên hỗn cả. Ông có nhớ trong lịch sử chúng ta, mỗi khi ngoại xâm đến thì muôn dân một lòng "đánh đuổi ngoại xâm", nên mới bảo tồn đất nước được tới ngày nay. Trong cuộc chiến Quốc Cộng vừa qua, miền Nam sử dụng khẩu hiệu "chống Cộng" như một câu thần chú. Ông có đồng ý với tôi, chữ "chống" nó có vẻ gì đó rất thụ động, làm người ta hình dung tới hành động ôm đầu chịu trận, chịu đòn... Chịu hết sức thì bèn... thua. Vì không đánh làm sao mà thắng, phải không ông Văn Thanh? Ông là cao thủ cờ tướng, có bao giờ khi vào cuộc đấu, ông cứ lên sĩ tượng rồi... nhờ ơn trời mà ông ngồi chờ cho đối phương thua hay không?

Bây giờ ở hải ngoại, tôi vẫn thấy người ta tiếp tục hô hào chống Cộng bằng cách... đứng xa xa biểu tỏ thái độ. Những người này cho như vậy là đủ... Vì thế, đã 20 năm qua, người ta vẫn chỉ làm mỗi việc là chống Cộng. Có bao giờ ông chống một thế lực mà thắng được nó không. Chống, có nghĩa là ông chỉ phòng thủ, giữ thân. Hai mươi năm trước, người ta chống Cộng là cố giữ miền Nam. Sau 75, miền Nam mất vào tay cộng sản. Bây giờ, những người Việt lưu vong hải ngoại chúng ta vẫn chống Cộng, để giữ cái gì đây? Phải đánh Cộng thì mới có cơ may chiến thắng chứ!

Văn Thanh: Theo tôi được biết, giới văn học trong nước hiện có hai khuynh hướng khác nhau. Một khuynh hướng nương theo giới cầm quyền, cho viết tới đâu thì... viết tới đó. Một khuynh hướng khác, với ý thức tiến bộ, muốn có sự cộng tác với văn học của hải ngoại để cùng nhau xây dựng đất nước, bất chấp sự đồng ý hay không của nhà cầm quyền. Ông nghĩ sao về điều này?

Trần Nghi Hoàng: Theo tôi, văn học mà cho viết tới đâu thì viết tới đó, không thể gọi là văn học được. Văn học, nó bao hàm cái sứ mạng biểu tỏ và chứa đựng tinh thần tuyệt đối tự do. Còn về khuynh hướng thứ hai mà ông đề cập, tôi nghĩ, hành động của họ có tính cách chính trị nhiều hơn văn học. Văn học, như tôi đã nói, bản chất nó là tuyệt đối tự do, tôi xin thí dụ: Văn học như là nước. Chỗ nào hở thì nước xuyên chảy, chỗ nào có vật cản thì nước ngấm suốt. Không ngấm suốt được thì nước trấn giữ bao vây chờ cơ hội. Tôi tin chắc một điều, những dòng văn học thực sự không sớm thì muộn cũng sẽ gặp nhau trên một quan điểm duy nhất của văn học là tiến bộ và thẩm mỹ. Vì vậy, cái phong trào đang rùm beng ở hải ngoại mà người ta gọi là "hợp lưu" hay "giao lưu" văn hóa gì đó, tôi thấy nó vô duyên và buồn cười. Có điều, chắc ông còn nhớ một câu tục ngữ Việt Nam: "Ngưu tầm ngưu, mã tầm mã". Nhiều khi, mục đích kêu gào "hợp lưu" hay "giao lưu" này nọ, nếu nhìn kỹ vào nội dung bên trong, ta thấy đó chỉ là một phương cách "tìm bạn bốn phương" thôi, thưa ông.

Văn Thanh: Ở hải ngoại, có người nhìn vào sự hoạt động của Trung Tâm Văn Bút làm TRỤC cho nền văn học hải ngoại; Có người lại nhìn vào các trào lưu khác chẳng hạn sự kết hợp của các cây bút viết trên các tạp chí như: Thế Kỷ 21, Làng Văn Canada, Diễn Đàn ở Paris, Văn Uyển v.v... Ông nhận xét thế nào?

Trần Nghi Hoàng: Câu hỏi này của ông hơi khó trả lời đấy nhá! Trung Tâm Văn Bút, tôi nghĩ họ có vai trò về chính trị khá cần thiết. Với sự chính danh, họ mới có thể can thiệp, đòi hỏi này nọ khi một nhà văn trong nước hay ở hải ngoại về bị chính quyền bắt giữ. Tuy nhiên, nếu nói Trung Tâm Văn Bút là cái TRỤC của văn học hải ngoại, thì quả tình không chính xác. Như ông biết đó, rất nhiều người cầm bút ở hải ngoại không có tên trong hội Văn Bút, nhưng họ sáng tác rất khỏe và tác phẩm cũng rất có giá trị. Còn về các tạp chí hay nhóm văn nghệ khác, sinh hoạt của họ thúc đẩy cho một số người cầm bút sáng tác được nhiều và đều tay hơn. Dù vậy, các tạp chí hay các nhóm văn nghệ này cũng không thể coi là một cái TRỤC văn học được. Nhưng, thưa ông Văn Thanh, chúng ta có cần thiết phải có một cái TRỤC văn học không? Khi mà, văn học, như tôi đã nói bên trên, tự thân nó là tự do tuyệt đối. Chính tính chất tự do tuyệt đối đó, nó là cái TRỤC của văn học. Hoặc, ông Văn Thanh có thể hiểu ngược lại rằng, sự "chỉ đạo" của một nhóm người riêng biệt nào đó, mới là cái TRỤC của văn học hay sao?

Văn Thanh: Có hay không có một nền văn học hải ngoại, tính theo sự tiếp nối của nền văn học Miền Nam Việt Nam 20 năm trước đây?

Trần Nghi Hoàng: Xin hỏi ngược ông Văn Thanh: Ông là tác giả tập truyện "Gái Hà Nội Khóc Ai?" Có hay không có ông Văn Thanh đang viết văn ở hải ngoại, ngồi trước mặt tôi, Trần Nghi Hoàng, cũng là một người viết văn?

Văn Thanh: Tôi có nghe người ta nói, ông đã từng viết như sự phủ nhận dòng văn học trước 75 của miền Nam. Vì sao ông phủ nhận nền văn học của Việt Nam Cộng Hòa, tôi thường thắc mắc điều này.

Trần Nghi Hoàng: Ông Văn Thanh, ông đang là một người viết văn ở hải ngoại, tôi lại xin hỏi ngược ông một câu nữa: Bản thân ông đã tiếp thu được bao nhiêu và những gì của nền văn học Việt Nam Cộng Hòa trước 75, xin ông kể cho tôi nghe. Trong một bài viết của ông Thạch Các, có câu: "Trần Nghi Hoàng làm văn nghệ phủ nhận văn học miền Nam trước năm 1975." Câu này, ông Thạch Các đã viết thiếu, thành thử làm độc giả hiểu sai lệch cái ý của tôi. Quan điểm của tôi là: "Không ai có quyền hay tư cách phủ nhận một nền văn học hết, trừ thời gian. Tôi chỉ phủ nhận cái lập luận cho rằng dòng văn học hải ngoại là tiếp nối của nền văn học miền Nam trước 75." Nhân đây, tôi xin mở một dấu ngoặc, dường như những lời tôi nói hay những gì tôi viết thường bị... thêm bớt một hai chữ để hiểu sai đi. Thí dụ, trong một bài tôi viết: "Nhiều khi người ta phải mất ba trăm năm để đánh giá một sự nghiệp văn chương", thì chính ông Văn Thanh đã sửa thành: "Trần Nghi Hoàng viết văn cho người ba trăm năm sau đọc hay gì đó..."

Văn Thanh: (im lặng tủm tỉm cười).
Trần Nghi Hoàng: Tôi thí dụ vậy thôi. Giờ xin trở lại câu hỏi của ông. Hiện nay, giới cầm bút hải ngoại là một tập hợp của những nhà văn đến từ mọi miền của đất nước Việt Nam. Sau biến cố 75, tuy là một bất hạnh đau thương cho dân tộc, nhưng nhờ đó, chúng ta có được may mắn là giới sĩ phu trí thức kể cả Nam lẫn Bắc nhìn rõ cái vấn nạn của Việt Nam hơn. Trong nước, tôi thấy nhiều người cầm bút đã có được cái nhìn về một tổng thể hùng vĩ của văn học Việt Nam, đồng loạt, nhắm vào mục tiêu tối thượng là tự do và dân chủ cho dân tộc. Vậy thì, tại sao chúng ta ở hải ngoại, có được tự do về mọi mặt nhất là tư tưởng, lại đi thu hẹp dòng văn học hải ngoại trong sự tiếp nối một nền văn học khác. Dòng văn học hải ngoại, rõ ràng là sự kết hợp của dân tộc Việt Nam. Trong đó, không phân biệt nhà văn này xuất thân từ miền Bắc, nhà văn kia xuất thân từ miền Nam, hay nhà văn nọ xuất thân từ miền Trung. Tinh thần này là tinh thần cục bộ. Tôi muốn nói rõ thêm về hai chữ "xuất thân", ý của tôi là cái quá khứ của nhà văn trước đó đã từng ở trên miền đất theo "chủ nghĩa"

nào, Cộng Sản hay Cộng Hòa, nó không phải là một vấn đề cần đặt ra. Vấn đề quan yếu ở đây là tư tưởng trong ngòi bút, tức là thái độ chính trị của nhà văn trong hiện tại. Xin nhắc lại, cái TRỤC của văn học muôn đời vẫn là tuyệt đối tự do để đạt được mục đích của văn học là tiến bộ và thẩm mỹ.

Một trong hai mục đích của văn học là tiến bộ, cho nên, văn học phải luôn là sự bắt đầu. Bắt đầu để làm cái mới, cái vĩ đại hơn. Số người cầm bút củng cố quan điểm cho rằng dòng văn học hiện nay ở hải ngoại là kế thừa của dòng văn học miền Nam trước 75 là không đúng.

Nếu nói "dòng tiếp nối", có lẽ tôi nghĩ tới trong tương lai sẽ có một dòng văn học ngoại vi để bành trướng chủ nghĩa và chế độ Cộng sản Việt Nam ở hải ngoại. Đây là một hiểm họa rất có thể xảy ra. Tôi xin đưa một viễn tượng: (gọi là viễn tượng, nhưng có thể chuyện đã manh nha xảy ra rồi!) Hiện nay, Hoa Kỳ đã bang giao với cộng sản Việt Nam (CSVN), nhà nước CSVN rất có thể, chỉ cần chi ra một triệu đô (một số tiền nhỏ bé đối với một chính quyền, dùng thi hành một kế hoạch quy mô mà lợi ích vô cùng lớn!) để thực hiện 10 tờ báo và tạp chí ở hải ngoại. Các tạp chí và báo sẽ trả tiền bài cho các nhà văn một cách hậu hĩ. Đồng thời, giá đăng quảng cáo sẽ chỉ lấy bằng một nửa các báo và tạp chí của cộng đồng người Việt tỵ nạn đã có từ trước. Thưa ông Văn Thanh, khi đó, theo ông chuyện gì sẽ xảy ra? Có phải dòng văn học Cộng sản miền Bắc nối dài sẽ hạ sát văn học ở hải ngoại một cách không kèn không trống, phải không ông?

Chỉ một dòng văn học ở hải ngoại có thể tồn tại và phát triển được, nếu nó là sự hài hòa kết hợp của những người cầm bút Việt Nam không phân biệt vùng miền, với cùng mục đích chung là kiến tạo và xây dựng một thành trì tư tưởng Dân Tộc cho tương lai Việt Nam, để hướng tới tự do, dân chủ, phú cường và tiến bộ. Và hành động cần thiết hiện nay, là phải có một chuẩn bị vững vàng. Những người cầm bút hải ngoại phải tập họp một cái lực, rồi phải biết tận cái lực đó, để có thể tranh tiên, ra tay trước hòng bẻ gãy hiểm họa từ viễn tượng tôi đã dẫn ở trên. Đó là nguyên tắc đánh Cộng trên mặt văn hóa.

Văn Thanh: Tạp chí "Văn Uyển" của ông hiện nay ra sao? Được thành lập từ hồi nào? Ra được bao nhiêu số? Mỗi số bao nhiêu bản? Nội dung của Văn Uyển? Có những cây bút riêng của Văn Uyển hay còn có các cây bút của các tạp chí khác tham gia viết bài? Phản ứng của giới độc giả, cầm bút, phát hành đối với tạp chí Văn Uyển v.v...?

Trần Nghi Hoàng: Văn Uyển đã tới được giai đoạn nó tự nuôi nó. Có nghĩa là những người chủ trương không phải bỏ tiền túi ra thực hiện. Qua tám năm, khởi đi từ 1988, Văn Uyển ra hai tháng một số, với độ dày từ 120 đến 150 trang. Sau số 8 vào cuối năm 90, tức là số cuối cùng của bộ cũ, chúng tôi quyết định cho Văn Uyển đình bản. Lý do, cá nhân tôi Trần Nghi Hoàng có viết rõ trong bài Tạp Ghi đăng ở Văn Uyển số 14, bộ mới. Đầu năm 92, Văn Uyển tục bản với hình thức và nội dung hoàn toàn mới, ba tháng một số, dày trên 200 trang. Có số đặc biệt dày gần 400 trang. Đến nay, Văn Uyển bộ mới đã hiện diện được 14 số, và nếu tính luôn thời gian có mặt Văn Uyển bộ cũ, thì Văn Uyển đã được gần 9 tuổi. Văn Uyển bộ cũ cũng như bộ mới, mỗi số chúng tôi cho in 1200 cuốn. Về nội dung, ngoài những truyện ngắn, kịch, ký sự và thơ, chúng tôi chú trọng nhiều đến phần biên khảo, lý luận văn học, kiến thức văn học thế giới, tham luận chính trị, phiếm, trao đổi ý kiến về các vấn đề văn học và chính trị v.v...

Văn Uyển không có ban biên tập nhất định. Tuy nhiên, chúng tôi có một số cây viết nòng cốt, đã cộng tác trường kỳ với Văn Uyển như Trần Lam Giang, Như Tân Nguyễn Khoa Tấn, Thạch Các, Kiều My, Đằng Sơn, Phan Nhiên Hạo, Lê Tạo (Đoàn Nhã Văn), Ngô Tịnh Yên, Viễn Thủy Trường Nguyên, Lâm Anh, Trần Công Lân, Vũ Hoàng Anh Bốn Phương, Đỗ Kh., v.v... đặc biệt có cụ nguyên Khoa trưởng đại học Văn khoa Sài Gòn Nguyễn Khắc Kham luôn ủng hộ tinh thần và cung cấp những tài liệu nào mà Văn Uyển cần. Có người ở Hoa Kỳ, có người ở Âu Châu, có người đang ở Việt Nam cũng tìm cách gửi bài cộng tác. Đặc biệt, hầu hết các anh em trong nhóm Ngàn Lau đã nhiệt tình ủng hộ Văn Uyển từ bài vở đến tiền bạc.

Chủ trương của chúng tôi là tiếp nhận tất cả bài vở của mọi văn hữu, không phân biệt phe nhóm hay chính kiến, chỉ cần bài viết có giá trị về văn chương và nội dung tích cực. Ở trang 1 của Văn Uyển, chúng tôi có ghi rõ là "Tác giả chịu trách nhiệm tinh thần sáng tác của mình, và độc giả tự do tuyển đọc, phê phán, đãi lọc". Bởi đó, bài viết cho Văn Uyển không nhất thiết phản ánh quan điểm của chúng tôi, mà thậm chí, có thể đối nghịch lại với những bài đã đăng trong Văn Uyển.

Chúng tôi không chủ trương mời những người viết đã thành danh từ trước 75 ở Việt Nam cộng tác, nhưng nếu họ có nhã ý gửi bài thì vẫn đăng tải.

Ông hỏi tôi về phản ứng của giới độc giả? Độc giả có nhiều giới khác nhau. Mỗi giới có phản ứng dị biệt. Nhưng đa số, dù người đồng ý hay không với nội dung Văn Uyển, đều có chung một nhận định là chúng tôi dám viết thật và viết thẳng những đề tài rất dễ bị hiểu nhầm mà mất lòng các văn thi hữu. Thì như tôi vừa nói đó, một vài văn thi hữu vì hiểu lầm, nên không có... cảm tình với chúng tôi lắm! Và hậu quả của sự việc nói trên là, do ảnh hưởng của các văn thi hữu này mà vài ba cơ sở phát hành đã... "trừng phạt" bằng cách không nhận bán sách báo của chúng tôi nữa! Nhưng cũng may, đó chỉ là thiểu số rất nhỏ. Con cá nó sống nhờ nước, phải không ông Văn Thanh?

Văn Thanh: Phản ứng của mọi giới trong nước như thế nào đối với tạp chí Văn Uyển?

Trần Nghi Hoàng: Thực sự, Văn Uyển không phổ biến trong nước lắm. Mỗi số báo, theo tôi biết có nhiều độc giả vì yêu thích Văn Uyển, đã đến mua mỗi người dăm ba số mang về làm quà cho bạn bè hay bà con trong nước. Chỉ có vài trường hợp đặc biệt như ông Phùng Quán hay ông

Văn Cao, nhờ một người bạn cho địa chỉ nên tôi đã gửi thẳng và đều về các ông theo đường bưu điện. (Có người nói với tôi, một vài số Văn Uyển bị tịch thu ngay tại bưu điện Việt Nam, sau đó được đem bán chui ngoài chợ đen, chẳng biết có đúng không?). Có một câu chuyện rất cảm động, năm 92, chúng tôi về thăm họ hàng ở Việt Nam, tình cờ bắt gặp một tờ Văn Uyển của chúng tôi in từ Hoa Kỳ tại nhà một người mới quen. Không hiểu tờ Văn Uyển này đã về đây bằng cách nào! Nhìn tờ tạp chí mòn cũ nhưng vẫn còn đủ trang, hỏi ra, anh chủ nhà cho hay nó đã được chuyền tay cho không biết bao nhiêu người đọc. Còn một vài trường hợp nữa tôi không tiện nói tên, có những văn thi hữu tiếng tăm trong nước đã gửi bài sang cho chúng tôi để làm tư liệu viết. Tại Hoa Kỳ, cách đây khoảng 6 tháng, một người lạ gọi phone cho tôi, tự xưng là người của xưởng phim nhà nước CSVN. Ông này đề nghị cho nhà nước của ông sử dụng những truyện ngắn của tôi để làm thành phim kịch, với yêu cầu cho ông ta sửa vài đoạn trong mỗi truyện kịch. Tôi trả lời là không đồng ý cho sửa bất cứ chi tiết nào và nói, nếu nhà nước của ông ta cứ làm càn, tôi chỉ có cách viết một bức bạch thư công bố là tác phẩm tôi đã bị nhà nước CSVN bóp méo bẻ cong...

Văn Thanh: Rồi sau đó?
Trần Nghi Hoàng: Ông ta cười đáp là nhà nước của ông ta không làm như vậy đâu. Cho đến nay, tôi không biết là sự việc ra sao nữa. Có thể họ không thèm sử dụng những

truyện ngắn đó đâu, mà chỉ là cách để thăm dò tôi vậy thôi!

Văn Thanh: Giữa Văn Uyển và các tạp chí khác chuyên về văn học tại hải ngoại có các mối liên hệ đồng nghiệp hỗ tương hay không? Nếu có, xin ông cho biết cụ thể.
Trần Nghi Hoàng: Chúng tôi chỉ có trao đổi báo với một vài tạp chí khác như Diễn Đàn Forum Paris, Chân Nguyên và Đuốc Từ Bi ở Nam Cali. Ngoại giả, chúng tôi chưa có những liên hệ nào đáng kể với những tạp chí khác.

Văn Thanh: Nếu có sự hạn chế thì nguyên nhân chính của sự trở ngại đó là gì? Cách khắc phục để có thể cùng chung sức đóng góp cho văn học hải ngoại nói riêng, văn học Việt Nam nói chung?
Trần Nghi Hoàng: Tôi nghĩ, hạn chế đầu tiên và có thể duy nhất là sự thiếu cảm thông với nhau. Sự thiếu cảm thông này bắt nguồn từ thái độ thiếu thành thật trong ngòi bút (có thể vì khác nhau trong khuynh hướng sáng tác). Do đó, cách khắc phục để có thể đi đến một đóng góp tích cực cho văn học hải ngoại trong hiện tại, và cho Việt Nam trong tương lai, theo thiển ý của tôi là: Những người cầm bút nên tôn trọng ngòi bút của chính mình. Muốn vậy, điểm bắt đầu là công tâm xác nhận giá trị của những ngòi bút khác, không phân biệt phe nhóm, khuynh hướng sáng tác.

Văn Thanh: Văn Uyển và giới văn bút và độc giả sẽ có những hoạt động tương hỗ như thế nào trong thời gian này?

Trần Nghi Hoàng: Theo tôi biết, hiện nay San Jose ngoài hội Văn Bút, chỉ riêng nhóm Thi Đàn Lạc Việt do ông Dương Huệ Anh làm chủ tịch, đã quy tụ khoảng 70 người cầm bút. Nhóm Thung Lũng Hoa Vàng do cô Hoàng Mộng Thu và bạn hữu dựng nên, khoảng 30 người thường xuyên gặp gỡ trao đổi các sáng tác... Ngoài ra, còn rất nhiều nhóm khác. Con số văn nghệ sĩ ở đây có lẽ đông nhất so với bất cứ nơi nào có người Việt ở hải ngoại cư ngụ. Nhiều văn nghệ sĩ hải ngoại thường nói đùa với nhau: Sách viết xong, chưa ra mắt sách tại "thủ d- ô" (San Jose) kể như chưa gọi là đã xuất bản... Sách báo, băng nhạc, phim ảnh của người Việt tỵ nạn tiêu thụ tại San Jose đạt con số kỷ lục cao nhất. Như vậy, người cầm bút chúng ta không hẳn là không có độc giả. Có một điểm chẳng biết ông có để ý hay không, San Jose còn là cái nôi của mọi sinh hoạt chính trị và văn hóa của người Việt lưu vong. Những biến động lớn trong cộng đồng Việt Nam chúng ta ở hải ngoại đều xuất xứ từ San Jose. Nơi đây là đất thiêng... của người Việt tỵ nạn đó ông à! Tuy nhiên, tôi nghĩ rằng, muốn có sự hỗ tương tức là sự tương quan để đi đến hỗ trợ nhau, điều trước hết là phải có sự cảm thông và tôn trọng lẫn nhau. Người viết tôn trọng người đọc. Người viết tôn trọng nhau. Từ đó, người đọc sẽ tôn trọng người viết, sẽ thấy đọc là một nhu cầu. Có đủ những điều kiện này, người viết và người đọc sẽ có được những đối thoại cần thiết. Đã có được những đối thoại cần thiết rồi, người ta muốn cùng nhau làm việc gì cũng dễ dàng thôi. Ông bà mình có nói: "Một cây làm chẳng nên non, ba cây chụm lại nên hòn núi cao." Nhưng trong nhiều năm qua, câu trên đã bị ứng dụng sai đi: "Một cây làm chẳng nên non, ba cây chụm lại... vẫn còn ba cây!".

Văn Thanh: Xin thay mặt độc giả cám ơn ông Trần Nghi Hoàng. Mong rằng bài phỏng vấn này giúp cho người đọc ông hiểu ông nhiều hơn.
Trần Nghi Hoàng: Cám ơn ông Văn Thanh

San Jose Tháng 8/95
Văn Thanh

Mánh lới cuối cùng của một con người
Đọc "*Mở Cửa Tử Sinh*" - Trường Ca của Trần Nghi Hoàng

Thế Dũng

(Bài đăng trên tạp chí Văn Học tại California số 157, tháng 5 năm 1999, trang 55-64. In lại trong tập Tiểu luận "Bên Dòng Sông Tình Sử" - 06/2010)

1.

Tại San Jose, vào hồi 11 giờ 39 phút đêm 26 tháng 9 năm 1997, trong căn phòng trọ đường Kinsule, Trần Nghi Hoàng đã hoàn thành Trường Ca "*Mở Cửa Tử Sinh*" (MCTS) bao gồm 121 đoản khúc không đề (được đánh số thứ tự) và đoản khúc thứ 122 mang tên: Cửa Tử Sinh và để tặng "Thương quý cho Trần Nghi Âu Cơ sinh nhật 10 tuổi của con gái Bố..." (T.N.H.)

Tuy thế ở Tựa họ Trần bạch lộ những điều hệ trọng không chỉ riêng cho Ái nữ của anh.

Anh viết: "*Kẻ làm thơ là một con người sinh hai lần, hoặc giả nhiều lần. Một lần cho chính hắn; và lần khác, những lần khác cho kẻ khác....*

Làm thơ, tất nhiên là gia nhập một cuộc chơi. Và là một

cuộc chơi lớn. Một cuộc chơi thách thức Định Mệnh, thách thức Tử Sinh, thách thức chính mình... Rốt ráo, Tử Sinh chính là thơ. Cánh cửa Tử Sinh chính là Cánh Cửa Thơ. Ai là người dám đi qua Cánh Cửa Này để vào Cuộc Chơi Lớn???"

Nhận lời thách thức, tôi thận trọng lao vào từng đoạn khúc của trường ca và chứng kiến cuộc du hành vào bản thể với nỗi quạnh hiu truyền kiếp của kẻ du cư họ Trần.

2.

Có những đoạn khúc trường ca MCTS được thi sĩ viết một cách ngay thẳng, chân thành từ những vụt hiện mạnh mẽ và sống động, hình ảnh chất chồng vất bỏ tương quan vật lý cơ giới của những thực thể hữu hình nhằm biểu hiện một khắc khoải của thân phận ly hương, một dĩ vãng bị thất lạc, trong một tự vấn rất sử thi của một ý thức tìm kiếm cội nguồn:

"về đâu?
từ đâu đến mà về!
đến đâu?
từ đâu đi mà đến!
hướng cửa trái tim treo sợi dây
trái núi tòng teng nhịp
trái xoài tuổi nhỏ mùa thơ ngây
lồng lộng nói cười cong đốt mía

*ngọt lừng mười ngón tay
gọi tên thời phế tích
không hay vọng tiếng còi xa
tiếng tù và
đứt hơi rớt lại mấy ngàn năm
của một điều chuyển động không dưng"*

(đoạn khúc 1 - tr. 12. MCTS)

Có lúc nhà thơ công khai tuyên bố:

*"không còn những phiên tòa
không còn những nhà lao
không còn những pháp trường

nhân loại mỗi người là một tội nhân

mỗi tội nhân tự hành hạ chính mình
rồi khóc và nguyền rủa Thượng Đế
Thượng Đế tiếp tục chạy trốn lịch sử"*

Nhà thơ than phiền rất mỉa mai rằng: "*lịch sử nhân loại luôn vắng bóng Thượng Đế - và con người thường ngó ngoái lịch sử để chết chìm trong quá khứ*" nên "*từ đấy, nhân loại thi nhau làm cách mạng cho hiện tại - và làm lịch sử cho tương lai*" (đoạn khúc 83 - tr.102 - MCTS). Tuy thế đôi khi một cố hương cụ thể lại hiển thị trong thăm thẳm tâm linh của một "*căn hầm trí nhớ kèn cựa lời chúc tụng can qua của đi và ở*":

"miệng cá bầm cắn lưỡi câu xanh
dề lục bình ngủ quên ôm bờ sông súng tím

những đóa sen mọc trang nghiêm
không nhất thiết có lời biện bạch"
(đoản khúc 106 - tr. 128 - MCTS)

Bút pháp Trần Nghi Hoàng luôn luôn biến hóa. Khi thì hồ như có chất tức hứng của một bài thơ Thiền đời Lý - Trần, sau những câu thơ chiêm nghiệm đớn đau: *"lời trần tình thống thiết chẳng ai tin - mặt nạ đeo quen quên dần bản lai diện mục,"* anh viết:

"soi gương nhìn cố cựu
thoắt thương tâm mình chẳng nhận ra mình
trỏ ngón tay vào tâm thức
thấy gì ngoài cái hư không???"
(đoản khúc 82 - tr. 101 - MCTS)

hoặc:

"ôi những con người đi tìm mãi một Quê Hương
(quê hương của bên kia bờ định mệnh)
con sấu chiều hôm khóc mặt trời chìm
trong lòng đá im
tiếng hát âm âm hải cẩu lạc bầy
dề lục bình bập bềnh dưới một cụm mây..."
(đoản khúc 34 - tr. 50 - MCTS)

Có khi đường bút họ Trần phóng dật như một tay bút Haiku vẽ ra tức thì một cảnh trạng đầy mộng mị và thê thiết:

> *"cơn mưa hoang vu làm ướt lòng sông*
> *chiếc quần đỏ trôi cuối bờ tĩnh vật*
> *và màu xanh mênh mông"*
> (đoản khúc 7 - tr. 18 - MCTS)

Trước đó ở đoản khúc 6 - tr. 17, khi luận về những *"thứ triết lý bán rong"* họ Trần dụng một bút pháp rất phóng sự: *"theo dõi làm gì những chuyến tàu tốc hành - trên những mống vòng loạn sắc - Hà Nội - Washington - Bến Tre - Moscow xa lắc"*. Và sau đó người ta có thể bắt gặp những đoản khúc đầy những câu thơ siêu thực, hoặc ấn tượng, ví dụ:

> *"vầng trăng chửa hoang vàng vọt đêm tàn*
> *sao mai ngỡ ngàng làm chứng*
> *giọt sương giọt máu ngọt lụng phút khô khát*
> *con chim vàng anh cắn cọng gai đen trên đầu núi cháy*
> *bay về Đông thả rớt trên biển xanh"*
> (đoản khúc 84 - tr. 103 - MCTS)

hoặc:

> *"... sao tát cạn dòng sông tâm tưởng*
> *mở triều nghiêng mấy bận xôn xao*
> *con cá nhảy bờ ao*

mắc cạn thuở tình cong miệng ngáp"
(đoản khúc 112 - tr. 134 - MCTS)

"... mấy bụm mưa ngày lũ
tưới vào tim đời lại bão giông
chiếc lá bồ đề bay mải miết ở hư không
rụng xuống dòng sông một buổi chiều rất úa"
(đoản khúc 85 - tr. 104 - MCTS)

Và có thể nói phảng phất một chút bút pháp Thanh Tâm Tuyền những năm 60 hay Vũ Hoàng Chương, Đinh Hùng và hơi thở của thơ tiền chiến những năm 40 trong thơ Trần Nghi Hoàng, chẳng hạn:

"ngày vỡ chiêm bao hừng hực lửa
mây cõng người qua núi ngủ đêm
ai về thở dòng sông thơ dại
chở biển cười soi dấu đá mềm"
(đoản khúc 62 - tr. 81 - MCTS)

"... tẩu tán ơn đời trong tiếng khóc
trái sầu đâu rụng ngõ oan ương
nỗi niềm sông lạch ai thao thức
mà biển phù vân vẫn rẫy ruồng"
(đoản khúc 56 - tr. 75 - MCTS)

Đương nhiên sự khả biến của bút pháp sẽ tạo ra sự đa thanh và phức hợp của giọng điệu thơ.

Nhiều lúc đọc những câu thơ văn xuôi dài đến hụt hơi khó thở của Trần Nghi Hoàng, tôi nghĩ đến ảnh hưởng của W. Whitman, của Allen Ginsberg và ít nhiều của Ezra Pound, của W. Carlos William * đối với tác giả:

"... *tiếng gọi của những người tình cô đơn khuất mặt. ngày mai. ngày mai đừng dặn chính mình cái nhớ cái quên băng băng chạy về phía trước. chạy mải miết về phía trước theo những tiếng chuông tiếng chuông ông già bán cà rem cây trước cửa trường tiểu học 40 năm cây cà rem còn lạnh những mùa hè Việt Nam ai quên ai nhớ?*

dưới gốc cây khế chua chôn một bụm tro hai bài thơ cổ tích ba năm sau cây khế chua biến thành cây khế ngọt. cây khế ngọt để hái tặng người con gái vú quả cau lông mày xanh như chiêm bao và nụ cười thơm mùa mía ngày bong bóng nổ."

(đoản khúc 14 - tr. 25 - MCTS)

Khao khát tìm sự giải thoát nội tâm bằng con đường tâm linh trong cuộc du hành vào bản thể cho nên MCTS vừa là sự đối thoại với những ấn tượng phi hình thể vừa là săn đuổi quá vãng hú gọi quê hương: "*hành trang người về quá khứ là nỗi ám ảnh của tương lai. người luôn luôn chạy trốn tương lai bằng cách ẩn chui vào quá khứ, như con đà điểu vùi đầu vào trong cát tìm chút an toàn tuyệt vọng! bước tầm vong! đàn ông chui vào đàn bà để tìm lại chính mình! cuối cùng là một nỗi lặng thinh thinh lặng mênh mông của sa mạc và xương rồng của bất công và thống hối của tội lỗi và vong thân!!!! của thánh thần và ma quỷ.*

dấu chân bí tích đấng Giác Ngộ sơ tâm để quên trên triền núi cũ, máu nhỏ đầu núi đen hoa ưu đàm nở lúc sao rụng trăng tàn và cỏ thở râm ran lời dế gáy!"

(đoản khúc 90 - tr. 111 - MCTS)

Trần Nghi Hoàng luôn luôn đối diện với chính mình trong một thế giới tâm linh đa chiều để nhận diện chính mình trong cuộc tử sinh với hết thảy tiềm năng văn hóa Đông phương và văn hóa Tây phương mà anh tàng trữ được. Cả chán chường hoang mang. Cả tuyệt vọng thảng thốt. Cả chấp nhận ngạo nghễ lẫn khước từ bất cần. Cả độ lượng ngọt ngào lẫn ai oán lưu niên. Cả hy vọng hiu hắt lẫn phiền vọng miên man. Cả trần trụi bộc lộ lẫn ý nhị tỏ bày. Vừa nói toạc móng heo vừa đoan thanh mời gọi. Vừa đào xới nghiệm suy vừa lãng du buông thả. Nghĩa là hết thảy mọi khí chất tâm linh bùng nổ thăng giáng và chuyển diễn trong thân phận Trần Nghi Hoàng đã thai dưỡng, tạo tác nên sự đa thanh và phức điệu của Trường Ca.

3.

Người ta có thể tìm thấy trong đoản khúc 122, tr. 144-147 - mang tên Cửa Tử Sinh những câu thơ trực trần hệ trọng có thể giải thích cấu trúc thơ của Trường Ca:

*"mỗi con người đứng trước cánh cửa của mình
với niềm tuyệt vọng hân hoan
..... sống chết như thần trí loãng
hãy mở cánh cửa
""""""TÔI""""""*

*chiêm nghiệm cùng
MÁU
THỊT
TỦY
XƯƠNG
. . . .
và rất rất nhiều
những phần còn lại
ở ngoài
""""""""TÔI""""""*

*mở vô hồi cánh cửa
khủng khiếp làm sao nhận diện
MÌNH"*

Đó chính là Tâm Pháp của nhà thơ. Cái Tâm Pháp: *"mở vô hồi cánh cửa - khủng khiếp làm sao nhận diện MÌNH"* đã quán xuyến và tạo ra cái cấu trúc liên hồi đoản khúc không tên của *Mở Cửa Tử Sinh*. - Cái cấu trúc liên hồi đoản khúc này mỗi đoản khúc mở ra một cảnh tượng tâm linh, một vận hành ngữ ngôn hoặc một khí sắc tâm trạng hay một thần thái đam mê khác nhau nhằm vào một mục tiêu tối thượng là NHẬN DIỆN CHÍNH MÌNH. Dĩ nhiên dẫu muốn hay không thì nhờ đó THỜI ĐẠI CỦA CHÍNH MÌNH cũng hiển thị trong một thứ ánh sáng trắng thanh khiết khi mà Nhà Thơ chỉ là kẻ nô bộc minh triết cho TỰ DO TINH THẦN của chính hắn. Từ Tâm Pháp Thi Nhân sẽ dẫn đến Thi Pháp của Thi Sĩ. – Khoảng trống này là học vấn, là sinh ngữ và sự hội nhập, chuyển hóa của nhiều vùng văn hóa khác biệt nhau vào cái TÔI THI SĨ của họ Trần.

Trường Ca của anh không kế thừa gì nhiều giòng giống truyện thơ, thơ dài (có thể gọi là Trường Ca) của văn học Việt Nam ngày nào ngày nào như những "*Cung Oán Ngâm Khúc,*" "*Chinh Phụ Ngâm,*" "*Truyện Kiều,*" "*Truyện Hoa Tiên,*" "*Sơ Kính Tân Trang*"... Mặc dù "*Mở Cửa Tử Sinh*" thuộc vào loại Trường Ca không có cốt truyện nhưng nó không gồm 7 hoặc 9 hay 12 chương với nhiều phân đoạn với những tựa đề có chủ đích tô đậm hoặc tụng ca, trang điểm cho một chủ đề chính như những trường ca mà tôi đã được đọc trước năm 1975 như "*Ba Mươi Năm Đời Ta Có Đảng,*" "*Theo Chân Bác*" của Tố Hữu, "*Bài Ca Chim Chơ Rao*" của Thu Bồn, "*Những Người Trên Cửa Biển*" của Văn Cao, "*Bài Thơ Hắc Hải*" của Nguyễn Đình Thi, "*Mặt Đường Khát Vọng*" của Nguyễn Khoa Điềm, "*Khúc Hát Người Anh Hùng*" (trường ca về nữ anh hùng Mạc Thị Bưởi của Trần Đăng Khoa)...

Sau 1975, nhất là từ 1979 trở đi tôi đã đọc hàng loạt trường ca viết về chiến tranh như "*Sức Bền Của Đất*" và "*Đường Tới Thành Phố*" của Hữu Thỉnh, "*Những Người*

Đi Tới Biển," "*Khối Vuông Ru- Bích*," "*Đêm Trên Cát*," "*Những Ngọn Sóng Cần Giuộc*," "*Trẻ Con - Sơn Mỹ*" của Thanh Thảo, "*Đất Nước Hình Tia Chớp*," "*Mặt Trời Trong Lòng Đất*" của Trần Mạnh Hảo, Trường Ca "*Sư Đoàn*" của Nguyễn Đức Mậu, Trường Ca "*Làng Phước Hậu*" của Trần Vũ Mai. Gần đây tôi có nghe nói tới các trường ca: "*Nhất Định Thắng*" (1955), "*Cách Mạng Tháng Tám*" (1956), "*Hãy Đi Mãi*" (1957) của Trần Dần nhưng chỉ được đọc tận mắt chương X trong Trường Ca "*Bài Ca Việt Bắc*" (gồm 13 chương) của ông. Ngoài ra, tôi còn được đọc một số chương đoạn trong Trường Ca "*Gọi Nhau Qua Vách Núi*" của Thi Hoàng, "*Paris - Nửa Tuần Trăng*," "*Lòng Hải Lý*" của Đỗ Quyên, v.v...

Kể từ ngày rời nước, tôi đã đọc những tuyển tập thơ mà tôi cho là quan trọng như "*Hóa Thân*" và "*Thủy Mộ Quan*" của Viên Linh, "*Tuyển Tập Tô Thùy Yên*," tuyển tập "*Lời Viết Hai Tay*" của Cung Trầm Tưởng, "*Tiếng Hát Gia Trung*" của Nguyễn Sĩ Tế, "*Thanh Xuân*" của Khế Yêm, "*Viết Từ Phương Đông*" của Mai Vi Phúc và nhiều thơ đăng tải của nhiều tên tuổi tài danh trong làng Thơ Hải Ngoại. Khi đọc "*Mở Cửa Tử Sinh*" có nghĩa là lần đầu tiên tôi được đọc nguyên con một Trường Ca của một tác giả Việt Nam đang sống tại Mỹ.

Phải chăng chiến tranh đã đẻ ra thể loại Trường Ca gồm những Anh Hùng Ca, Trường Hận Ca, Bi Tráng Ca cho nên trước và sau 1975, văn học Việt Nam đã xuất hiện hàng loạt trường ca và khi hết hẳn chiến tranh thì trường ca cũng hết như nhà thơ nào đó đã nhận định? Thực ra khi chiến tranh kết thúc đời sống đã chuyển sang những cuộc chiến trên thương trường và trong tình trường mà trường ca vẫn không chịu tuyệt chủng trong dòng sống của văn chương Việt Nam. Rõ ràng có một cuộc chiến không bao giờ tàn trong tâm thức đòi nhận diện, khao khát thăng hoa, thăng tiến trong tâm hồn Thi Nhân cho nên Trần Nghi Hoàng đã đẻ ra trường ca.

Thiết nghĩ *"Mở Cửa Tử Sinh"* sẽ không phải là bằng chứng duy nhất. Nhiều chuyện về các nhà thơ trường ca ở trong và ngoài nước cần được bàn tới ở các vấn đề khác. Điều cần phải nói ngay lập tức là Thi Pháp Trường Ca của Trần Nghi Hoàng là Thi Pháp Hiện Thực Tỉnh Táo khởi phát bởi một Tâm Pháp lãng mạn nghiệt ngã: *"Mở vô hồi cánh cửa - khủng khiếp làm sao nhận diện MÌNH."*

Không có cốt truyện thực đã đành nhưng một cốt truyện ảo, cốt truyện ước lệ cũng không. Nhân vật chính duy nhất của *"Mở Cửa Tử Sinh"* là Cái Tôi Đa Mang và Đơn Độc của Nhà Thơ. Nếu như trong *"Tiếu Ngạo Giang Hồ Ký"* của Kim Dung, Phong Thanh Dương đã truyền cho Lệnh Hồ Xung: Độc Cô Cửu Kiếm - là Kiếm pháp đánh theo kiếm ý, nghĩ đến đâu là đánh đến đó, muốn đánh thế nào cũng được thì trong Cõi Bút Mực Giang Hồ ai đã truyền cho Trần Nghi Hoàng Độc Cô Tâm Ý Bút?

Phải chăng từ cuộc hành hương từ Á Đông sang Âu Mỹ, Trần Nghi Hoàng đã tiếp thụ của W. Whitman (trong *"Lá Cỏ"* – *"Leaves of Grass"* và *"Bài Hát Chính Tôi"* – *"Song Of Myself"*), của Allen Ginsberg (trong *"Hú Gào"* – *"Howl"*) cái Thi Pháp mà tôi gọi là Độc Cô Tâm Ý Bút ấy? Cho nên anh chọn trường ca mình lối viết theo Tâm Ý, Tâm Tuệ - nghĩ đến đâu viết đến đó, dài hay ngắn, thất thanh hay trầm bổng là do sự bùng nổ thăng hoa của nội lực Tâm Linh hiện thị tức thời. Ít có câu chữ làm duyên làm dáng hay sự trang điểm phù phiếm. Hiếm hoi làm sao mới gặp được vài câu lục bát hoặc một vài đoạn thuộc thể loại truyền thống trong "*Mở Cửa Tử Sinh*".

Tuy thế Trần Nghi Hoàng lại rất kỹ lưỡng và cầu kỳ trong việc trình bày chất thơ của mình trong tiếng mẹ đẻ như là một ký hiệu thẩm mỹ nhằm tăng cường đến tối đa sức biểu hiện, biểu cảm của thơ. Những khoảng cách thay đổi bất thường giữa từ này với từ khác, giữa dòng thơ này với dòng thơ khác. Những chữ viết in hoa cố ý, những dấu hỏi chùm ba (???), những dấu chấm than chùm ba (!!!) trong những đoạn khúc của anh là những thi động nghiêm túc đầy chủ định THƠ. Trong cuộc hoan lạc với nàng THƠ khi viết những bài thơ gọn ghẽ, xinh xắn - ấy là lúc thi sĩ giao hoan với Nàng Thơ bằng những chiếc hôn. Chiếc hôn có thể dịu dàng có thể mãnh liệt. Còn khi viết Trường Ca theo kiểu Độc Cô Tâm Ý Bút ném lên mặt giấy cả không gian - thời gian chín chiều náo động trong 122 đoản khúc liên hồi (theo kiểu Độc Cô Cửu Kiếm!!!) - ấy là lúc họ Trần giao hoan - hành lạc với Nàng Thơ vừa say đắm mê cuồng, vừa thong dong trầm mặc.

Cho nên, với cách đọc khác nhau của nhiều kẻ yêu thơ không giống nhau người ta sẽ đưa nhau đến việc tranh cãi: đâu là Thơ Trần Nghi Hoàng và đâu là Bài Thơ của anh vì Thơ và Bài Thơ thường vẫn ở với nhau nhưng chúng không phải là MỘT...

4.

Tôi tin rằng đã và sẽ có nhiều người dám mở toang và đi qua Cửa Tử Sinh của Trần Nghi Hoàng. Lúc này, vấn đề dám can đảm đối diện với chính mình để nhận diện chính xác bộ mặt thật của chính mình là vấn đề thời sự của Tinh Thần Tâm Linh Việt Nam mà người Việt ở trong cũng như ở ngoài biên giới không thể thờ ơ. Cách đây hai mươi hoặc hơn hai mươi năm, nhiều nhà thơ (mà tôi đã nêu ở trên) đã viết trường ca để đối diện với thời thế nhận diện Núi Sông vạch mặt Chiến Tranh nhận mặt Con Người? Thơ của họ đã theo chân các danh nhân, lãnh tụ, đi trên mặt đường khát vọng, tới các sư đoàn, tới mặt trời trong lòng đất, đi tới thành phố, đi tới biển...

Giờ đây nhiều thi nhân lại viết trường ca chỉ để đi vào chính cái bản ngã của mình mong nhận diện Chính Mình dù có khủng khiếp đến đâu. Có nhà thơ đã viết ngay những đoản khúc trong phòng thẩm vấn của cái thiết chế chính trị mà họ đã cung hiến cho nó cả trí lực thanh xuân để nhận mặt lại những chân dung, những nhân dáng, những điều hoang tưởng, những trò bịp bợm. Còn nhà thơ Trần Nghi Hoàng viết Trường Ca *"Mở Cửa Tử Sinh"* chỉ để tìm ra cho mình Cái Mánh Lới

Cuối Cùng Của Một Con Người - Mánh Lới Cuối Cùng Của Một Nhà Thơ thôi ư? Vậy là dường như không hề có dụng ý - Từ Tâm Pháp rất riêng của mình - Trần Nghi Hoàng đã đặt ra hai câu hỏi rất vui: "Này Con Người kia ơi! Ngươi đã đánh lừa được ngươi chưa? Này Nhà Thơ kia ơi! Không biết tự sát thì làm sao mà ngươi giết được chính mình?" Trong thơ Trần Nghi Hoàng hay có hình ảnh "dề lục bình" tôi nhớ tới mấy câu thơ mở đầu trường ca "*Mặt Đường Khát Vọng*" của Nguyễn Khoa Điềm cũng có "lục bình":

"*Ta đã qua những năm tháng không ngờ*
Vô tư quá để bây giờ xao xuyến
Bèo lục bình mênh mang màu mực tím
Nét chữ thiếu thời trôi nhanh như dòng sông

Ta lớn lên bối rối một sắc hồng
Phượng cứ nở hoài hoài như đếm tuổi
Nghiêng chiều nay một chiều dữ dội
Ta nhận ra mình đang lớn khôn..."
("*Mặt Đường Khát Vọng*" - Nguyễn Khoa Điềm)

Gặp cái tâm thế nhận diện chính mình của Nguyễn Khoa Điềm cách đây hơn 25 năm, tôi bỗng mỉm cười nghĩ: giá như đời mình chỉ có một buổi chiều dữ dội như cái "chiều nay" từ thuở nào và chỉ có một lần "bỗng nhận ra mình đang lớn khôn". Đằng này càng mở cửa tử sinh càng thấy đời mình triền miên những buổi chiều dữ dội và lúc nào cũng "bỗng nhận ra mình đang lớn khôn"...

5.

Chắc chắn khi viết xong *"Mở Cửa Tử Sinh"*, sau cuộc hành hương mê đắm hoan lạc trong đau thương trầm thống, Trần Nghi Hoàng - nhờ Tâm Pháp và Thi Pháp của chính mình đã không chỉ thoát khỏi những cơn đau trí tuệ mà anh còn vượt ra khỏi mê lộ Cô Đơn của một kẻ du cư bằng cách tọa Thiền trong cõi THƠ:

> *"hồn phách hú gọi nhau chấp chới*
> *ngật ngừ sông biển ngược dòng rên*
> *dấu chân vách đá khô tờ máu*
> *mấy lớp rêu xanh một nỗi niềm!*
>
> *thế kỷ quay đầu không đếm bước*
> *xóa giờ sinh tử giữa mê hoan*
> *ngón tay chỉ suốt cùng tâm thức*
> *chạm nhẹ vào THƠ một tiếng HOÀNG"*
>
> (đoạn khúc 63 - tr. 82 - MCTS)

Rõ ràng, họ Trần thường xuyên đối diện với chính mình - trong những mối liên hệ với vùng đất tạm cư và quê hương định mệnh, với nhân loại và với Việt tộc, với lịch sử tiền kiếp và hiện kiếp của mình để phơi bày và nhận diện bản thân mình một cách chân thành thẳng thắn trong không gian và thời gian; giữa đồng đại và lịch đại.

6.

Cuộc đối mặt đẳng đẵng trong từng hơi thở của một bản lai diện mục có danh tính là Trần Nghi Hoàng với một Trần Nghi Hoàng như là kẻ du cư *"vác túi thời gian chạy từ thống khổ"* trong *"cuộc chơi chung"* không *"mấy khi hài hòa khế hiệp của thế thái nhân tình"* đã không chỉ tạo ra chiều sâu của tâm trạng nhân tính mà còn làm sinh triển đầy ắp những biến tấu khôn lường của một tâm linh mà *"trong chiếc đầu đầy ắp những hoang mang"* thường xuyên *"mọc lên niềm nghi hoặc: như thế nào là một CON NGƯỜI???"*

Kết quả là thi sĩ đã tìm ra "mánh lới cuối cùng của một CON NGƯỜI" và "mánh lới cuối cùng của một NHÀ THƠ" bằng cả tri thức Tâm- Sinh Học Bản Thể lẫn những trải nghiệm rất sử thi bi tráng của thân phận. Ngôn ngữ thơ của anh đầy chấp nhận, thách thức và kêu gọi trong đoạn phụ lục (nơi dừng lại của Trường Ca dài ngót 150 trang hơn hai ngàn câu):

"mánh lới cuối cùng của một CON NGƯỜI
là làm sao
đánh lừa được CHÍNH MÌNH

*mánh lới cuối cùng của một NHÀ THƠ
là làm sao
giết được CHÍNH MÌNH
mà không cần tự sát"*

Như thế - phải chăng vô tình Trần Nghi Hoàng đã buộc chúng ta gặp lại và đối diện với một câu hỏi đã cũ càng như Quả Đất nhưng không bao giờ hết mới mẻ và mất tính thời sự là: "Chúng ta phải sống như thế nào?".

Mỗi người sẽ có cách diễn giải riêng để tự trả lời câu hỏi không nguôi vang động ấy. Tôi tin rằng trong đêm tối thâm u thường hằng của một bản lai diện mục TÂM HỒN RIÊNG TƯ sẽ nảy sinh câu trả lời duy nhất được thừa nhận khi mà CON NGƯỜI RIÊNG TƯ ấy không sợ phải Mở Cửa Tử Sinh, không sợ phải ĐỐI DIỆN với CHÍNH MÌNH, không sợ TỰ SÁT - dù là một sự TỰ SÁT SINH HỌC hay một SỰ TỰ SÁT TRIẾT HỌC. Quả thực, Trần Nghi Hoàng đã dám chơi nghiêm túc một CUỘC TỬ SINH trong Cõi Thơ của CHÍNH MÌNH.

Bóc quá khứ, nhìn về phía trước

Đoàn Nhã Văn

Dùng những nhân vật lịch sử để dựng những thiên truyện ngắn hay, trong văn chương Việt Nam, có vài tên tuổi nổi trội.

Trong nước, Nguyễn Huy Thiệp tạo được những cơn sóng trên mặt hồ văn nghệ ở những năm cuối 1980's và đầu 1990's. Ngoài nước có Trần Vũ với những truyện ngắn táo bạo, gây nên những tranh luận một thời gian ngắn sau đó, và Trần Nghi Hoàng đẩy tung tẩy với những truyện ngắn trong tập "Truyện Người Viết Sử" (TNVS). Mỗi người mỗi khác. Tuy nhiên, ở góc độ bình thường hóa những nhân vật lịch sử, Vũ có nét tương đồng với Thiệp. Hoàng sải bước theo hướng riêng của mình.

"Truyện Người Viết Sử" gồm 9 truyện ngắn và vở kịch "Sen tàn trong ngày 30 tháng Tư". Trong 9 truyện ngắn đó, có 4 truyện ngắn liên quan đến những nhân vật lịch sử: Quang Trung, Nguyễn Ánh, Lê Long Đĩnh, Ngô- Thì Nhậm, Ngô Thì Chí và những nhân vật phụ khác. Những truyện còn lại lấy bối cảnh lịch sử cận đại, tại Việt Nam cũng như tại Mỹ.

Vở kịch "Sen tàn trong ngày 30 tháng Tư" chuyên chở một phần triết lý nhà Phật qua những nhân vật đầy trần tục. Xa hơn, nó có thể được xem là mặt thứ hai của đồng tiền, khi mặt thứ nhất là vở kịch "Sen nở trong ngày 29 tháng Tư" của Nguyễn Huy Thiệp. Tuy nhiên, bài viết này sẽ không đi sâu vào vở kịch, cũng như những truyện ngắn lấy bối cảnh cận đại của đời sống, bởi vì, thứ nhất, bài viết này đi sâu vào những điểm nổi bật về truyện ngắn của Trần Nghi Hoàng trong dòng "truyện ngắn lịch sử"; thứ hai, để có một sự so sánh đầy đủ về bút pháp và đặc biệt là tư tưởng của hai nhà văn qua hai vở kịch, cần một bài viết so sánh khác, đặt hai vở kịch song song với nhau.

Trần Nghi Hoàng, qua tập truyện ngắn "Truyện Người Viết Sử", không vay mượn lịch sử theo cái nghĩa thông thường. Bằng vào một hay nhiều sự kiện lịch sử, mà người đi trước hoặc không viết thêm ra, hoặc không giải thích rộng hơn, hay vì một lý do nào đó họ ngừng lại ở chỗ mà, theo ông, lẽ ra phải giải thích cho hậu thế tận tường, Trần Nghi Hoàng đã đào xới, mổ xẻ và tổng hợp với những sự kiện khác, đã xảy ra trước, hoặc sau đó, để lý giải, trước hết là tìm cho mình một lời giải đáp. Và sau đó là chia sẻ đến độc giả những điều lý giải này.

Bằng một lối viết đầy hình ảnh và bố cục rất chặt, những điều ấy tạo nên những thích thú trên những trang văn của ông. Cách tháo gỡ và tổng hợp những sự kiện lịch sử của ông làm tôi liên tưởng đến mấy câu thơ của Tuệ Sĩ trong tập thơ "Giấc Mơ Trường Sơn":

Ta gọi kiến, ngập ngừng mây bạc
Đường ta đi non nước bồi hồi
Bóc quá khứ, thiên thần kinh ngạc;
Cắn vô biên trái mộng vỡ đôi.

Vâng, những lý giải, những lớp quá khứ được bóc ra, qua TNVS, ít nhiều làm những người khác khó chịu. Và cũng có khi gây nên ngạc nhiên nơi độc giả. Qua TNVS, tôi để ý đến hai điều nổi bật: một, nỗi cô đơn của những nhân vật lịch sử; và hai, tư tưởng cấp tiến cùng cái tâm của những nhân vật lịch sử đó, dù là những người bị "chính sử" nguyền rủa.

*

Nỗi cô đơn của những nhân vật lịch sử

Những người làm nên lịch sử là những người vượt lên trên muôn người. Chính vì điều đó, họ thường là những kẻ cô đơn. Cô đơn, một phần vì ít ai hiểu được họ. Cô đơn, phần khác, vì khi đã ngất ngưởng trên ngôi cao, họ ít tin người. Họ là những Gia Long, Quang Trung... của lịch sử Việt Nam. Tên tuổi càng lớn, nỗi cô đơn của họ càng lớn. Trần Nghi Hoàng khai thác triệt để điều này của họ trên những trang sách của ông.

Trên ngai vàng chất ngất, Gia Long luôn được người chờ chực, kẻ hầu hạ nhưng lúc nào cũng bị phủ chụp bởi một không khí cô đơn, và một tâm trạng bất an. Tâm sự của ông là tâm sự của một người thắng, nhưng bại. Thắng, vì đã thu phục giang sơn về một mối. Còn cái bại nằm ở những nỗi ám ảnh, những nỗi bất an trong tinh thần dù là đang nắm quyền sinh sát trong tay. Chính cái bất an và lòng thù hận ngút trời đã tạo nên những cuộc trả thù ghê rợn. Chẳng hạn tâm trạng bất an của ông khi ngồi trên thượng đài theo dõi nữ tướng Bùi Thị Xuân bị hành hình:

"Nhà vua chợt nhìn thấy trên khuôn mặt nát tan và bê bết máu của nữ tướng Tây Sơn Bùi Thị Xuân một nụ cười. Nụ cười vừa khinh miệt, vừa rạng rỡ của kẻ thực sự chiến thắng. Của kẻ mà mọi áp đặt bên ngoài đều bất khả xâm phạm vào được cái phần tinh thần của họ... Toàn thân Gia Long hốt nhiên lạnh ngắt. Nhìn những lớp vải lụa đẫm máu vẫn quấn chặt quanh người viên nữ tướng, câu hỏi cũ đã được quay trở lại: "Ai? Ai là người đã cung cấp vải lụa cho mẹ con Bùi Thị Xuân chuẩn bị trước cuộc hành hình?" (Trang 24).

Cái thất bại khác của Gia Long khi ngồi trên ngai vàng: không thu phục được những bại tướng, những người thân của Quang Trung. Gia Long, dưới ngòi bút của Trần Nghi Hoàng còn có một điểm khác: trọng nhân tài, muốn thu phục những bại tướng, muốn chiếm đoạt trái tim chứ không phải thể xác của giai nhân. Tuy nhiên, có lẽ vì bản tánh của ông đã làm người khác quay lưng, chấp nhận những nhục hình chứ không chịu cúi đầu. Không bao giờ ông mua được lòng người.

Một Trần Quang Diệu, tướng tài của Quang Trung, người mà Gia Long cố công thu phục, người mà Gia Long từng phải nghiêng mình, trước cuộc hành hình, đã nhắn người nói với Gia Long rằng:

"*Nói với Nguyễn Ánh, ta thâm tạ lòng liên tài của y. Nhưng tôi trung không thờ hai chúa. Chỉ xin Nguyễn Ánh nếu thực sự trọng ta, và nếu còn nghĩ tới chút ân tình ta đã có năm nào với Võ Tánh khi vây thành Bình Định, thì hãy tha chết cho mẹ ta. Bà đã 80 tuổi, không còn có thể can dự vào chuyện quốc gia đại sự được... Chắc chắn bà không thể nào là hậu hoạn của Nguyễn Gia Miêu.*" (Trang 15-16.)

Hay cái khinh khi của Bắc cung Hoàng Hậu - Ngọc Hân:

"*Đáng lý ta phải tự sát ngay lúc này để tạ tội với Đức Quang Trung ta, vì ta đã cố tình cho ngươi xâm phạm vào ngọc thể của ta. Nhưng ta muốn chứng minh ngươi biết một điều, dù ngươi có "lấy" được thân thể ta, ta vẫn là người của Đức Quang Trung. Ta đã thuộc về Ngài và bởi thế, trong ta có sự hiện diện của Ngài, của Long Nhưỡng tướng quân, của Bắc Bình Vương, của Quang Trung Hoàng Đế. Người mà chỉ nghe tên ngươi đã bay hồn bạt vía. Cũng như đất đai và thiên hạ Đại Việt này dù có nằm trong tay ngươi, vẫn muôn đời có sự hiện diện của Thái Tổ Võ Hoàng Đế Quang Trung Nguyễn Huệ. Ngươi đã hiểu rõ cái giả chân của thành bại hay chưa, hỡ tên hèn hạ, tiểu nhân ty tiện... Rồi đây sử sách của đời sau, tên họ ngươi là để cho cháu con Đại Việt phỉ nhổ, khinh ghê...*" (Trang 33- 34)

Cái quay lưng chờ chết của Trần Quang Diệu, cái phỉ nhổ, khinh khi của Ngọc Hân, cái mỉm cười thách thức của nữ tướng Tây Sơn Bùi Thị Xuân càng làm rõ nét cô đơn của một người đã thâu tóm cả thiên hạ và muốn gì được nấy nhưng không bao giờ mua được lòng người, những người bên kia chiến tuyến. Và càng không mua được lòng người, những người ở gần ông, như Võ Minh, chẳng hạn.

Gia Long hiện ra dưới ngòi bút của Trần Nghi Hoàng trước hết là một kẻ cô đơn, thứ đến là một người đầy tham vọng, tàn nhẫn và thủ đoạn. Người mà nghĩ đến việc trả thù như một khoái cảm. Kẻ thù càng đau đớn, khoái cảm càng dâng cao. Khi khoái cảm dâng cao tột đỉnh cũng là lúc nhận ra mình cùng cực cô đơn. Đó là tính cách, và đó cũng là số phận của một lãnh tụ.

Không chỉ ở Gia Long, cái cô đơn lớn đó còn nhìn thấy ở nhiều nhân vật khác, như Quang Trung, như Ngô Thì Chí, mà nhất là Lê Long Đĩnh.

Chúng ta nghe nói đến Lê Long Đĩnh là một vị vua tàn ác khét tiếng. Sử sách gọi ông là Lê Ngọa Triều, người đã từng sai thủ hạ róc mía trên đầu sư. Cái khuất lấp của lịch sử là chưa giải thích được tại sao Lê Long Đĩnh lại nằm trên cáng khi tiếp kiến quần thần, và tại sao ông lại tạo ra cảnh "róc mía trên đầu sư" để bá tánh khinh khi, để thiên hạ phỉ nhổ? Có gì khuất lấp? Hay nhà chép sử của triều đại mới phải làm theo lệnh để chinh phục lòng người cho một triều đại mới?

Cái công án "róc mía trên đầu sư" được TNH lý giải để trả lời cho sự tàn bạo của vị vua trẻ, tài hoa, nhưng không kém phần ghê rợn khi xuống tay, theo chính sử. Trần Nghi Hoàng dựng nên những chuỗi hình ảnh, giải thích sự ngọa triều của vị vua trẻ này và nhất là đối lập với giả thiết là nhà vua trẻ đắm say trong nhục dục đến nỗi không thể ngồi trên ngai để xử lý mọi việc trong triều.

Nỗi cô đơn của Lê Long Đĩnh là không ai hiểu được nỗi lòng của ông, nỗi lòng của một vị vua biết nhìn xa, biết lo cho bá tánh, MUỐN nhường ngôi mà không được. Chỉ có một người duy nhất hiểu được: Viêm Cơ. Và Viêm Cơ, người trinh nữ khỏa thân lại là một nhân vật hư cấu. Ở điểm này, Hoàng và Thiệp có nét tương đồng: dùng nhân vật nữ hư cấu để "tải" điều mình gởi gắm. Tuy nhiên, cái khác biệt: Hoàng dùng Viêm Cơ để bẩy nhân vật Lê Long Đĩnh lên cao, Thiệp dùng Nguyễn Thị Vinh Hoa để kéo Quang Trung xuống thấp với đời thường.

*

Tư tưởng cấp tiến của những nhân vật lịch sử

Trần Nghi Hoàng đánh giá cao về chiều sâu, về sự cấp tiến trong tư tưởng của những nhân vật lịch sử. Nhân vật càng lớn, tư tưởng của họ càng cao, vượt khỏi tầm của thời đại mà họ đang sống, như Quang Trung chẳng hạn. Cứ lấy một ví dụ nhỏ minh chứng để thấy cái khác biệt giữa Trần Nghi Hoàng và Nguyễn Huy Thiệp.

Cùng một sự kiện lúc Nguyễn Huệ lâm chung, Nguyễn Huy Thiệp viết: "*Khi lâm chung có Vinh Hoa đứng hầu bên giường, nhà vua nhìn mãi Vinh Hoa mà không nhắm mắt. Cả triều đình thương cảm. Con trai nhà vua là Nguyễn Quang Toản vuốt mắt cho cha nhưng hễ* buông tay ra là mắt nhà vua mở trừng trừng. Đến cả hoàng hậu Ngọc Hân cũng thế. Sau Vinh Hoa phải lấy ngón tay út của mình đặt lên hai mi mắt thì mắt nhà vua mới nhắm lại được. Sau đấy, chỗ ngón tay út của Vinh Hoa đen như chàm, rửa thế nào cũng không sạch." (Phẩm Tiết)

Cũng trong lúc lâm chung, Trần Nghi Hoàng cho rằng, Quang Trung đã cho gọi tướng tài Trần Quang Diệu về mà trăn trối rằng: "Đại Việt là của muôn dân, chẳng phải của riêng một dòng họ nào cả. Nếu sau này Nguyễn Ánh có lấy được thiên hạ, lo được cho thiên hạ ấm no, thì các ngươi cũng đừng vì cái xác rữa của ta mà gây thêm binh loạn." (Trang 16)

Cùng một khoảng khắc lâm chung của Quang Trung, hai nhà văn dựng hai hình ảnh khác nhau.

Ở Nguyễn Huy Thiệp, một Vinh Hoa giả tưởng với ngón tay út đen như chàm sau khi đặt lên mắt Quang Trung cho thấy kết quả còn lại của một đời người từng vẫy vùng từ Nam ra Bắc, khi nhắm mắt, tất cả còn lại là vết đen, cặn bã. Đó cũng là một phần trong phong cách dựng lại cái đời thường của những nhân vật lịch sử trong chùm truyện ngắn lịch sử của ông.

Nếu Nguyễn Huy Thiệp bịa ra nhân vật giả để nắm bắt cái còn lại đen như chàm của một vị vua, của một danh tướng, thì Trần Nghi Hoàng đi gần với chính sử hơn, bởi Hoàng Lê Nhất Thống Chí cũng nhắc đến việc triệu hồi Trần Quang Diệu của Quang Trung. Cái hư cấu mà ông dựng nên là lời trối trăn với vị tướng tài Trần Quang Diệu. Lịch sử không ghi lại Quang Trung đã trăn trối lại điều gì cho người tướng tài mà ông tin cẩn. Người chép sử không biết, hoặc có biết nhưng đã để bên ngoài những trang sử của ông. Dân thường không biết vì làm gì được đứng gần Vua trong giây phút cực kỳ nghiêm trọng đó. Chỉ có điều: người từng làm nên lịch sử thường để lại những câu nói lịch sử.

Trong chiều hướng đó, Trần Nghi Hoàng đã cố ý đưa lời trăn trối này của Quang Trung mà gởi lại cho người sau. Câu nói của Quang Trung mang một độ "lớn" như cái lớn của chính hình ảnh ông trong lòng bao người dân nước Việt. Cái lớn của nó nằm trong cả hai phần của câu nói. Trước hết, ông khẳng định nước là của dân. Điều này khác hẳn với suy nghĩ của thời phong kiến: nước thuộc về Vua, vì Vua chính là thiên tử. Nó hé lộ cái cấp tiến của một nhà quân sự tài ba, của một lãnh tụ biết nhìn người. Thứ hai, Quang Trung đánh giá cao Nguyễn Ánh. Đây chính là phong cách: anh hùng trọng anh hùng, dù họ là kẻ thù không đội trời chung. Quang Trung đặt kẻ thù của mình đúng vào vị trí của họ. Đó là cái nhìn vượt tầm của một nhà thao lược: hiểu tường tận các tướng của ông, dù tài, giỏi cách mấy cũng không qua được Nguyễn Ánh. Ông nhìn thấy có một ngày, sau khi ông nằm xuống, Nguyễn Ánh sẽ thâu tóm giang sơn. Mà nếu Nguyễn Ánh mà tạo được cơm no áo ấm cho bá tánh thì đừng bao giờ nghĩ đến việc trả thù. Nguyện vọng lớn của nhân vật lớn: nghĩ đến người dân trên cả vận mệnh của một gia tộc và danh dự của chính mình.

Bằng một câu nói tạo cho nhân vật của mình để lại

lúc lâm chung, Trần Nghi Hoàng đã trả lại chỗ đứng lịch sử cho một nhân vật lừng danh trong lịch sử. Chỗ đứng đó không phải tạo dựng bằng sự kiện mà bằng một chất văn lôi cuốn, bằng một giọng điệu sắc sảo trên những trang sách.

Nói đến tư tưởng cấp tiến của những nhân vật lịch sử, không thể không nhắc đến một người khác. Trong lịch sử Việt Nam, một dòng họ nổi tiếng về đường công danh, khoa bảng mà hầu như ai ai cũng biết đến, đó là dòng họ Ngô- Thì. Suốt nhiều đời, dòng họ Ngô- Thì đã góp vào lịch sử dân tộc nhiều vị quan, nhiều tiến sĩ danh tiếng. Phải nói rằng, đây là một dòng họ mà tài danh và khoa hoạn được xem là vào bậc nhất của Bắc Hà. Ngày nay, đền thờ của họ Ngô- Thì còn ghi hai câu đối mà đọc lên mới thấy cái lẫy lừng của họ này trong suốt nhiều đời tiếp nối:

Thập bát Quận Công, tam Tể Tướng
Bách dư Tiến Sĩ, cửu phong Hầu.

Vì thế, chúng ta không lạ, trong những cuộc tranh giành quyền lực triều chánh, người của họ Ngô- Thì cũng có mặt ở cả hai phía. Chính vì vậy, những gút mắc của gia đình, của dòng họ đã tạo nên những sự tranh luận nảy lửa.

Là một kẻ sĩ của thời cuộc, chữ TRUNG phải được hiểu như thế nào, khi đứng trước cơn bão lửa, binh đao của lịch sử? Câu hỏi này dẫn vặt cả hai anh em: Ngô Thì Nhậm và Ngô Thì Chí.

Theo sử sách, Ngô Thì Chí làm quan, phục vụ nhà Lê, mất năm 1788 (thọ 35 tuổi) khi nhận lệnh Lê Chiêu Thống lên Lạng Sơn mộ lính để chống nhau với nhà Tây Sơn. Trong khi đó, Ngô Thì Nhậm lại là người của Tây Sơn. Hai anh em, hai điển hình khoa bảng, nằm trong hai chiến tuyến trong thời tao loạn. Vậy chữ "Trung" phải hiểu thế nào mới là đúng?

Bằng vào một lối viết tung tẩy, tạo được không khí của một thời đã qua, từ lối đối thoại, hình ảnh, đến từng chi tiết, xê dịch trong truyện, Trần Nghi Hoàng đã xây dựng một câu chuyện cuốn hút, mang tính thuyết phục, trong đó có nhiều đoạn tranh luận nảy lửa của hai anh em, Ngô Thì Chí và Ngô Thì Nhậm. Hãy đọc một đoạn truyện ngắn để thấy lập luận của Trần Nghi Hoàng khi soi rọi lại những vấn đề lịch sử.

"Thì Chí nhấp một ngụm trà, ngước nhìn Thì Nhậm:

- Khi chiều, lúc mới đến, em có nghe anh Nhậm hỏi Thì Du. Và em đã mạn phép trả lời: "Trung là một lòng với Vua, là trọn đạo thần tử." Em thấy nhà Lê đang hồi suy biến, bị quân giặc Tây Sơn làm loạn, trấn áp. Đây là lúc kẻ bầy tôi phải dốc lòng đem tài trí vì Vua, giúp nước.

Thì Nhậm xoay tách trà trong tay, nhẹ lắc đầu:

- Vì Vua, chưa hẳn là giúp được nước. Trung với một ông Vua, với một dòng tộc, có khi mang hại đến cho xã tắc, mang gông xiềng cùm lên trăm họ... Thì chữ Trung đó là Ngu Trung của bọn hủ nho...

Sắc mặt Thì Chí tái xanh, ông cắn chặt răng. Thì Du kích động hẳn trên khóe môi như chực nói. Thì Nhậm cho tay vào áo, đưa ra một phong thư:

- Chú đọc đi. Đọc cho cả Thì Du cùng nghe. Thư của Trung Thư Lệnh nhà Tây Sơn là Trần Văn Kỷ. Chắc chú Chí và Thì Du có nghe bậc danh sĩ đất Thuận Hóa này.

Thì Chí mở thư, đọc:

"Hi Doãn huynh nhã giám,

Kể từ ngày hội ngộ, lòng đệ luôn tưởng nhớ đến huynh

...

Nay thế nước đã thay, nhà Lê không còn ai tài đức. Nghe đâu vì cái ngai vàng của tộc họ, mà Chiêu Thống đã mưu định cho người sang cầu viện ngoại Thanh vào để đối đầu cùng Tây Sơn.

...

Đệ mong Hi Doãn huynh vì tiền đồ của nòi Nam Việt, vì phúc lợi của con cháu Hồng Lạc mà sớm ra góp tay với Bắc Bình Vương. Trước, cùng đánh đuổi ngoại Thanh. Sau, là an định thiên hạ ..."

Thì Chí run tay dằn mạnh tờ thư xuống mặt bàn:

- Rồi anh Nhậm trả lời Trần Văn Kỷ ra sao?

- Tôi đã hẹn ngày với Trần Văn Kỷ, để ra gặp Bắc Bình Vương.

Thì Chí nắm chặt hai bàn tay, hét nhỏ:

- Trung thần bất sự nhị quân.

Thì Nhậm đanh giọng:

- Tôi Trung với nước chứ không trung với một ông vua.

Thì Chí chua chát:

- *Có phải vì anh hơn 8 năm lận đận vừa qua, mà sinh ra đổi dạ với nhà Lê?*

Thì Nhậm bật cười lớn:

- *Kẻ Sĩ tiến thoái, xuất, xử phải biết lẽ.*

- *Nhưng nhà Lê chưa từng phụ anh.*

- *Tôi chẳng phụ nhà Lê. Nhưng tôi cũng không muốn vì nhà Lê mà có tội với đất nước, với tiền nhân, với trăm họ.*

Thì Chí cúi mặt thở dài. Giọng ông đầy băn khoăn:

- *Thì Du, còn chú thì sao?*

Thì Du đặt tách trà xuống mặt bàn, thẳng người, ngang nhiên đáp:

- *Em đồng ý với anh Thì Nhậm. Trung là Trung với nước, chứ không phải Trung với Vua. Vì Trung với Vua mà làm cái việc rước voi dày mả tổ, là có lỗi với cha ông, là thành tội đồ thiên cổ của lịch sử.*

Thì Chí bần thần:

- *... Là có lỗi với cha ông... Là thành tội đồ thiên cổ của lịch sử. Ta lại là người chép sử... Nhưng Trung thần bất sự nhị quân...*

Thì Nhậm nghiêm giọng:

- *Phải, chú là người chép sử. Chú lại là người dâng kế sách cho Chiêu Thống cầu viện nhà Thanh. Trong cuốn Hoàng Lê Nhất Thống Chí mà tôi biết chú đang biên soạn, chú sẽ viết như thế nào về sự việc này?"* (trang 297- 300.)

Sau đó, sử sách chép lại rằng: trên đường lên Lạng Sơn mộ lính, theo lệnh Lê Chiêu Thống, để chống lại Tây

Sơn, Ngô Thì Chí bị bệnh mà mất tại Gia Bình, thọ 35 tuổi. (Tự điển danh nhân Việt Nam, trang 465). Tuy nhiên, từ sự chặt chẽ trong cách dàn dựng, cái sắc lạnh trong đối đáp, và nỗi băn khoăn của hai anh em thuộc dòng họ Ngô - Thì, hai khuôn mặt lớn của lịch sử, Trần Nghi Hoàng dẫn người đọc đi đến kết luận: Ngô Thì Chí tự vẫn chứ không phải bịnh tật như sử sách đã chép. Lý do tự vẫn là vì ông "không minh bạch được chữ Trung của kẻ sĩ". Dù đồng ý hay không với lập luận của Trần Nghi Hoàng, người đọc vẫn thấy câu chuyện đầy cuốn hút và hấp dẫn. Điều thành công của tác giả là làm người đọc suy nghĩ, lôi kéo người đọc tự tìm cho mình câu trả lời. Và quan trọng hơn hết chính là tư tưởng mà Trần Nghi Hoàng đã cài đặt trong truyện ngắn: kẻ sĩ thời Tây Sơn đã có những suy nghĩ táo bạo, cấp tiến. Không nhất thiết: Trung là phải sống, chết với một người mà bỏ rơi trăm họ.

*

Cũng cần phải tìm hiểu tại sao phải mượn lịch sử để hình thành truyện ngắn. Bởi đó là một phần trong quan niệm nghệ thuật của nhà văn.

"Lịch sử, cũng như tất cả những sự việc khác trong cuộc đời, trong cõi nhân gian, thường là một đồng tiền hai mặt. Giữa anh hùng và phản quốc, giữa quân tử và tiểu nhân, lằn ranh tưởng chừng rất rõ ràng.

Tưởng chừng rất rõ ràng, do đó chỉ là lằn ranh được vạch ra từ khuôn phép của những định kiến.

(......) *Dưới chế độ phong kiến, người chép sử đa số là những ông quan. Làm quan, hưởng bổng lộc và chịu dưới quyền sai xử của vua, thì tất nhiên phải theo lệnh vua. Người chép sử phải viết như thế nào về những kẻ đối thủ trước kia của ông vua đang trị vì trong cuộc tranh ngôi Vương Đế? Người chép sử phải viết như thế nào về ông vua đang trị vì? Và người chép sử phải tự viết như thế nào về ông ta, nếu chính người chép sử cũng từng tham dự vào lịch sử? Cái tốt, cái công nghiệp thì quá dễ. Nhưng còn cái xấu và những tội nghiệt?*

Xin tạm trả lời: Chỉ giông bão của thời gian mới thổi tung được bao lớp bụi mờ phủ che lịch sử, giải tỏa được những oan khiên... Tuy nhiên, một điều kiện tất yếu nữa, là cần phải có những con người hậu thế với những tấm lòng thành..." (Trang 292.)

Đó là lời khẳng định, đó cũng là quan niệm nghệ thuật của Trần Nghi Hoàng khi dựng nên những truyện ngắn mang tính chất lịch sử. Và đó cũng là điều mà ông kỳ vọng ở độc giả, những người đến với lịch sử bằng một tấm lòng thành.

Từ quan niệm nghệ thuật đó, lịch sử trên những trang văn của Trần Nghi Hoàng luôn có hai mặt. Đó cũng là tính lưỡng nguyên của cuộc đời. Chính ở điều này, độc giả có khi vừa thấy ghê rợn nhưng cũng vừa cảm thông với nhân vật này, lại vừa thấy ghét cái thú tánh nhưng cũng vừa phục cái tầm nhìn xa của nhân vật khác. Nhìn lịch sử là nhìn cả hai mặt, đọc lịch sử là đọc giữa những dòng chữ, soi rọi lịch sử là soi rọi bằng cái tâm của người hậu thế, và quan trọng hơn hết, mượn lịch sử là trả sòng phẳng, trả bằng cả hai mặt của vấn đề, không phải mượn hai (hùng và hèn) nhưng chỉ trả một (hèn), để tạo nên những cú sốc trên mặt hồ văn nghệ. Đó là tư tưởng chủ đạo xuyên suốt những trang văn của Trần Nghi Hoàng. Và đó cũng là con đường của riêng ông: đến với lịch sử bằng cái tâm của người hậu thế.

*

Có một điều cũng nên nhắc ở đây: hình ảnh MƯA được lặp lại khá nhiều trong truyện ngắn của Trần Nghi Hoàng. Mưa ở Hoa Lư. Mưa ở Thuận Hóa, Mưa ở Đà Lạt, Mưa ở Hà Tiên, Mưa ở D.C. v.v... Mưa. Mưa, và mưa. Một mưa mịt mù nhân ảnh. Một mưa rây rây không thành hột. Một mưa xám ngắt nhân gian. Một mưa thúi đất, úng trời. Một mưa bay bay, lạnh lùng nhân thế. Mỗi cơn mưa bao phủ một vùng đất trời rộng lớn nhưng mang nhiều ý nghĩa khác nhau. Có khi mưa để tẩy xóa những vết dơ của lịch sử. Có khi mưa làm ướt lòng người. Có khi mưa để hé lộ những sự thật bị che giấu bởi lòng người hạn hẹp. Và, quan trọng nhất, mưa để bắt đầu cho những đợt mùa mới, khởi đầu cho vận hội mới của dòng Bách Việt.

Như đã nói trong phần đầu, trong số những nhà văn dùng nhân vật lịch sử để dựng truyện, nếu Nguyễn Huy Thiệp khai thác cái tầm thường, cái đen tối, xấu xa của những nhân vật lịch sử, nếu Trần Vũ khai thác tận tình cái "con" trong chữ "con người" và đẩy nhân vật của mình quay trong chiều kích bạo lực và dâm loạn, nếu Nguyễn Mộng Giác thành công ở những chi tiết, ở cái thật bình thường, thì Trần Nghi Hoàng đẩy tư tưởng của nhân vật mình lên một bậc, đó là cái nhìn cấp tiến của những nhân vật lừng danh trong lịch sử. Mỗi người một hướng đi riêng, có chỗ đứng riêng trong lòng độc giả.

Tuy nhiên, Trần Nghi Hoàng là người gần nhất với cổ nhân, khi dựng những nhân vật lịch sử, qua câu: "Nuôi thân sinh nô tài, nuôi óc sinh nhân tài, nuôi tâm sinh thiên tài".

Từ lâu, người đọc vẫn biết đến Trần Nghi Hoàng như một thi sĩ. Không chỉ làm thơ, Trần Nghi Hoàng hầu như xông xáo vào mọi lĩnh vực; từ viết truyện, biên khảo, đến viết kịch, tạp văn, làm báo, và gần đây hơn, ông dành nhiều thời gian trong lãnh vực phiếm luận, phê bình. Tham dự nhiều, xông xáo lắm, nên cái này có khi làm mờ cái khác. Tuy nhiên, theo tôi, khi mọi thứ lắng đọng theo thời gian, độc giả sẽ nhớ Trần Nghi Hoàng, trước hết, như một thi sĩ và kế đến, như một người viết truyện, mà TNVS như một dấu ấn riêng, trong mảng truyện ngắn viết về những nhân vật lịch sử của Trần Nghi Hoàng.

Đoàn Nhã Văn

Trần Nghi Hoàng, kẻ lữ hành cô độc

Lâm Chương

Qua bức biếm họa, họa sĩ Nguyễn Trọng Khôi lột tả được đặc tính của một người, bạn bè văn nghệ gọi đùa là giang hồ ngoại đạo: Trần Nghi Hoàng. Thoạt nhìn ông dưới nét biếm họa, khó ai giấu được nụ cười. Hình dung cổ quái, mái tóc để dài biếng chải, trông bẩn không chịu được. Chung quanh miệng, râu ria mọc xồm xàm sợi dài sợi ngắn rất ư là mất trật tự. Cái mũi lân, theo sách tướng là người hiền lành phúc hậu. Trong muôn một, có lẽ sách tướng cũng có sai lầm. Xét qua hành trạng, ông ta không hiền chút nào. Tất cả những yếu tố khắc khổ, bụi đời, kiêu hãnh, bất cần, khinh bạc, dữ dằn, liều mạng pha trộn với nhau làm thành khuôn mặt Trần Nghi Hoàng. Không ai có thể đoán ông bao nhiêu tuổi. Đừng nhìn, chỉ nghe ông nói cười sang sảng thì đoán ông đây là một người đàn ông tính tình phóng khoáng, trạc tuổi 40. Nếu quay nhìn tận mặt thì lại nghĩ ông ta phải ngoài 60, nhưng nhờ uống rượu rắn, luyện Hàm Mô Công (toàn những thứ độc) của Tây Độc Âu Dương Phong nên trông còn dẻo dai rắn rỏi. Trong bức biếm họa, tay ông cầm cái chày võ to tổ bố, tua tủa những gai nhọn như muốn đe dọa người khác và sẵn sàng gây hấn với bất cứ ai trên chốn giang hồ. Trên cổ ông đeo một miếng đá thô sơ màu tím nhạt (chắc không phải loại đá quý của các bà dùng làm đồ trang sức), giữa có cái khe, hai bên có hai đường rãnh cong cong giao nhau. Nét khắc vụng về như của một tay thợ đục đá chuyên khắc mộ bia. Một buổi trưa đang đứng bên ngoài hội trường cộng đồng người Việt Dallas, có người nhìn miếng đá sần sùi kỳ dị ấy, hỏi: "Nó tượng trưng cho cái gì?" Trần Nghi Hoàng nói: "Cái lồn". Hai tiếng ấy phát ra một cách tự nhiên, nhưng đối với người nghe là một sự bất ngờ. Không biết ông nói thiệt hay nói chơi? Người hỏi mỉm cười bỏ đi. Cái kiểu nói chuyện tưng tửng dễ làm nhức đầu những ai có một tâm hồn quá nhạy cảm, nhất là quý bà không quen nghe những ngôn từ thô lậu bình dân "đi sâu vào quần chúng". (Sau này, tôi hỏi thì ông cho biết, miếng đá đeo trên cổ là một loại cổ ngọc của người Hời tượng trưng cho sinh thực khí của người nữ, dùng trong việc thờ cúng, gọi là Yoni. Cái tượng trưng cho người nam gọi là Linga.)

Ngoài tài làm thơ, Trần Nghi Hoàng còn nhảy ra viết bình luận, phiếm luận, tranh luận, phê bình chỉ trích lung tung. Với những bài loại này, ông ký bút hiệu Thông Biện Tiên Sinh. Nếu ai chưa từng tiếp xúc với ông, chỉ nghe cái bút hiệu có vẻ lớn lối là muốn xắn tay áo nhào vô hỏi thăm sức khỏe liền. Đã xưng Thông Biện thì phải là người uyên bác lắm, lại còn chơi cha thiên hạ, tự đặt mình vào bậc tiên sinh trưởng thượng. Qua bút hiệu

Thông Biện Tiên Sinh, cách viết của ông dường như có mũi nhọn đâm hông thiên hạ. Những người được ông chiếu cố, lấy làm khó chịu. Dù ghét ông, cũng không thể phủ nhận rằng ông có tài nhận xét một cách thông minh. Còn chuyện dùng tài năng và trí tuệ ấy thế nào là chuyện khác. Ai lại không có khuyết điểm? Và ông lại hay rình những chỗ sơ hở mà thọc mũi dùi làm người ta vừa nhột vừa đau. Nhột vì bị vạch áo cho người xem lưng. Đau vì bị ông mỉa mai châm biếm. Tôi tưởng tượng hình ảnh ông lúc đó. Lật từng trang sách, cắm cúi soi rọi bằng chiếc kính hiển vi theo kiểu vạch lá tìm sâu. Mỗi khi bắt được con sâu, mắt ông sáng lên mừng rỡ. Sau đó, ông rót một ly rượu rắn (tráng dương, bổ thận, thông khí huyết, trị nhức mỏi), khề khà khoái trá với dĩa mồi mà ông vừa bắt được. Gắp con mồi, ông chưa vội nhai rốt ráo đâu. Ông ngó tới ngó lui, nói chuyện vòng vo tam quốc, rào đón bao vây cho con mồi không còn đường nào thoát thân. Rồi ông quan sát và phân tích thật kỹ, coi phần nào nên ăn trước, phần nào ăn sau. Ông vặt lông, ngắt đầu, bẻ đuôi, nhâm nhi, gật gù thưởng thức. Tưởng tượng cách khác, ông vừa viết vừa nhếch mép mỉm cười. Ông thừa biết kẻ bị nhắc tới sẽ nhăn mặt, nhưng ông cần như thế. Ông lấy sự khó chịu của người khác làm niềm vui của ông. Bất cứ bài viết nào khi đưa lên báo chí hoặc in thành sách cũng sẵn sàng chấp nhận búa rìu dư luận. Nhưng phê bình vạch ra những khuyết điểm để tác giả nhận thức được những sai lầm và sửa chữa là điều quá tốt. Người được phê bình sẽ bái phục, sẽ hàm ân và coi kẻ phê bình như bậc thầy mình. Thông Biện Tiên Sinh cũng phê bình những khuyết điểm của người khác, nhưng ông viết với giọng văn bỡn cợt, mỉa mai, chế nhạo. Người bị phê bình cảm thấy xấu hổ. Trong *"Việt Nam Thi Nhân Hiện Đại"*, Hoài Thanh – Hoài Chân nhận định về Nguyễn Vỹ, sau cùng phán một câu *"chí cao tài mọn"*. Lời phê phán ngắn gọn mà dường tảng đá ngàn cân đè nặng trên lưng. Một dấu ấn hãm tài đóng vào sự nghiệp thơ văn. Tương tự như sau 1975, hồ sơ lý lịch của ai bị liệt vào thành phần "ngụy quân ngụy quyền" thì đời thành rác rưởi, không mong gì ngóc đầu lên được. Nó như một thứ họa phù của Thích Ca Như Lai dán trên chóp Ngũ Hành Sơn, đè Tôn Ngộ Không suốt 500 năm vô phương vùng vẫy. Dù Nguyễn Vỹ không nói ra, nhưng ai cũng nghĩ ông hận và đau suốt đời. Thông Biện Tiên Sinh cái danh không đủ lớn bằng Hoài Thanh – Hoài Chân, nhưng xem ra ông có thừa khả năng tạo kẻ thù cùng khắp.

Ở đây, tôi tránh lặp lại những người bị Thông Biện Tiên Sinh châm biếm. Lặp lại là mang ra mổ xẻ lần nữa, trong khi người ta chỉ muốn quên đi. Nhưng nếu không chứng minh thì hóa ra tôi nói những điều vô căn cứ. Vì vậy, tôi trích dẫn về hiện tượng mà Thông Biện Tiên Sinh lấy làm bỡn cợt mỉa mai, không nhằm vào một cá nhân nhất định nào. Trong *"Chuyện về cái micro"*, ông viết: *"... Đa số các ông, ông nào được mời lên cầm cái micro là cứ quyết tâm sống mái bấu chặt lấy Nó. Có ông được mời lên Nói về Tác Phẩm của người ta, mà ông cứ giả vờ quên và... lạc đề, ông lải nhải Nói mãi Nói miết về những... kiến thức* tạp nham của chính ông trong lãnh vực văn học! Có ông được mời lên Nói về Tác Giả, lại cứ làm bộ nhắc tới hằng hà sa số những kỷ niệm của Tác Giả và ông, để sẵn dịp Nói về cái Tôi của ông một cách đường hoàng mà lại trước bao nhiêu là người, thì ông sướng phải biết! Lại còn sự vụ một ông được mời lên Nói trước, Nói dài và lâu quá làm ông được mời lên nói kế tiếp... giận. Ban tổ chức và tác giả phải năn nỉ ỉ ôi, ông mới nguôi giận mà... miễn cưỡng bước lên sân khấu, cầm cái micro. Nhưng khi ông đã cầm được cái micro rồi... thì đường ta, ta cứ đi. Ông Nói, ông Nói và ông Nói còn... dai và dài hơn cả thằng cha nói trước ông, đã từng bị ông... giận hờn khinh bỉ và trách móc! Ông mặc kệ hàng trăm khán giả đang ngồi ngáp dài ngáp ngắn, ngáp trẹo quai hàm vì bị... liên hồi tra tấn bởi hai người cầm bút... nhưng khoái Nói. Hai vị này khoái Nói hơn khoái viết, nên... chưa từng có tác phẩm là chuyện không lấy gì làm ngạc nhiên! Và một trong nhiều hậu quả xảy ra cho đám khán thính giả ngoài cái vụ... Ngáp, là có bà nhà thơ nọ vì Ngáp nhiều quá, nước mắt nước mũi chàm ngoàm cho nên bà phải dụi... mắt, làm rớt cha nó một bên... lông mi giả. Thế là bà nhà thơ bò ra sàn của thính phòng để mà kiếm lại hàng lông mi cong vút... đã ra đi không thèm hát tiếng tạ từ..."

Qua đoạn văn trích dẫn, người đọc mỉm cười đồng lõa với cái cười hóm hỉnh của Thông Biện Tiên Sinh. Nhưng hãy tưởng tượng, cũng với giọng văn châm biếm ấy mà đem gán vào tên tuổi của một người nào thì... nạn nhân đau thật đấy. Chẳng những ông giễu người khoái cầm micro, khán thính giả cũng bị ông đem ra làm trò cười luôn. Bà nhà thơ dụi mắt làm rớt một bên lông mi giả, phải bò ra sàn thính phòng kiếm lại. Chưa chắc sự kiện này là có thật. Tôi nghĩ, ông vẽ thêm một hình ảnh khôi hài để bài viết có thêm một nụ cười đầy màu sắc. Có lần tôi nói: *"Đàn bà làm đẹp là vì bọn đàn ông chúng ta, sao ông lại chế giễu? Đáng lẽ ta phải cám ơn họ. Cám ơn em đã vì bọn đàn ông chúng tôi mà bỏ công điểm trang mặt hoa da phấn đẹp xinh. Cám ơn em đã ăn mặc hở hang khêu gợi cho bọn đàn ông chúng tôi nhìn ngắm thân thể ngọc ngà. Và sau cùng, xin được cám ơn em, những bà mẹ của thế gian đã banh da xẻ thịt sinh ra bọn đàn ông chúng tôi."* Nghe tôi nói thế, Thông Biện Tiên Sinh cười ha hả: *"Ông là loài chim biết hót tiếng du dương."* Qua cái cười, tôi thấy tâm ông không độc, nhưng sao ngòi bút của ông quá nhọn?

Trong một bài khác, ông viết: *"Nhân vật Từ Hải và cuộc phiêu lưu của đời chàng trong "Nhan Sắc" chưa chín. Thâm chí, có những sơ sót rất buồn cười. Ông... (tôi tự ý thay tên tác giả bằng ba dấu chấm) đã cho nhân vật Từ Hải sinh quán ở Liêu Đông bên Tàu của ông... nói tiếng Tây giữa thời Gia Tĩnh Triều Minh: "Tửu bảo mang rượu ra. Từ Hải mở vò ngửi ngửi rồi nhấc lên tu một hơi. Một hơi rượu làm Từ Hải tỉnh táo. Từ đưa tay áo quệt ngang miệng nhìn người khách vẫn ngồi im.*

- Quan lớn, nhậu đi quan lớn, mấy khi tên cu- ly này được hầu rượu quan lớn! Tửu bảo cho ta nửa con heo béo ra đây."

Ai cũng biết, chữ cu- ly nhập cảng vào Việt Nam trong thời Pháp đô hộ nước ta. Cu- ly tức coulie của tiếng Pháp và Anh ngữ là coolie, nghĩa là người lao động, hèn kém. Không nên để cho một nhân vật thời Gia Tĩnh Triều Minh (thế kỷ XV) bên Tàu nói tiếng Việt Nam lại chêm tiếng Tây."

Thông Biện Tiên Sinh sàng lọc một bài văn dài, tìm ra được 2 chữ cu- ly. Cả bao gạo Nàng Thơm có một hạt sạn nhỏ, ít ai nhìn thấy, nhưng ông đã thấy. Trước tiên, ông đã tán tụng ngợi khen là tác phẩm hay. Tiếp theo sau, kiểu cách tri hô của ông làm hạt sạn bỗng lớn lên bằng viên đá cuội. Người đọc dễ bị mắc nghẹn mà quên đi giá trị một bài văn hay. Dẫu sao, đây cũng là đoạn văn "hiền" nhất của ông khi phát giác được một con sâu. Ông chỉ hơi buồn... cười nhẹ nhàng khi Từ Hải nói tiếng Tây.

Với bút hiệu Thông Biện Tiên Sinh, ông bàn chuyện phiếm sắc nhọn, dí dỏm, thông minh. Giọng văn châm biếm tếu tếu kèm theo nụ cười, nhưng sao *"nghe ra ngậm đắng nuốt cay thế nào"*. Vậy mà khi trở lại với thơ, không ai còn nhận ra dấu vết một Thông Biện Tiên Sinh nữa. Ông đổi khác hoàn toàn. Ông là Trần Nghi Hoàng, một người làm thơ. Không biết giữa phê bình, phiếm luận và làm thơ, bộ môn nào là sở trường, sở đoản của ông?

Một đêm cuối đông, chúng tôi đứng hút thuốc, nhìn ra hàng cây tối ám sau nhà của một bạn thơ, tôi hỏi Trần Nghi Hoàng như thế. Ông không trả lời thẳng câu hỏi. Ông cho biết khi làm thơ, ông đắm chìm vào một thế giới khác, tâm hồn bay bổng tận đâu đâu. Như một kẻ mộng du đi giữa thực tại mà không biết những gì đang xảy ra chung quanh, trước mặt ông chỉ còn chữ nghĩa và ông say thơ như người say rượu. Ông viết miên man theo dòng cảm hứng, chỉ sợ nếu không ghi kịp sẽ mất đi cái giây phút nhập thần. Tôi nghĩ, có lẽ vì vậy nên ông có những bài thơ rất dài. Tiết tấu và ý nghĩa từng câu mới lạ. Nhân nói về thơ Trần Nghi Hoàng mà lạm bàn thơ ông theo cảm nhận của tôi. Thử đọc một bài thơ của ông: *"trường giang"*

>*trường giang khởi mạch sóng chấp chóa*
>*sông nước về riêng một chỗ ngồi*
>*mấy trăm năm lỡ còn giây phút*
>*sợi gió tà nghiêng giọng thổ ngơi*

>*bằng lăng nở rộ ngoài phương tận*
>*vạt lục bình trôi rộn tiếng cười*
>*chợ nổi, đời chìm quên bến đậu*
>*ai bán, ai mua cuộc lỗ lời*

>*tháng sáu treo tim rao giữa chợ*
>*đò chao sóng rượu nát lòng thơ*
>*gọi tên cố quận máu réo rắt*
>*tay ngửa chờ mưa ướt mặt người*

>*chập chờn con bướm vờn thê thiết*
>*cố ngược thời gian một điệu cười*
>*còn chăng vạt áo lần chia biệt*
>*hỏi ở lòng phai trận đổi đời*

về đi, về đi sóng nước lỡ
tạn mặt ai về một cõi riêng

Nguồn cảm hứng của ông vẫn chảy theo dòng thất ngôn tứ tuyệt, nhưng cách dùng chữ mới mẻ. Ông tránh được cái sáo ngữ trong thơ, một thói quen ít người tránh khỏi. Đọc câu trước, không đoán được ý câu sau. Người đọc luôn bị bất ngờ. Tôi nghĩ, đó là lý do khiến thơ ông không bị nhàm chán.

Mục đích bài viết này không phải để bình luận khen chê thơ Trần Nghi Hoàng. Tôi không có khả năng làm chuyện đó. Và tôi cũng xác nhận thêm rằng, tôi không có khả năng lãnh hội, cảm xúc với những bài thơ tối nghĩa. Trên thi đàn có những người nổi tiếng, nhưng đọc thơ của họ, tôi không hiểu gì cả. Vì họ nổi tiếng nên có những nhà phê bình viết bài nhận định, giải thích rồi ngợi khen không tiếc lời. Lắm lúc tôi nghi ngờ cái đầu của tôi không hiểu nổi bài thơ, hoặc nhà phê bình kia cũng không hiểu như tôi, nhưng không dám nói ra. Nói ngược lại dư luận dễ bị "ăn đòn". Chẳng hạn, ngày xưa Phạm Quỳnh đã nói: *"Truyện Kiều còn thì ngôn ngữ Việt Nam còn..."*, một câu đao to búa lớn nghe thối không ngửi được. Đã có quá nhiều người ca tụng *"Truyện Kiều"*. Phạm Quỳnh còn bốc lên tận mây xanh. Một con nhạn lẻ loi nào dám nói ngược lại? Ngay từ lúc còn ngồi trên ghế nhà trường, sách vở giáo khoa đã dạy rằng *"Truyện Kiều"* là một áng văn chương tuyệt tác bậc nhất Việt Nam, và Nguyễn Du là một thi hào vô địch của xứ ta. Học và nghe mãi điều đó thành nhập tâm. Ai nói khác, có cảm tưởng như mình bị xúc phạm. Giả sử, bây giờ có một người nào đó làm thơ theo kiểu:

"Trăm năm trong cõi người ta,
*Chữ tài chữ mệnh khéo **là** ghét nhau.*
Trải qua một cuộc bể dâu,
*Những điều trông thấy **mà** đau đớn lòng.*
......
... Một trai con thứ rốt lòng,
*Vương Quan **là** chữ, nối dòng nho gia.*
Đầu lòng hai ả tố nga,
*Thúy Kiều **là** chị, em **là** Thúy Vân."*

Đây là thơ lục bát, nhưng rõ ràng là những câu "vè" rất dở. Nếu không phải là Nguyễn Du mà đem gửi cho một tờ báo nào đó, chắc chắn sẽ bị ném vào sọt rác.

Nói hùa theo đa số là một thứ bệnh tâm lý. Cũng như thế, viết bài ca tụng người khác để được ca tụng lại là một thứ bệnh phổ biến trên thi văn đàn hiện nay. Làm công việc sáng tác muốn độc giả biết đến mình, không có con đường nào khác hơn là còng lưng mà viết. Tác giả tự khẳng định mình qua tác phẩm. Mọi sự ca tụng, lăng xê đều vô ích. Ông Trần Nghi Hoàng là chỗ thân tình với tôi, tính tình phóng khoáng pha thêm chút khinh bạc với đời. Có lần tôi nói, tôi muốn viết cái nhìn của tôi đối với ông, chắc không giống như ông vẫn tự nghĩ về mình. Ông có buồn không? Trần Nghi Hoàng cười lớn, buồn quái gì?

Âu cũng là một cuộc chơi! Tiếng cười và câu nói nghe như Kim Thánh Thán ngày xưa ở bên Tàu sống lại. Âu cũng là một cuộc chơi! Buồn quái gì?

Như đã nói, tôi không có khả năng lãnh hội, cảm xúc với những bài thơ tối nghĩa, Và đây là một trong những bài người đọc dễ bị tẩu hỏa nhập ma: *"nữ chúa champa"*

> *cong cởn trong điệu phức tạp nghiêng*
> *hai trái tim lần hồi những nhịp hẫng*
> *mũi tên Cupid bủa trận thiên la*
> *võng nhiệt đới tấp nập đường sạn đạo*
>
> *Ba Thục hân hoan sỏi đá*
> *bốn bàn chân kiên trì bước thấp cao*
> *bước vi bộ lăng ba*
> *hoa trôi nước chảy*
> *lên chót vót từng chập chùng đỉnh Hy Mã Lạp Sơn*
>
> *vặn vẹo phần tín phục*
> *khắc lên trời xanh những chữ núi, sông*
> *ly rượu sóng sánh bầm máu hoạt*
> *từ một tầng cao ốc chạm mây*
> *bước chân tình dẫm nhàu Ba Thục Tứ Xuyên*
> *hay vượt trường sơn Trung Việt*
> *tu bổ Tháp Chàm*
> *tấn phong Người làm nữ chúa Champa.*

Tôi từng nói với một bạn làm thơ, lúc nào rỗi cũng có thể đọc văn. Nhưng với thơ, tôi chỉ đọc khi lòng yên tịnh, chung quanh đều vắng lặng. Mỗi lần, tôi chỉ đọc vài bài. Gặp bài hay, tôi dừng lại thật lâu. Không phải để suy nghĩ. Thơ mà suy nghĩ cái gì? Dừng lại để sự rung cảm của bài thơ đủ sức thẩm thấu vào tâm não, để lòng rung động theo cái rung động của tác giả khi sáng tác bài thơ. Cái đó, người ta gọi là truyền cảm. Vì thế, bất cứ ai làm thơ không bằng cảm xúc của lòng mình, chắc bài thơ ấy không truyền được điều gì cho người đọc. Tôi tin rằng Trần Nghi Hoàng viết bài thơ trên lúc ông đang đi vào cơn đồng thiếp. Tiếng nói của thần linh, người phàm không thể hiểu (bắt chước tựa đề thi phẩm của Du Tử Lê: "ở chốn nhân gian không thể hiểu.")

Tôi biết Trần Nghi Hoàng qua những bài đăng trên sách báo. Cách viết của ông làm tôi nghĩ đây là một gã khó tính hay "móc lò" thiên hạ. Thế nhưng, lần đầu gặp ông tại nhà họa sĩ Nguyễn Trọng Khôi, mọi thành kiến của tôi về ông thay đổi hoàn toàn. Ông cười nói cởi mở tự nhiên, thân thiện với mọi người. Trong giao tế, ông toát ra cái phóng khoáng, từng trải của kẻ lịch đời. Một điều làm tôi ngạc nhiên là trình độ hiểu biết của ông trên nhiều bộ môn nghệ thuật. Ngồi nghe Trần Nghi Hoàng, nhà thơ Chân Phương và họa sĩ Nguyễn Trọng Khôi bàn luận về hội họa, tôi không thể tham dự bất cứ một ý kiến gì. *Biết thì thưa thốt, không biết thì dựa cột mà nghe*, nhưng nghe cũng chưa chắc đủ trình độ lãnh hội. Mãi lâu sau, tình cờ tôi biết Trần Nghi Hoàng đã từng cầm cọ vẽ tranh triển lãm. Thiên hạ lắm kẻ đa tài. Nguyễn Trọng Khôi xuất sắc trong ngành hội họa, cũng từng sáng tác nhạc, ca hay, thỉnh thoảng lại viết truyện. Trần Nghi Hoàng làm thơ, viết văn, vẽ tranh. Không biết ông còn với tay sang bộ môn nghệ thuật nào nữa. Lắm lúc vui miệng cũng muốn lạm bàn về đường nét tranh ông, lại chợt nhớ câu chuyện anh thợ đóng giày phê bình tranh. Chuyện bịa, có mục đích cảnh cáo những ai bình phẩm điều gì ngoài khả năng hiểu biết của mình: *"Có người sau khi xem tranh, nói với họa sĩ: "Tôi là thợ đóng giày. Tôi thấy ông vẽ chiếc giày trong bức tranh không đúng với thực tế." Họa sĩ vui vẻ chấp nhận cái sai của mình và sửa lại theo ý của anh thợ đóng giày. Anh thợ đóng giày lấy thế làm tự đắc, tiếp tục bình phẩm: "Còn cái thắt lưng nữa, vẽ cũng không đúng." Họa sĩ lắc đầu: "Tầm hiểu biết của anh là dưới bàn chân. Xin đừng trèo lên cao."*

Cuộc họp mặt ở nhà Nguyễn Trọng Khôi đêm đó, chủ nhà cho uống rượu vang. Lại nghe Trần Nghi Hoàng và Chân Phương luận về rượu vang. Xuất xứ của mỗi loại ở đâu. Rượu vang phải đựng trong cái thùng bằng gỗ sồi và thời gian ủ rượu bao lâu mới ngon. Tùy theo mỗi loại rượu mà kiểu cách uống khác nhau. Tôi cũng từng uống rượu, nhưng không hề có một chút kiến thức gì về rượu. Rượu ngon rượu dở, mắc tiền hay rẻ tiền, đối với tôi cũng vậy thôi. Thứ nào cũng đắng cay. Uống là vì vui với bạn bè, chấp nhận cơn say tới bến. Trần Nghi Hoàng xếp tôi vào loại "ngưu tửu", không biết thưởng thức rượu ngon là gì. Ông nói, khi nhậu phải cho người ta nhìn thấy cái phong thái đường hoàng hào sảng của người uống rượu, đừng để người ta nhìn thấy tư cách bệ rạc của một thằng say. Nghề chơi cũng lắm công phu là vậy.

Một lần khác, gặp nhau ở nhà ông bạn Quảng Nam Phan Xuân Sinh, chúng tôi uống cognac. Và lần này tôi nhìn rõ về Trần Nghi Hoàng hơn chút nữa. Trong cuộc vui, ông thường khôi hài những câu rất tếu. Khôi hài mà người nghe không thể nín cười, không phải ai cũng làm được. Ai có tài khôi hài hợp thời đúng lúc, người ấy sở hữu một khối óc thông minh. Nhìn bề ngoài, ông là người vui nhộn như không biết buồn là gì. Nhưng tôi đọc ở đâu đó một ý nghĩa thâm trầm rằng, *kẻ nào chưa trải qua đau khổ cuộc đời, kẻ đó chưa đủ khả năng tự giễu mình, giễu đời bằng nụ cười trào lộng*. Tôi tự hỏi, có phải Trần Nghi Hoàng là một trong những tên hề buồn nhất thế gian? Nếu không phải bạn thâm giao, làm sao thấu được u tình trong tim gan người khác? Vậy mà có lần, bất chợt tôi gặp nơi ông một hình ảnh tương phản với một Trần Nghi Hoàng thường ngày. Ông đứng lặng trên một bờ hồ ở Texas, nhìn về xa xa nơi có một cù lao nhỏ đìu hiu. Ánh mặt trời chiếu vào ông, in cái dáng chênh vênh lên nền phông có những rặng cây xanh phía bên kia bờ hồ. Giờ phút đó, ông hiện thân như một nỗi cô độc buồn bã dị thường. Có phải đó là con người thật của ông? Nhìn ông, tự nhiên tôi liên tưởng đến hai câu thơ của Phan Khôi: *"Nỗi sầu như tóc bạc. Cứ cắt lại dài ra"*. Có phải cùng tâm trạng với Phan Khôi mà Trần Nghi Hoàng để tóc dài phủ quá mang tai? Ai mà biết được.

Trong giao tế hàng ngày, con người thường giấu mình sau chiếc mặt nạ. Vậy đâu là mặt thật của ông? Một gã ngang tàng, cười vang trong cuộc rượu, hay một người khép kín cô đơn? Ông không hề tâm sự với ai về đời mình. Nhưng ai đã từng giao tiếp với ông đều thấy ông là người nặng ân tình. Ông cần có bạn. Ông nói, uống rượu chỉ là cái cớ để có bạn ngồi với mình. Thông thường, kẻ cô đơn thống khổ nào cũng khao khát một tình cảm ấm áp ấp ủ đời mình. Chị Nguyễn Thị Thảo An, trong một bài viết của mình, có nói, *"một đàn bà bằng mười lò sưởi"*. Cái lò sưởi mà chị Thảo An nói đó, thuộc về vật lý. Còn về tâm lý, Trần Nghi Hoàng đã tìm ra cái lò sưởi của mình chưa?

Kẻ cô đơn là kẻ đi giữa cuộc đời như đi giữa hư vô. Người cầm bút sáng tác, hình như lúc nào cũng cảm thấy khoảng trống hư vô phía trước. Chẳng biết có phải đó là *"Hố Thẳm Tư Tưởng"* mà ông Phạm Công Thiện từng nói hay không? Trong thơ Trần Nghi Hoàng, tôi thấy ông tự ném mình vào nỗi hư vô, và khắc khoải đi tìm lời giải đáp cho ẩn số cuộc đời trong vô vọng. Trên đường đi tìm, ông trải nghiệm và làm nên tác phẩm.

Tác phẩm có tồn tại hay không, còn phải qua thử thách của thời gian và gạn lọc của người đời. Một lời bình phẩm khen chê nhất thời cũng bấp bênh như chiếc thuyền con trên dòng nước lớn. Vào khoảng thập niên 60, tiểu thuyết *"Yêu"* của Chu Tử rầm rộ một thời. Thậm chí, trong quán cà phê, trong tiệm hớt tóc, người ta cũng say mê đọc *"Yêu"* và khen tặng hết lời. Nhưng chỉ 10 năm sau đó, không còn ai nhắc nữa. Hiện tượng đào thải trong văn học. Ngược lại, cũng có những tác giả lúc đương thời, không ai chú ý. Nhưng sau một thời gian dài, có khi họ không còn trên cõi đời nữa, tác phẩm của họ được nhìn lại và được đặt vào một vị trí xứng đáng với giá trị của nó. Đó là Edgar Allan Poe. Khi ông còn sống, hầu hết những bản thảo của ông đã từng bị những nhà xuất bản từ chối hoặc vứt vào sọt rác. Lúc ông mất đi, những gì ông để lại sau này có ảnh hưởng rất lớn đến nền văn học hiện đại của Hoa Kỳ. Chẳng những thế, ảnh hưởng của nó đến nền văn học Âu Châu xem ra còn lớn hơn ở Mỹ nữa. Nhắc đến hai trường hợp khác biệt để nói về Trần Nghi Hoàng. Ngồi quanh chiếc chiếu văn nghệ, ông không có mặt. Người ta không nhắc tên ông như một cố tình quên lãng. Hậu quả này, một phần cũng do những bài viết có nhiều gai nhọn của ông. Một phần khác, bắt nguồn từ khi ông chủ trương tờ Văn Uyển, đăng những bài có tính cách chỉ trích, đôi khi quá đà làm mất lòng người khác. Dù bài viết ấy không phải của ông, nhưng đã chọn đăng thì người chủ trương chịu trách nhiệm. Người ta không nhắc đến ông, không có nghĩa rằng ông không hiện diện bằng những tác phẩm của mình. Trên lãnh vực văn học, không có cái túi nào bọc nổi cây kim, nếu quả thực cây kim ấy đủ khả năng sắc bén để ló ra ngoài cái túi.

Nhiều năm trước, tôi đọc một loạt bài có tính cách tạp ghi, trong đó tác giả thường nhắc về Trần Nghi Hoàng như một sự đề cao, tâng bốc. Nhưng đối với người đọc, tác dụng hoàn toàn ngược lại. Qua đó, tôi thấy ông là kẻ hợm mình. Có thể tác giả vô tình làm hỏng hình ảnh của ông. Cũng có thể qua lăng kính của tôi, cái nhìn về ông bị lệch lạc. Cùng một sự vật mà dưới nhãn quan mỗi người mỗi khác. Nhận xét về con người lại càng phức tạp hơn. Nếu không *"muôn vật cùng ta là một"* thì làm sao thấu được bản thể sự vật?

Tôi hỏi một người bạn văn đã quen biết Trần Nghi Hoàng trước tôi lâu, anh thấy ông Hoàng là người thế nào? Anh bảo, *mờ mờ nhân ảnh như người đi đêm* (*Cung Oán Ngâm*, Nguyễn Gia Thiều). Tôi nói, tôi không hiểu ý anh. Anh cười rằng, tôi thấy ông Hoàng là người thế nào thì anh cũng thấy thế ấy. Một câu trả lời "huề vốn", coi như không trả lời gì cả. Tôi lại hỏi, ông có đặc điểm gì làm anh mến thích? Anh bảo, anh biết ông qua điện thoại và những bài viết, nhưng lần đầu gặp nhau, anh bị cuốn hút vì cách nói chuyện của ông ấy. Tôi hỏi, có phải vì ông nói chuyện hay và có duyên? Anh bảo, không phải vậy, con người ông không giống ai. Chính cái không giống ai đó, làm thành một Trần Nghi Hoàng.

Tôi kết thúc bài viết này bằng một câu chuyện về Trang Tử: *"Thầy Trang và thầy Huệ đứng chơi trên cầu. Thầy Trang nói: "Kìa đàn cá lượn lờ bơi chơi. Đàn cá mới sướng chứ." Thầy Huệ hỏi: "Ông không phải là cá, sao biết cá sướng?" Thầy Trang đáp: "Ông không phải là tôi, sao biết tôi không biết cá sướng?" Thầy Huệ nói: "Tôi không phải ông, không biết ông đã đành. Nhưng ông cũng không phải cá thì hẳn cũng không biết cá sướng?"* (Theo bản dịch của Nhượng Tống).

Tôi cũng vậy, chẳng hiểu chi về cái nỗi đời sâu thẳm của Trần nghi Hoàng. Tôi chỉ nhìn cái nhân dáng bề ngoài mà vẽ lại. Vẽ ma thì dễ. Vẽ người chắc chi đã giống?

Lâm Chương

Boston, tháng Giêng, 2006

(Trích Tạp chí Văn số 111 & 112,
tháng Hai & tháng Ba năm 2006,
Tân Niên Bính Tuất, từ trang 130 đến trang 140.)

Trần Nghi Hoàng: Thơ của mình là hay nhất!
(Phỏng vấn)

Nguyễn Đức Tùng (thực hiện)

Nguyễn Đức Tùng: Chào anh Trần Nghi Hoàng, một trong những người viết trường ca sớm nhất và hay nhất ở hải ngoại.

"sao tát cạn dòng sông tâm tưởng
mở triều nghiêng mấy bận xôn xao
con cá nhảy bờ ao
mắc cạn thuở tình cong miệng ngáp

cuộc mặc cả bỗng chừng gấp gáp
bởi thời gian trót lỡ trôi qua
mở vầng trán nguy nga
mà một nếp nhăn là thước đo không triển hạn

ban đồng ca đổi giọng
kẻ trước người sau chẳng kịp tăm hơi
cuộc rượt đuổi tiếp diễn không ngừng nghỉ"
    (trích trường ca *Mở Cửa Tử Sinh*)

Đâu là cơ duyên của anh đối với trường ca, thay vì các thể thơ khác? Trong thơ tiếng Anh, chỉ có một khái niệm tương ứng gọi là long poems - các bài thơ dài. Trường ca có phải là bài thơ dài không?

Trần Nghi Hoàng: Dường như trường ca có một cái gì đó bí mật, lôi cuốn tôi. Chắc tại lúc còn bé, tôi được ông cụ dỗ tôi ngủ bằng... truyện *"Lục Vân Tiên"* chăng? Tôi bắt đầu thực sự mê thích và dan díu với trường ca khi viết cuốn *"Văn hóa các sắc tộc Việt Nam"* và đọc được những truyện thơ của người dân thuộc các sắc tộc khác. Trường ca tất nhiên là một bài thơ dài. Ở một bài thơ dài, tác giả có thể dàn trải được những tương quan của sự việc, hình ảnh, ý niệm, khái niệm, quan niệm... và ngay cả một hệ thống tư tưởng nếu có. Do đó, rất nhiều trường ca mang tính sử thi.

Nguyễn Đức Tùng: Điều gì thúc đẩy anh đặt bút bắt đầu trường ca *"Mở Cửa Tử Sinh"*?

Trần Nghi Hoàng: Trường ca *"Đẻ Đất Đẻ Nước"* của người Mường là một động năng rất lớn thúc đẩy tôi bắt đầu *"Mở Cửa Tử Sinh"*. Nhưng *"Mở Cửa Tử Sinh"* là một trường ca không có cốt truyện. Thực ra, lúc bắt đầu viết *"Mở Cửa Tử Sinh"* là giai đoạn tôi cùng cực cô đơn. Cô đơn chứ không... cô độc. Lúc đó, tôi vừa ly thân với Trần Thị Bông Giấy. Con gái tôi Trần Nghi Âu Cơ còn rất bé, mới 10 tuổi, vẫn sống với mẹ. Tuy căn gác trọ tôi ở rất gần để mỗi ngày tôi vẫn có thể về đưa, đón cháu đi học nhưng tôi vẫn nhớ Âu Cơ vô cùng. Có thể nói tôi bắt đầu trường ca *"Mở Cửa Tử Sinh"* bằng sự cô đơn và những ưu tư về con gái Trần Nghi Âu Cơ của tôi.

Xin nói thêm để anh dễ hiểu hơn, *"Mở Cửa Tử Sinh"*, thực ra, là một thứ... nhật ký thơ. Trong đó, những suy niệm nhất quán nằm trong chủ đề thân phận con người, về thời đại mình đang sống... và sự thường trực đối diện với chính mình trong từng sát na giữa thân phận và thời đại... Thế Dũng, khi viết về *"Mở Cửa Tử Sinh"*, đã nhận ra nhiều điều hết sức chính xác: *"Trần Nghi Hoàng luôn luôn đối diện với chính mình trong một thế giới tâm linh đa chiều để nhận diện chính mình trong cuộc tử sinh với hết thảy tiềm năng văn hóa Đông phương và văn hóa Tây phương mà anh tàng trữ được."* (Bài đăng trên tạp chí Văn Học tại California số 157, tháng 5 năm 1999, trang 55-64). Do đó, *"Mở Cửa Tử Sinh"* là những suy niệm, suy tư hay suy diễn và những cảm xúc, cảm nhận hay cảm thức của tôi từng giờ, từng ngày được ghi xuống bằng Thơ...

Và tôi bắt đầu *"Mở Cửa Tử Sinh"* bằng một hình ảnh đập mạnh vào tâm linh mình: hình ảnh cái nghĩa trang nằm gần chỗ tôi ở trọ mà ngày nào tôi cũng đi ngang qua... Tôi nhìn vào những tấm bia, những ngôi mộ và bỗng mường tượng ra thành những cánh buồm đang lướt gió... lướt gió đi về một nơi chốn nào không biết! Xin anh đọc lại mấy câu mở đầu của *"Mở Cửa Tử Sinh"*:

"trong nghĩa trang những cánh buồm nuốt gió
và dưới lòng mộ nguy nga
khởi đi bằng nụ cười nhe răng hình- nhi- thượng

loài thú ưu việt hai chân tuyệt tích
phút chốc biến sinh"

Cần nói thêm là "*Mở Cửa Tử Sinh*" trước đó tôi đã viết nhiều lần, có lần lên đến 800 câu và tôi đã xé bỏ hết...

Nguyễn Đức Tùng: Nhiều nhà thơ cũng có kinh nghiệm xé bỏ bản thảo như anh. Điều gì làm anh quyết định xé bỏ, hay viết lại một phần hay hoàn toàn, một tác phẩm của mình? Từ những lí do tâm lí hay nghệ thuật? Hay như người ta nói, một cách giản dị, nhưng không phải bao giờ cũng thô thiển, là "nó dở quá"?

Trần Nghi Hoàng: Tôi quan niệm rằng, mỗi tác giả luôn là độc giả đầu tiên của mình. Ở vai trò vừa là tác giả, vừa là "độc giả đầu tiên" của tác phẩm mình, tùy theo mức độ hài lòng của "tác giả và là độc giả đầu tiên", tôi sẽ xé bỏ hoàn toàn hay viết đi viết lại vài phần của tác phẩm. Lí do nghệ thuật nhiều hơn tâm lí. "Nó dở quá" cũng là một lý do hay ho. Tuy nhiên, cá nhân tôi chưa từng gặp phải. Chỉ là "chưa hài lòng" hoặc "chưa đủ chín" như mình kỳ vọng...

Nguyễn Đức Tùng:

"mửa gió
đồi thắp băng chân mây
cuộc hòa giải bất chợt đầm nát cỏ
bãi chiều loáng thoáng bóng ma trơi

lạc hướng trời mây
hơi thở chờ hơi thơ đăm đắm
chai rượu uống một mình cạn rốt thiên thu
cất tiếng gào lớn hư-vô-nghĩa"

Anh muốn nói đến cuộc hòa giải nào? Giữa anh và một người khác, giữa quá khứ và hiện tại, giữa con người và thiên nhiên hay giữa thơ và cuộc đời?

Trần Nghi Hoàng: Đây là cuộc hòa giải giữa Mình với Chính Mình! Giữa tôi và người khác? Anh Nguyễn Đức Tùng chưa biết tôi là một... anarchist. Tôi không tin vào những hòa hợp, hòa giải. Giữa con người với con người, chỉ có "chấp nhận" nhau hay là "khước từ" nhau. Giữa quá khứ và hiện tại lại càng vô phương hòa giải. Mỗi một giây phút, theo tôi, là một bắt đầu khác... Giữa con người và thiên nhiên? Con người không phải cũng là một "thứ thiên nhiên" đó sao? Giữa thơ và cuộc đời? Thơ và cuộc đời là Một. Thơ đẻ ra cuộc đời và cùng lúc, cuộc đời đẻ ra thơ...

Nguyễn Đức Tùng: Trong trường ca, nhà thơ sáng tác bằng chính kinh nghiệm cá nhân của mình (personal experience) hay bằng chiếc mặt nạ nhân vật (persona)?

Trần Nghi Hoàng: Tôi chỉ xin trả lời trường hợp của cá nhân tôi (mà không thể trả lời giùm cho các tác giả trường ca khác!): Tôi sáng tác trường ca từ những trải nghiệm của chính tôi. Nếu có nhân vật, chỉ là một thứ biểu tượng cá tính trong một thời tính ngẫu nhiên nào đó (như trong trường ca *Bài Ca Cho Thế Kỷ Mới* tôi đang viết.) Do đó, một nhân vật thật nào khác không hiện diện trong thơ tôi, mà chỉ là những cái "mảnh tôi" phân tán mà nhất quán. Phân tán để cố gắng nhìn thấy tất cả, rồi ghi nhận và đem vào trong phạm trù suy niệm nhất quán của mình.

Nguyễn Đức Tùng: Thơ Trần Nghi Hoàng, đối với tôi, bắt rễ sâu xa từ những kinh nghiệm trong đời sống cá nhân và gia đình. Nhà thơ Canada Todd Bruce có nói: "*It hurts to be honest about your life.*" Nói thật về cuộc đời riêng của mình, có khi cũng đau đớn. Anh có cảm thấy khó khăn khi viết về một người cụ thể, một người thân không? Anh muốn độc giả biết nhiều hay ít về đời sống riêng tư của mình?

Trần Nghi Hoàng: Ông bố tôi suốt đời chỉ dạy tôi một câu: "*Trong cuộc sống, con cứ hành xử mọi điều theo tấm lòng con. Nếu mỗi đêm, con nằm vắt tay lên trán, mà không thấy hổ thẹn với chính mình về những công việc ứng xử trong ngày hôm đó, là được rồi. Còn thiên hạ, họ không sống cho đời mình; mình cũng đâu có sống cuộc đời cho họ.*"

Trong cuộc đời riêng, tôi dĩ nhiên có những nỗi đau đớn riêng. Nỗi đau đớn đó có thật, cho nên đâu cần phải nói dối!!!

Tôi sống minh bạch, có đau đớn và hoan lạc cùng lúc, nên không thấy có gì "*hurts to be honest about my life*".

Theo tôi, viết về bất cứ một người thân nào cũng là công việc khó khăn tế nhị... nếu người viết muốn trung thực với nhận xét, cảm quan... và tình cảm của mình. Về câu hỏi theo sau đó của anh Tùng, tôi xin trả lời hơi dài dòng một tí:

- Chung quanh tôi có không ít những "dư luận" về tôi. Đúng sai tôi không quan tâm! Tuy nhiên, nếu độc giả biết về tôi dù sai hay đúng, nhưng chỉ nhắm vào "cá nhân chính tôi", không liên quan tới một người thân nào khác của tôi thì tôi "thích" hơn.

- Trường hợp "cái biết" của độc giả lại nhắm vào những chuyện "riêng tư" của tôi mà có liên quan tới những người thân khác của tôi, thì tôi mong rằng độc giả biết càng ít càng tốt. Và nếu biết, thì nên biết cho... đúng sự thật.

Nguyễn Đức Tùng: Gần đây anh ít làm thơ. Tại sao? Nó làm anh mệt mỏi rồi chăng?

Trần Nghi Hoàng: Dăm ba năm qua, tôi có ít làm thơ thật, nhưng vẫn làm thơ... không ít! Vài bằng hữu của tôi cũng đã có nhận xét như anh. Thậm chí, có người, như Đoàn Nhã Văn chẳng hạn... đã khuyên tôi nên... bỏ tất cả để chỉ... làm thơ. Thực ra, tôi... lười phổ biến thơ tôi thì đúng hơn.

Tại sao? Tôi đang... âm thầm thực hiện hai trường ca cùng lúc... và lại phải viết nhiều bài này nọ do bạn hữu... yêu cầu. Tuy nhiên, lúc nào tôi cũng có những dự tính về chuyện sáng tác của mình.

Mệt mỏi với thơ? Một thoáng nào đó... khi hốt nhiên nhận ra rằng thơ... rốt cùng vẫn là thơ! Chứ không phải là bất cứ một thứ gì khác!

Nguyễn Đức Tùng: Công việc (work) của một bài thơ của anh là gì? Làm sao để anh biết nó, bài thơ ấy, đang thực hiện công việc của nó đối với người đọc?

Trần Nghi Hoàng: Trong lúc làm công việc sáng tác hay sáng tạo một bài thơ, là tôi thực hiện cho chính tôi, người đọc không có mặt trong công việc đó của tôi. Người đọc chỉ hiện diện sau khi tôi phổ biến bài thơ. Sau khi tôi phổ biến bài thơ là công việc của bài thơ và người đọc. Tôi biết bài thơ ấy đang thực hiện công việc của *nó* với người đọc, qua quá trình bài thơ đó đã "thực hiện công việc của nó" với chính tôi, "tác giả - độc giả đầu tiên."

Nguyễn Đức Tùng: Anh chủ trương Văn Uyển trong mười năm, tạo được tiếng vang lớn. Văn Uyển là một đóng góp lớn cho văn học Việt Nam hải ngoại. Anh có những kỷ niệm vui buồn nào với nó, các tác giả và độc giả?

Trần Nghi Hoàng: Kỷ niệm vui nhất, mà cũng buồn nhất là trong một chuyến về thăm Việt Nam, tôi bỗng "bắt gặp" hai số Văn Uyển nằm trong đống sách một người lái sách. Ông này là chuyên viên sưu tầm sách báo để... bán lại. Ông ta cho tôi biết đã mua được hai số tạp chí *Văn Uyển* qua đường dây "sách báo bị cấm". Hai số Văn Uyển này ông ta chỉ để... cho mướn (10.000 một ngày, năm 1992) và chỉ bán khi có người "trả đúng giá".

Sự việc này làm tôi vừa vui, vì công trình của mình thực hiện vẫn có những người xa xôi từ trong nước... muốn đọc! Nhưng cũng chính sự việc này làm tôi buồn, vì nó cho thấy Việt Nam vẫn là một vùng đất còn quá nhiều những cấm đoán, phân biệt... Vẫn chưa có những tự do căn bản và tầm thường nhất: Như tự do sống thở, sáng tác và đọc...

Với các tác giả, tôi luôn có niềm vui trong thời gian làm Văn Uyển. Những người đã thành danh hiện nay như Đoàn Nhã Văn, Đặng Sơn, Phan Nhiên Hạo, Đỗ Kh., v.v..., đều là những người đã từng cộng tác với Văn Uyển... Đặc biệt, tác giả chuyên viết phê bình Thạch Các là một cây viết "bất ngờ" mà tôi vô cùng thích thú.

Nguyễn Đức Tùng: Trong giới cầm bút, Trần Nghi Hoàng nổi tiếng là một người có thái độ độc lập, hay tranh luận, đôi khi kỳ lạ. Điều đó có đem lại cho anh những khó khăn khi làm việc không?

Trần Nghi Hoàng: Cách đây hơn 10 năm, trong một bài phỏng vấn, Văn Thanh (tác giả *"Gái Hà Nội Khóc Ai"*), có hỏi tôi một câu, đại khái như sau: *"Thưa ông Trần Nghi Hoàng, trong giới văn nghệ cầm bút, có luồng dư luận cho ông là một người "lập dị". Ông nghĩ sao về dư luận này?"*

Tôi nhớ đã trả lời Văn Thanh thế này:

"Tôi thà "lập dị" hơn là lập lại."

Sự độc lập, không bè phái cũng có mang lại cho tôi một số những hậu quả đấy! Nhưng tôi không gọi đó là những... khó khăn. Thí dụ, chắc anh Nguyễn Đức Tùng đã nhận ra là tôi hầu như không hề có tên trong những tuyển tập kiểu Hai mươi năm văn học hải ngoại hay Tuyển tập văn chương lưu vong gì đó đại loại... Bài viết của một số nhà... tổng kết hoặc phê bình văn học hải ngoại khi nhắc đến những nhà văn, nhà thơ, lẽ tất nhiên là không có tên Trần Nghi Hoàng. Và nếu có nhắc đến, thì sẽ như thế này:

"*Năm nay, Trần Nghi Hoàng có xuất bản hai tác phẩm: Trường ca "Mở Cửa Tử Sinh" và tập truyện "Truyện Người Viết Sử". "Truyện Người Viết Sử" là tập truyện viết về một...* (ba dấu chấm là của TNH) *thời xa xưa lắm. Trần Nghi Hoàng luôn vung tay quá trán. Ông ta đã đem những nhân vật lịch sử ra mà bôi bác, xếp chung với lưu manh đĩ điếm...*"

Anh thấy chưa? Trường ca "*Mở Cửa Tử Sinh*" chỉ được nhắc đến... cái tựa! Còn "*Truyện Người Viết Sử,*" một công trình nghiên cứu rất công phu của tôi, thì được xếp... là "*truyện viết về một thời xa xưa lắm*". Xong, nhà phê bình ta phán cho một câu là "*Trần Nghi Hoàng luôn vung tay quá trán*". Tôi chẳng biết nhà phê bình đó có đọc, thực sự đọc "*Truyện Người Viết Sử*" không? Và nếu có đọc, ông ta có đủ "trang bị kiến thức" để hiểu tôi viết gì không?

Tuy nhiên, như tôi đã nói từ đầu, những thứ rác rến đó không hề là những khó khăn cho công việc của tôi. Và theo tôi, công việc của một người sáng tác là "đối diện từng giây với chính mình", chứ không phải tụ tập với nhau để "nghe người khác công nhận mình" và lẽ đương nhiên, "mình cũng sẽ phải công nhận người đó lại tức thì" như là một phương trình "đền đáp". Tôi gọi lối làm văn học kiểu bè phái như trên là "văn học Quan, Hôn, Tang, Tế". Tức văn học "thù tạc". Sự cố tình "cô lập" hay gì đó của những bè nhóm văn học, chẳng những không gây khó khăn chi cho "công việc" của tôi; mà thậm chí, còn là chất xúc tác để tôi viết, tôi sáng tác khỏe hơn và... sướng hơn.

- Trần Nghi Hoàng có thái độ độc lập? Đúng.
- Trần Nghi Hoàng hay tranh luận? Đúng. Tôi cho rằng sự tranh luận rất cần thiết để con người đến gần "chân lý" hoặc ít ra cũng... mỗi lúc một khá hơn!
- Trần Nghi Hoàng là một người... kỳ lạ? Trời đất! Tôi chỉ thấy tôi là một gã rất bình thường... bình thường.

Nguyễn Đức Tùng: Như vậy, anh đã chọn làm một người đứng hẳn trong những hệ lụy nhân gian, chịu sự tác động của các hệ lụy này, mặc dù đôi khi chúng tạo ra các kết quả tốt? Anh có tin rằng một chút thay đổi trong cách tiếp cận hoặc hành xử có thể tiết kiệm được cho anh nhiều năng lượng hơn để làm việc?

Trần Nghi Hoàng: Tôi nghĩ ngược lại. Tôi thấy, chọn lựa của tôi là "đứng ngoài hệ lụy nhân gian" đó chứ! Còn kết quả "tốt" hay "xấu", lại là thứ cảm quan tùy thuộc vào quan niệm "thành quả" của chính mình.

Tôi luôn thấy mình có "thừa" năng lượng để làm việc, mà không có đủ thì giờ trong một ngày chỉ có 24 tiếng đồng hồ. Và lại, tôi rất hài lòng trong cung cách tiếp cận cũng như hành xử của tôi với đời sống... Chỉ tại nhiều người không thực sự tiếp cận với tôi, họ chỉ "tiếp cận" với những "dư luận" chung quanh tôi, nên có thể họ cho rằng tôi bị nhiều "hệ lụy" đó thôi!

Nguyễn Đức Tùng: Xin anh một chút riêng tư: cuộc tình của anh với nhà văn Trần Thị Bông Giấy và sự tan vỡ của cuộc tình đó mang lại điều gì cho thơ anh?

Trần Nghi Hoàng: Tôi hầu như... rất ít làm thơ tình... Chuyện tan vỡ với Trần Thị Bông Giấy là một ân hận lớn của tôi với cháu Âu Cơ. Do đó, như tôi đã trả lời với anh Nguyễn Đức Tùng ở một câu hỏi trước, cháu Trần Nghi Âu Cơ là người tác động cho tôi viết *"Mở Cửa Tử Sinh"*. Cháu Trần Nghi Âu Cơ + Nỗi cô đơn + Những suy niệm về đời sống, con người... làm thành *"Mở Cửa Tử Sinh"*... và nhiều bài thơ khác.

Nguyễn Đức Tùng: Anh nghĩ sao về tình trạng của thơ Việt Nam hôm nay, các tác phẩm của những nhà thơ trẻ?

Trần Nghi Hoàng: Wow! Trong nhiều bài viết, tôi có tỏ vẻ khó chịu, dè bỉu về cái câu "mỗi người Việt Nam là một... thi sĩ"; không biết anh có đọc?

Thơ Việt Nam hôm nay có những chuyển động của nó. Chuyển động, theo tôi, trước hết đã là dấu hiệu tốt. Tuy nhiên, theo tôi, hầu như những cố gắng của các nhà thơ (cả trẻ lẫn già) đều chưa phải là sự sáng tạo thơ đích thực? Tôi cho rằng "sáng tạo" khác với "làm mới". "Sáng tạo" đích thực là làm ra... cái mới. Làm ra cái mới khác với làm mới... cái cũ. Đa số những người làm thơ thuộc trường phái "hậu hiện đại" hay "cách tân" gì đó, họ chỉ mày mò với công việc "làm mới cái cũ" hoặc ở một hướng khác, là bắt chước, nhại lại những cái đã quá cũ của Âu Mỹ... làm cái mới của mình.

Không ít những nhà thơ trẻ, hoặc không còn trẻ nữa đã có những công cuộc tìm kiếm... Thơ. Trong công cuộc tìm kiếm ấy, có tìm thấy được Thơ hay không, lại là một vấn nạn.

Không thể phủ nhận là đã có những thành tựu thơ mà các nhà thơ trẻ đạt được. Họ có những sáng tạo đích thực. Chuyện những sáng tạo đó có được công nhận hay không, phải để thời gian trả lời. Song le, điều tôi muốn nói là, "sáng tạo", làm ra cái mới... thế nào đi nữa nhưng bắt buộc thơ vẫn phải là Thơ. Nó khác với việc "làm ra những cái kỳ cục" rồi đặt tên cho chúng là Thơ.

Nguyễn Đức Tùng: Xin anh nói rõ hơn về điểm này. Đa số những bài thơ cách tân gần đây trên báo chí trong nước và hải ngoại, như trên tạp chí Hợp Lưu, Văn, Văn học, liên mạng Tiền Vệ, talawas, Da màu, Văn nghệ Sông Cửu Long, eVăn, v.v... là mới hay cũ? Là kỳ cục hay không... kỳ cục?

Trần Nghi Hoàng: Rất khó để nói rõ một cách chi li với anh về điểm này. Trên những tạp chí hay liên mạng ở trong nước hay ở hải ngoại mà anh vừa nêu tên, gần đây, dĩ nhiên có bài "mới" và bài "cũ". Có tác giả càng lúc càng "mới" và có tác giả vẫn tiếp tục... "cũ" hoặc đi lạc dù rằng đã cố gắng "làm mới"...

Chỉ có thể đưa ra vài ví dụ.

Tôi đương nhiên không phải là một người chủ trương hay gần gũi gì với các thứ đạo đức Khổng Mạnh hay niềm tin kiểu van xin quỳ lạy... Nhưng một bài "..." như thế này của Lê Thị Thấm Vân, thì tôi thấy là "ác độc" quá:

Trăn trối

Con gái mẹ
Yêu ai, con cứ fuck họ
Ghét ai, con cũng có thể fuck họ
Khinh ai, mẹ để tùy ý con.

Ai quý mến cưng chiều
con luôn tử tế biết ơn
nhưng không nhất thiết phải để họ fuck
....
Bố con biết tự sướng thân, vác cặc đi đụ tứ phương thiên hạ.
Còn lồn mẹ, cứ ủ kín để dành hiến dâng bố con đêm động phòng
Đó là điều ngu nhất đời mẹ.

(trích Tiền Vệ)

Tôi không tin Lê Thị Thấm Vân thực tình muốn con gái mình đi "fuck" tùm lum như vậy. Dù là "fuck" giao cấu hay "fuck" nguyền rủa. Nhưng cái "thông điệp" của Lê Thị Thấm Vân nó "tàn bạo" quá khi đó là lời "dạy dỗ" của một người mẹ dành cho con gái mình. Nguyên do đầu tiên cho sự hiện diện của đứa con gái mình trong cuộc đời có "yêu, ghét, khinh..." này vì mình đã để cho anh chồng mình nó "fuck" mình hoặc mình đã "fuck" anh chồng mình. Lúc đó, chỉ mình và anh chồng mình sướng (hay người sướng người không hoặc sao đó...), chứ đứa con gái không hiện diện. Bây giờ, Lê Thị Thấm

Vân không nên can dự vào chuyện đứa con gái nên cho ai "fuck" hoặc xúi cháu nên "fuck" ai... Cứ để cháu nó tùy nghi... Và nhất là không nên "trăn trối" cho con gái bằng "cái gọi là thơ" kiểu "kỳ cục" như vậy... Đó là hành động molesting thơ cùng lúc với molesting con gái của mình.

Tuy nhiên, tôi cũng đọc được những bài thơ khá hay của Lưu Hy Lạc, tác giả mà tôi thấy ngày càng đạt được mức gần đều tay. Thí dụ như *Bài thơ tặng tôi vào đêm Giáng Sinh*, có những câu tôi thích:

lên mặt màn hình thực chưa đâu
vào đâu thơ chưa sống đời thơ
chữ chưa sống đời chữ...

nàng lại xẹt qua nói

đúng kiểu tay sính thơ thứ thiệt
té ra vào những ngày nàng có
kinh thế này y rằng lo vật
lộn với "nó" tôi nào hay trong

lòng bấy giờ luôn dạt dào một
niềm cảm thương nàng vô hạn và
cũng chính mối thương cảm ấy khiến
tôi phát thèm muốn trải nghiệm

*ý tưởng kiểu cách này nọ lên
mặt màn hình....*

(trích Tiền Vệ)

Hành trình tìm kiếm thơ của Lưu Hy Lạc, ít ra, đã có vài kết quả...

Khá nhiều những tác giả khác tôi thấy có nội lực như Lý Đợi, Bùi Chát... trong nước. Hải ngoại thì Đỗ Kh., Đinh Linh, Phan Nhiên Hạo... là những cá biệt trong công việc làm mới thơ.

Nguyễn Đức Tùng: Trên talawas, tháng 10 năm 2006, tác giả Bùi Công Thuấn viết: "Trong cái ao làng văn chương Việt Nam hiện nay... người sáng tác chưa ý thức đầy đủ về nhân cách nhà văn của mình, lại viết bằng con mắt hẹp bản năng..."

Anh nghĩ sao về nhận xét có phần nghiêm khắc nói trên? Các nhà thơ Việt Nam, hải ngoại và trong nước, có thể làm gì để thay đổi tình trạng này?

Trần Nghi Hoàng: Nhận xét của Bùi Công Thuấn, ít ra, cũng đúng tới 90% theo tôi thấy! Còn chuyện các nhà thơ Việt Nam có thể làm được gì để (khả dĩ) thay đổi tình trạng này thì, xin thưa với anh, là tôi chỉ có vài góp ý:

- Vứt bỏ quan niệm nhà thơ thì... không cần kiến thức. Nhà thơ, theo tôi, rất cần kiến thức và tri thức.

- Do đó, phải đọc. Đọc càng nhiều càng tốt: thơ ca (và các món khác) của các quốc gia khác trên thế giới. Không phải để bắt chước, mà là để tiếp cận thêm những "cảm quan mới", "tâm cảnh mới" của nhân loại ngoài Việt Nam. Đọc là "học", là "trải nghiệm" và "mở rộng tâm thức".
- Có "độc lập" mới thực sự có "sáng tạo trong tìm kiếm".

Nguyễn Đức Tùng: Anh nhiều lần nhắc đến "tìm kiếm thơ". Theo anh, một tác phẩm như thế nào thì được coi là có tính thơ?

Trần Nghi Hoàng: Đây là một câu hỏi khó! Ba chữ "tìm kiếm thơ" trong trường hợp này không phải là một hành động, mà là một "trạng thái", một "ý thức" thì đúng hơn. Thơ là gì? Hãy nhắc đến Bùi Giáng một chút. Đại khái, ông Bùi nói: "*Để diễn giải một bài thơ này, chỉ có cách duy nhất là làm một bài thơ khác.*" Như vậy, để định nghĩa (?) "thơ là gì", chỉ còn cách duy nhất... liệt kê ra "cái gì là thơ"!

Bất cứ "cái gì" cũng có thể là thơ. Và bất cứ "cái gì" cũng... không phải là thơ! "Thơ" hay "không thơ", cuối cùng, là một thứ "vô thức cảm nhận".

Trong đời, tôi cũng đã có đôi lần nói: "Cái này mà là thơ à?"... khi đọc phải những vần điệu hoặc không vần điệu... quá cliché, quá mòn cũ không gây một chút xúc động nào ngoài sự... bực mình.

Có thể nói, "thơ" là một thứ NGÔN NGỮ làm người

đọc nó bị ngạc nhiên và xúc động, tức là bị "tấn công" như tôi đã từng phát biểu.

Nguyễn Đức Tùng: Tôi xin được diễn dịch một ý của anh ở trên như sau: Không cần cố "làm mới thơ", vì chỉ cần làm thơ hay, là có thơ mới. Nhưng thưa anh, có thể nào thơ thì hay mà vẫn cũ? Xin chép những đoạn thơ sau đây, được nhớ lại một cách ngẫu nhiên. Hoàn toàn theo trí nhớ. Nghĩa là chúng làm tôi nhớ:

"Em đến hôm nào như hoa bay
Tình không độc dược mà đắng cay
Mùa thu tàn nhẫn từ đôi mắt
Mùi hương sát nhân từ ngón tay"

(Đinh Hùng)

"Áo tím chiều ơi nắng gió ơi
Mênh mông là chỗ có em ngồi
Xin cho một chấm trong trời đất
Để vịn qua chiều em dắt tôi"

(Trần Mạnh Hảo)

Và:

"Cốc cà phê càng nguội
Màu cà phê càng đen"

(Nguyễn Quang Thiều,)

Theo anh, chúng là mới mà dở, hay là cũ mà hay; là vừa mới vừa hay, hay là vừa cũ vừa dở?

Trần Nghi Hoàng: Tôi sẽ lần lượt trả lời theo thứ tự câu hỏi: diễn dịch của anh... gần gần đúng với điều tôi muốn nói. Tôi đưa một ví dụ: Thập niên 80, thời tôi còn ở San Jose, California, trong một bữa tiệc sinh nhật của ai đó, có một "bút nhóm" mấy ông lớn tuổi làm thơ... hiện diện (thời đó tôi còn khá trẻ!). Mấy ông này thấy sự có mặt của tôi (tôi rất ít khi đi vào mấy chỗ "đám đông" như thế này!), bèn đề nghị được "cật vấn" dăm điều. Xin chú thích thêm: mấy ông lớn tuổi này "chủ trương" làm thơ là phải có luật, có vần... và họ xếp tôi vào loại làm thơ... không niêm luật, vô trật tự! Câu hỏi của mấy ông lớn tuổi như sau:

"Theo ông Trần Nghi Hoàng, làm thơ 'luật' khó, hay làm thơ 'tự do' khó?"

Tôi đã trả lời:

"Thưa quý ông, theo tôi, làm thơ... cho ra thơ, và thơ hay là khó nhất!"

Chả biết anh định nghĩa như thế nào là "cũ", "mới"? Vần điệu, thể luật... chưa chắc là những tiêu chuẩn chân chính trói buộc bài thơ vào cái cũ. Những câu dài, ngắn khác nhau, không vần điệu... chưa hẳn làm thành một bài thơ mới! Cái cốt yếu của thơ vẫn là cách sắp xếp ngôn ngữ, hình ảnh và ý tưởng. Tôi đọc anh nghe câu thơ... Đường luật (tôi chỉ còn nhớ duy nhất một câu!), của tác giả Vũ Văn Học, mà theo tôi thì nó... rất mới:

"*thuyền trung tửu lãng khuynh bôi khấp*"

tôi dịch:

"*trong thuyền sóng rượu xô chén khóc*"

hoặc vài câu thơ của người H'Mông:

"*anh đã về tới nhà rồi
mà hồn còn nằm trong vạt áo em*"
"*nếu anh là giọt sương khuya
anh xin được tan dưới gót chân em*"

vẫn là những chữ bình thường nhưng ý tưởng, hình ảnh... bộ không mới chắc? Anh Tùng nghĩ sao?

Bây giờ, tôi sẽ "đi vào" ba bài (đoạn?) thơ mà anh Tùng đưa ra:

"*Em đến hôm nào như hoa bay
Tình không độc dược mà đắng cay
Mùa thu tàn nhẫn từ đôi mắt
Mùi hương sát nhân từ ngón tay*"

Đoạn thơ trên của Đinh Hùng, tôi tin nó đã rất mới vào thời điểm nó xuất hiện. Và cho đến bây giờ, nó vẫn chưa "bị cũ"... lắm, dù là thơ vần điệu. Đinh Hùng đã làm được công việc là liên kết những từ không mới mẻ gì tạo thành những trường hình ảnh lạ: hoa bay, độc dược, đắng cay, tàn nhẫn, sát nhân.

Bốn câu thơ trên của Đinh Hùng, theo tôi, vẫn còn có thể gọi là hay được trong trào lưu neo- classic.

Trường hợp thứ hai:

"Áo tím chiều ơi nắng gió ơi
Mênh mông là chỗ có em ngồi
Xin cho một chấm trong trời đất
Để vịn qua chiều em dắt tôi"

(Trần Mạnh Hảo)

Là mới hay là cũ?

Là một bài thơ... thường thôi! Nhưng đã có thể gọi là thơ được rồi! Song le, nếu trong bốn câu, Trần Mạnh Hảo làm sao "lọc" bớt đi một chữ "chiều", có lẽ bài thơ sẽ "tới" hơn. Hai câu dưới:

"Xin cho một chấm trong trời đất
Để vịn qua chiều em dắt tôi"

có ý... muốn mới. Và ít ra, đây là một bài thơ khá của Trần Mạnh Hảo.

Kết luận: Bốn câu này của Trần Mạnh Hảo, tôi chưa thấy qua khỏi thời "thơ tiền chiến".

Trường hợp thứ ba:

"Cốc cà phê càng nguội
Màu cà phê càng đen"

(Nguyễn Quang Thiều)

Là hai câu thơ khá đặc biệt và hay. Mới ở ý. Với những con chữ bình thường tầm thường, tác giả đã làm cho ý thơ trở nên sâu bén: chữ "càng" ở câu thơ thứ nhì tô đậm sự cô đơn, ảm đạm, tăm tối của hình ảnh, khiến cho câu thơ không phải là một thông báo bình thường, trung tính nữa.

Nguyễn Đức Tùng: Tôi xin được đồng ý với anh... hơn một nửa. Tôi tin rằng cả ba đoạn trích trên đều là những đoạn thơ hay. Mỗi tác giả một cách khác nhau.

Đinh Hùng thì cũ, rất cũ, mà vẫn tuyệt hay. Bây giờ chúng ta không làm thơ như thế nữa. Không thể, mà cũng không nên.

Trần Mạnh Hảo thì tài hoa về ngôn ngữ, nhưng anh ấy đứng trên, và vẫn còn tiếp tục đứng trên, mảnh đất của hệ thống thẩm mỹ cổ điển. Tuy nhiên, cần nhớ rằng những câu như:

"Mênh mông là chỗ có em ngồi"

Một số người khi đã đọc qua thì thấy dễ làm. Tưởng như ai làm cũng được. Họ lầm. Thơ có vần không dễ làm như thế.

Câu của Nguyễn Quang Thiều, anh đã bắt được cái tinh tế của nó. Theo tôi, mặc dù Nguyễn Quang Thiều nổi tiếng về các câu thơ rậm rạp, đóng góp quan trọng nhất của anh là cách tiếp cận cái đẹp thông qua cảm giác (sense). Thơ anh có nhiều thị giác, vị giác, xúc giác, v.v...

Hai câu này làm tôi nhớ đến hai câu khác của Tomas Transtromer, nhà thơ Thụy Điển, một bậc thầy.

"Sau một ngày đen tối, tôi chơi nhạc Haydn
Và thấy hơi ấm trên hai lòng bàn tay"
(After a black day, I play Haydn
And feel a little warmth on my hands)

(bản dịch tiếng Anh, hình như của Bly, cũng chép theo trí nhớ)

Bây giờ xin được hỏi anh một câu hỏi đi ra từ các câu hỏi trên: Theo anh, thơ Việt Nam hiện nay đang thiếu điều gì. Anh ước muốn điều gì cho nó?

Trần Nghi Hoàng: Hiện nay, thơ Việt Nam từ trong nước cho tới hải ngoại dường như đã có... chút sinh khí. Nhưng lại thiếu tính chất dynamite. Thơ Việt Nam đang rất cần tạo ra những chấn động, những dynamite thực sự, chứ không phải do lăng xê giả tạo... như một vài "hiện tượng" đã xảy ra.

Mong ước của tôi là "một thứ ngôn ngữ mới cho thơ"; "một cung cách mới cho thơ"... Ngôn ngữ mới cho thơ nằm trong thủ pháp... xếp chữ! Cung cách mới cho thơ thể hiện ở kỹ thuật và cảm xúc mới. (Kỹ thuật và cảm xúc sẽ "mới", nếu trí tuệ, quan điểm, kinh nghiệm và thể nghiệm của người làm thơ được tự kiến tạo trong công cuộc tìm kiếm của mình để đi tới cái tìm thấy cho *riêng* mình). Và những người làm thơ... không nên tập hợp với nhau để "đồng ca thơ". Thơ là một cõi rất riêng cho mỗi người làm thơ. Thơ không chia sẻ, không kết bầy, không hướng đạo đồng phục dắt đường... Và sau hết, *thơ phải là thơ*.

Nguyễn Đức Tùng: "Thơ là một cõi rất riêng" thì đúng, nhưng thơ "không chia sẻ, không kết bầy" thì rất cần suy nghĩ lại, nó controversial lắm anh ạ. Anh xem, các nhà thơ Nga tập hợp trong nhóm Ly Tâm (Centrifuge) của Boris Pasternak trước đây, các nhà thơ Nga khác thuộc nhóm Vị Lai (Futurists) của Mayakovsky, các nhà thơ Mỹ thuộc Black Mountain (College) của Charles Olson, các nhà thơ Beats của Jack Kerouac, nhóm San Francisco Renaissance của Robert Creeley, v.v... đã tạo nên biết bao động lực tinh thần và năng lượng thơ ca? Anh nghĩ sao?
Trần Nghi Hoàng: Anh cứ "suy nghĩ lại"! Vấn đề tự nó đã controversial rồi, thì làm sao? Nhóm Ly Tâm (Centrifuge) của Boris Pasternak... gần như không tồn tại trong lịch sử văn học Nga, ngoại trừ Boris Pasternak. Cha mẹ Boris Pasternak là bạn thân của Rainer Maria Rilke và Tolstoy. Cá nhân Boris Pasternak từng rất "ngưỡng mộ" Rilke, theo như thân phụ của Pasternak xác nhận trong một bức thư ông gửi cho Rilke. Nhưng tôi không tìm thấy "bóng dáng" của Rilke "chia sẻ" trong những sáng tác của Pasternak. Về trường hợp Mayakovsky, có ai khác trong nhóm Vị Lai (Futurism) ngoài Mayakovsky còn "tồn tại", nghĩa là được nhắc nhớ tới trong văn học đâu? Những David Burlyuk, Velimir Khlebnikov, Alexei Kruchenykh... hầu như chìm khuất, thỉnh thoảng mới được nêu tên bởi những nhà nghiên cứu văn học thời Mayakovsky và nhóm Futurism.

Và một chuyện "ngoài lề" khá lý thú, Pasternak chưa bao giờ xem Mayakovsky là một nhà thơ... đáng kể (major poet). Riêng Beats của Jack Kerouac lại là trường hợp khác. Beats là một phong trào, một biến động văn hóa chứ không thuần là một nhóm văn học. Beats Generation là một thời đại, một cần thiết của lịch sử trong văn học Hoa Kỳ. Giống như Tự lực Văn đoàn của Nhất Linh tại Việt Nam.

Dĩ nhiên, những "nhóm" văn học, nếu có những thành tựu thì ảnh hưởng của họ sẽ biến thành động lực cho năng lượng sáng tạo thơ ca của lớp sau. Nhưng điều này liệu có "kết quả tốt" như chúng ta mong mỏi không?

Khi tôi nói "không chia sẻ, không kết bầy" là thuần lý trong phạm trù sáng tác. Trong tuyển tập Irish Poetry có tựa là *"After Yeats"*, người chủ biên, Maurice Harmon viết:

"Such distinction did not necessarily make the work of the next generations easier. They did establish standards by which younger writers should measure themselves and they did make it necessary for them to find a personal idiom and a distinctive voice. For the young poet in 1920 or 1930, the question was how not to write like Yeats and how to find areas not already dominated, or exhausted, by him. For the young poet in the fifties and sixties that question was less pressing."

(Tạm dịch: Một sự phân biệt như thế không tất yếu làm cho công việc của những thế hệ sau trở nên dễ dàng hơn. Họ định ra những tiêu chí mà nhờ đó, các nhà văn trẻ hơn có thể tự thẩm định được mình, và chúng hết sức cần thiết để các nhà văn tìm thấy cách diễn đạt cá nhân và giọng điệu riêng biệt. Đối với nhà thơ trẻ những năm 1920 - 1930, vấn đề đối với anh ta là làm thế nào để không viết giống Yeats và làm thế nào để tìm thấy những lãnh địa chưa bị Yeats thống ngự hay khai thác cạn kiệt. Đối với nhà thơ trẻ thập niên 50 - 60, vấn đề đó trở nên ít cấp thiết hơn.)

(Maurice Harmon, *"Irish Poetry After Yeats"*. Little, Brown & Company xuất bản 1979. Phần "Introduction", trang 9. Trong cuốn sách này, Maurice Harmon đưa ra 7 nhà thơ: Austin Clarke, Richard Murphy, Patrick Kavanagh, Thomas Kinsella, Denis Devlin, John Montague và Seamus Heaney và một số những bài thơ tiêu biểu cho thành tựu của họ.)

Cho đến ngày hôm nay, thập niên đầu của thế kỷ 21, những nhà thơ Irish chắc chắn đã đi đến giai đoạn sáng tạo thơ ca mà không còn bị... bóng của Yeats... đè!

Maurice Harmon đã giải trình một cách khá cặn kẽ: "Thành tựu của Yeats là cái mốc đã tạo ra một thời đại YEATS. Việc điển phạm hóa hay quy phạm hóa này có giá trị như một vùng đất, một thời đại đã bị cắm cờ chiếm lĩnh. Những kẻ hậu sinh nên tìm cách 'thoát ra khỏi tầm ảnh hưởng của Yeats'. Hoặc, nếu thực sự tài ba, thì phải nên tự tìm cho mình một 'lãnh địa riêng'; và tạo Một Thời Đại Của Mình."

Một tác giả "lớn", tầm ảnh hưởng "di truyền" qua bao nhiêu thời đại. Và Yeats không cần phải "chia sẻ, kết bầy" với ai hết! Và lại, tôi cho rằng sự "chia sẻ, kết bầy" trong văn học làm cùn nhụt, tê dại và giảm đi rất nhiều năng lượng của những nỗ lực trong sáng tạo của mỗi cá nhân.

Trong *"Quotations about Poetry and Poets"* (*"Những Trích dẫn về Thơ và Nhà Thơ"*) của Allen Ginsberg, có vài câu tôi rất thích:

"Poetry is not an expression of the party line. It's that time of night, lying in bed, thinking what you really think, making the private world public, that's what the poet does."

(Thơ ca không phải là một cách biểu đạt của một chính đảng. Công việc của nhà thơ là: mỗi khi đêm về, anh nằm trên giường, suy nghĩ về những gì mình thật sự nghĩ, làm cho cái thế giới riêng tư của anh được bộc lộ ra với công chúng.)

Và:

"I have a new method of poetry. All you got to do is look over your notebooks... or lay down on a couch, and think of anything that comes into your head, especially the miseries. Then arrange in lines of two, three or four words each, don't bother about sentences, in sections of two, three or four lines each."

(Tôi có một phương pháp thơ mới. Tất cả những gì bạn phải làm là xem xét kỹ những cuốn sổ tay của bạn... hay nằm xuống trên đi văng, nghĩ về bất cứ điều gì đi vào trong đầu mình, đặc biệt là những nỗi thống khổ. Rồi sau đó, hãy sắp xếp chúng thành dòng, mỗi dòng hai, ba, bốn từ, đừng bận tâm về các câu, cứ hai, ba, bốn dòng hợp thành một đoạn.)

Sáng tác thơ ca là công việc "một mình" của người làm thơ. Thơ ca không phải football hay những trò chơi thể thao tập thể mà cần... teamwork!

Nguyễn Đức Tùng: Theo anh, thế nào là một bài thơ hay? Xin anh cho một ví dụ.

Trần Nghi Hoàng: Thế nào là một bài thơ hay? Một bài thơ hay, là một bài thơ "tấn công" được người đọc nó... Tấn công và làm người đọc nó chấn động.

Ví dụ? Khó à nghe! Dạo này tôi đã biết "sợ" làm người khác mất lòng! Đưa ví dụ bằng thơ ông này, thì những ông khác sẽ... không vui.

Có kỳ cục lắm không nếu tôi đưa ví dụ là một bài thơ của tôi? Nhưng vậy thì đã sao, hả anh?

Xin đọc:

__mở ngoặc cho ngày cuối năm__
khi loài cá hồi vẫy đuôi ngược vào biển thẳm
lũ cầu vồng ngũ sắc chập chờn lượn lờ trên
những chân trời riêng
và tôi thèm gọi tên Em

từng ngụm thời gian
mọc ngoài dự báo
tôi là đấng tiên tri mà nhân loại sẽ quên tên
sự nhắc nhở không cần thiết
tôi gửi tặng CON NGƯỜI rốt ráo
bao nhiêu là báu vật của tương lai

có Em làm chứng cho cuộc hiến tế âm thầm

con đường mọc hằng hà cửa sổ và sao sương
hơi khuya và hơi mưa làm nên cuộc nhân duyên
phiền muộn
Em đếm hộ tôi những ánh đèn khuất mặt
những CON NGƯỜI khuất mặt
trong HỘI HOA ĐĂNG và tiếng kêu của thế giới khác
trầm trầm hồi trống ngắt khoảng
giọng nấc lâm ly rớt rụng câu Xề

tôi bủa năm ngón tay làm phép lành
nhất thiết Em kiên trì xiển dương điều tán tụng
mùa băng hoại chảy trôi về vô tận
nụ hôn Tôi môi đắng phía luân hồi
Em Em như thể Em chưa từng Tôi mấy bận
ngất ngưởng tầm mắt xa
Tôi nắm chặt lửa thời sơ khai   Em thất lạc
vẫn giữ điều chưa từng hứa
cho nhau

rừng nến sáng trên rừng cây bất tận
sao sương nghiêng
úp mặt vào đêm
Đêm Em Riêng và và Đêm
Tôi Nguyệt Thực
mầm mống xanh tươi mãn khai trăm hưởng
những Nụ Đời nở rộ khôn nguôi

bầm bầm màu rượu thẳm   lướt mặt
cánh chim Côi
ở một lần táng tận

khoe miết màu sớm, nghe
trễ tràng hơi thở đã mất hạn
bắn ngắn ngơ vào trái tim Đời và Em gọi
tên Tôi

treo từng cục thời gian trên không gian vô lượng
Tôi treo đời tôi vào Em
làm dấu một thời đại sau tiền kiếp
cho chuyến thổ mộ được kéo băng băng
do loài ngựa bạc đầu cương vàng khóa ngọc một chuyến
hư vô
hư vô

trầm tịnh mấy cơn say
định hình thời mặc định
vực lại mênh mông trong ngụm tuyết đắng
còn hơi rượu sôi trong triền máu   thiêng
Tôi xếp hai bàn chân ngửa
nói với Em về chỗ căn duyên

tiếng vỡ trùng hơi tận túy
lơi ra nửa chữ sao sa
sao rụng như một lần Tôi   muốn rụng
chờ nghe em hát Cổ Bồn Ca

Tôi tự họa chân dung mình
trên tờ thời gian miết biệt
đâu mắt mũi râu
vầng trán thiên thâu   với những dòng sông
khô nẻ
hơi thở nào trong tai như tiếng sóng   tiếng sấm

và chợt Em lần vạt tóc dài trải hết đời Tôi
trong khoảng cách của cánh cửa chiêm nghiệm và
ánh mặt trời mù khuya

Tôi vẫn gọi tên Em
lần này thật Lớn và thật Lớn

Virginia ngày cuối năm
Dec 31-05

Nguyễn Đức Tùng: Anh nói "đưa ví dụ bằng thơ của ông này, thì những ông khác... sẽ không vui". Anh có nghĩ rằng các nhà thơ Việt Nam, nhất là các nhà thơ anh quen biết, có thể hẹp hòi đến thế chăng?

Trần Nghi Hoàng: "Đưa ví dụ bằng thơ của ông này, thì những ông khác... sẽ không vui"... Đó là một câu nói đùa... mà thật! Lẽ đương nhiên, người làm thơ nào cũng phải tự thấy thơ mình... hay! Thơ mình mà không hay... thì thơ ai hay đây, hở trời?

Khi anh Nguyễn Đức Tùng đưa câu hỏi "như thế nào là một bài thơ hay, và cho ví dụ"..., nếu tôi đưa bất cứ bài thơ của bất cứ người làm thơ nào khác, cũng đều không...

thật lòng với chính tôi! Tuy nhiên, quan niệm sống của tôi là trước hết phải luôn thành thật với chính mình... Và bởi thế, tôi nói thật những điều tôi nghĩ... dù "nói thật" thường khi rất dễ khiến mích lòng. Chẳng những mích lòng không thôi, lắm người đã khó chịu với tôi và thậm chí... "không ưa" tôi nữa!

Tôi nhận ra một điều rằng, về mặt lý luận văn học nói chung, Việt Nam xưa nay vẫn luôn thể hiện một tư thế rất ư là nhược tiểu!

Trước 1975, những bài viết có chủ đề hoặc liên quan đến tư tưởng văn chương, thì tác giả hầu như thường vẫn phải sử dụng tên tuổi của những "cự phách" Tây phương kiểu Jean-Paul Sartre, Albert Camus hay Arthur Schopenhauer, v.v... để "củng cố" cho bài viết của mình. Thi ca thì lại Rainer Maria Rilke đã viết như thế này, Guillaume Apollinaire đã có những câu thơ thế kia, v.v... Ở hải ngoại, bây giờ, người ta lại đem Roland Barthes ra làm tiêu chuẩn cho văn và Stéphane Mallarmé làm nền tảng cho thơ... Rồi thì Joseph Brodsky, Milan Kundera này nọ... Đồng ý là khi làm công việc lý luận văn học, có lúc phải đưa ra một số tên tuổi "đại gia" để làm "bảo kê" và sáng tỏ thêm vấn đề chủ thể. Nhưng tôi thấy, lắm bài viết mà tư tưởng và tên tuổi được dẫn chứng nhiều đến nỗi đọc xong, chỉ thấy đúng là... một bảng liệt kê danh sách và những quote. Có nghĩa là, người đọc sẽ không biết chủ thể bài viết của tác giả... ở chỗ nào? Và đâu là "tư tưởng rốt ráo" của tác giả? Do đó, tôi chọn cách đưa "tôi" ra làm ví dụ... cho tiện! Vì đâu có ai hiểu thơ mình bằng chính mình, phải không? Còn các nhà thơ Việt Nam nói chung, có "hẹp hòi" không? "Bá nhơn, bá tánh" tôi... làm sao mà biết được. Riêng những ông nhà thơ... lỡ là bạn tôi thì tôi thấy ông nào cũng... văng mạng. Trong tự điển của mấy cha này, dường như bị thất lạc hai chữ "hẹp hòi". Chuyện dễ hiểu thôi, những người "hẹp hòi"... làm sao "dám" xem tôi là bạn, anh ạ!

Thực ra, việc tôi chọn bài "*mở ngoặc cho ngày cuối năm*" cũng có phần mang tính chất tức thời. Nó là bài thơ hiện lên ngay trong tâm trí tôi khi anh Nguyễn Đức Tùng hỏi tôi câu hỏi đó. Nếu ở phút này đây, anh Nguyễn Đức Tùng đặt lại câu hỏi giống như trên, biết đâu tôi sẽ lại chọn một bài thơ khác... mà tôi thấy hay hơn! Tất nhiên, là cũng của tôi.

Nguyễn Đức Tùng: Cám ơn anh đã nhắc đến lý luận văn học. Thật là khó khăn để nói trong một vài câu nhận xét của riêng tôi (có thể còn nhiều thiếu sót) về một nền văn học khá lớn (tôi tin rằng nền văn học Việt Nam, nhìn qua nhiều thế kỷ, xứng đáng được gọi là một nền văn học khá lớn). Đành nói giản dị thế này vậy: Trong giai đoạn trước 1975, văn học miền Nam mạnh về sáng tác, văn học miền Bắc mạnh về nghiên cứu, lý luận. Lý do có thể có nhiều, trong đó có thể hoàn cảnh là một nguyên nhân quan trọng. Ở miền Nam, sáng tác phát triển bởi môi trường sáng tác tự do và khí hậu văn hoá thơ mộng ở miền Nam, bất chấp cuộc chiến tranh, một cuộc chiến tranh không huy động toàn xã hội. Trong khi đó ở miền

Bắc, trong bối cảnh của một cuộc chiến tranh huy động toàn xã hội, chính quyền lại dành cho lý luận nghiên cứu một sự quan tâm đặc biệt. Ở Hà Nội, theo tôi nhận thấy, có những nhà nghiên cứu lớn, có tài. Nhưng nếu nói phê bình thì cả miền Nam và Bắc trong quá khứ, chúng ta chưa bao giờ có một nền phê bình đúng nghĩa cả. Sau năm 1975, đặc biệt là sau sự sụp đổ của Liên Xô, cởi trói rồi trói lại (chữ của Trần Mạnh Hảo) ở Việt Nam, các nhà lý luận và phê bình văn học như bầy chim vỡ tổ: họ ngơ ngác, mất tư tưởng, phải mất không ít thời gian mới định thần lại được. Với những người Việt Nam ở nước ngoài: Ở hải ngoại, một cộng đồng di dân, dĩ nhiên cũng chưa hình thành được một "nền" lý luận. Tình hình sáng sủa lên nhờ những cá nhân riêng lẻ, mà chúng ta có thể tạm kể, xen kẽ nghiên cứu, lý luận, và phê bình, chẳng hạn như: (đang ở hải ngoại) Nguyễn Văn Trung, Nguyễn Phan Cảnh, Đặng Tiến, Nguyễn Hưng Quốc, Hoàng Ngọc- Tuấn, Thụy Khuê, Bùi Vĩnh Phúc, (đang ở trong nước) Nguyễn Huệ Chi, Hoàng Ngọc Hiến, Lại Nguyên Ân, Phạm Xuân Nguyên, Nguyễn Mạnh Hùng, Đỗ Đức Hiểu, Đỗ Lai Thúy... Có vẻ như tôi đang dẫn giải khá dài nhưng cuối cùng là để đặt ra câu hỏi này, muốn trao đổi cùng anh: Sự phát triển của thơ độc lập hay phụ thuộc vào một nền lý luận phê bình? Chúng ta, với tư cách là những người sáng tác, có thể trông đợi gì ở các nhà lý luận hay phê bình?

Trần Nghi Hoàng: Tôi đồng ý một số điểm anh nêu ra ở phần "mào đầu" của câu hỏi trên. Có lẽ tôi và anh sẽ phải "đàm luận" thêm về đề tài này ở một dịp khác, bài khác chăng? Riêng câu: "Sau năm 1975, đặc biệt là sau sự sụp đổ của Liên Xô, cởi trói rồi trói lại (chữ của Trần Mạnh Hảo) ở Việt Nam, các nhà lý luận văn học như bầy chim vỡ tổ: họ ngơ ngác, mất tư tưởng", thì tôi muốn góp ý như thế này: Lý luận văn học của miền Bắc trước 75 lệ thuộc vào lý thuyết chủ nghĩa xã hội của chính quyền. Điều này từ căn bản đã không ổn, nó làm mất đi tự do của người sáng tác, và tạo cho văn học thành một "bầy đồng phục". Như vậy, xem như Việt Nam (Nam, Bắc và cả hải ngoại) chưa từng bao giờ có lý luận văn học cả.

Về câu hỏi của anh, tôi trả lời như sau:

· Sự phát triển của thơ ca hoàn toàn độc lập, không phụ thuộc vào một nền lý luận phê bình. Chẳng những thế, sự độc lập phải được rốt ráo thể hiện ở từng con người sáng tạo thơ ca. Thơ ca xuất hiện trước, lý luận và phê bình mới... từ tốn theo đó mà xuất hiện. Những tác giả và tác phẩm là động năng sản sinh ra phê bình và lý luận. Đặc biệt phê bình. Khi nhà phê bình làm công việc của mình một cách công phu, có giá trị; từ đó, một lý luận văn học bắt đầu trưởng sinh.

· Tôi cho rằng những người sáng tác thực sự chỉ trông đợi ở những nhà phê bình một tri kiến đầy đủ; một cảm nhận thẩm thấu sắc bén; và sau hết, một thái độ khách quan (vừa phải) và chỉ đối diện với văn bản cùng với bối cảnh sáng tác của tác giả mà thôi.

Romain Rolland đã nói như thế này: "Người ta không thể miễn cho mình cái việc phê phán đánh giá:

đó là điều cần thiết để mà sống". Nhưng phê phán đánh giá thì phải phê phán đánh giá cho đúng kìa. Trong *Vân Đài loại ngữ* thì Lê Quý Đôn đã khuyên dè một cách ôn hòa nhưng sâu sắc như sau: "Văn chương là của chung thiên hạ, phân tích thì được chứ không nên chê mắng." Tuy nhiên, phân tích cũng có nhiều... phương pháp và cách diễn đạt để áp dụng trong lúc phân tích. Đôi khi, có thứ ngôn ngữ phân tích mà đọc không... thông, rất dễ khiến người đọc hiểu lầm ra là chê mắng! Và lại, Lê Quý Đôn quên không có lời dạy về thái độ phải nên cư xử ra sao với những "nhà phê bình thiếu kiến thức và bè phái"?

Pushkin, vầng thái dương của thi ca Nga, cũng có câu:

"Ở đâu không có tình yêu nghệ thuật thì ở đó không có phê bình".

Tôi hoàn toàn đồng ý với suy nghĩ này của Pushkin. Vì tình yêu nghệ thuật, rất nên làm công việc phê bình. Phê bình trong tinh thần phân tích như lời của Lê Quý Đôn.

Nguyễn Đức Tùng: Tôi nghĩ tôi cần bổ sung điều sau đây: nói riêng về các nhà nghiên cứu văn học trong nước, trong vòng mười năm trở lại đây, họ đã làm được nhiều việc đáng kể. Những bài viết của Hoàng Ngọc Hiến, Lại Nguyên Ân, Nguyễn Mạnh Hùng, Đỗ Đức Hiểu, Phạm Xuân Nguyên, Nguyễn Huệ Chi, v.v... mà tôi được đọc, thấm đẫm tinh thần nhân văn, cởi mở, và họ đang góp phần giới thiệu cho độc giả trong nước, và cả ở hải ngoại, những tinh hoa mới nhất về lý luận và phê bình văn học của thế giới. Chẳng hạn, những phân tích của Đỗ Lai Thúy về Thơ Mới gần đây, khá xuất sắc, có ảnh hưởng của phương pháp "close reading" (đọc tập trung) của Phê bình Mới (New Criticism). Phương pháp "close reading", được Nguyễn Hưng Quốc dịch là "đọc gần", Đỗ Đức Hiểu dịch là "đọc kỹ", không chỉ giới hạn như một vấn đề lịch sử mà đã trở thành thao tác căn bản của sinh viên. Chữ "close" trong tiếng Anh có ít nhất năm nghĩa: gần (close relative), thân mật (close friend), kỹ (close observation), kín (close space), chính xác (close examination).

Nhưng tôi xin quay lại với bài thơ của anh ở trên. Chúng ta đang ở vào một tình thế tế nhị: cần phải diễn giải cho người đọc rằng bài thơ trên là một bài thơ hay, tức là nó đang... tấn công họ. Anh có thể nói thêm về nó được chăng?

Trần Nghi Hoàng: Chà! Tình thế nguy ngập đến nỗi thế sao? Tự đưa ví dụ bài thơ của mình là một bài thơ hay, không ngờ lại lâm vào "hiểm địa" như vậy!

Tự cho bài thơ của mình là một bài thơ hay, kể cũng là việc "tế nhị"! Diễn giải để những người đọc cũng thấy... bị bài thơ tấn công..., tức là nó hay, lại là một tình thế "tế nhị" hơn nữa! Song le, đã lỡ rồi, tôi cho... "lỡ" luôn!

Trước hết, với tôi, một bài thơ "tấn công" được người đọc thì thoạt kỳ thủy, nó đã phải... tấn công chính tác giả của nó. Không những một lần, mà sau nhiều lần, tác giả vẫn còn muốn, còn bị nó dụ hoặc phải đọc lại. Thích thú và chấn động mà đọc lại. Hay có thể nói khác đi, một bài thơ mà tác giả của nó... không còn muốn đọc lại nó nữa, chắc chắn là bài thơ đó... "có vấn đề". Thường là chính tác giả nhận ra rằng bài thơ... quá dở (hoặc bài thơ quá hay... sao đó, để nếu tác giả đọc lại có thể bị... khơi vết thương lòng chăng! Đây là một trường hợp "biệt lệ"! Than ôi!)

Nói thêm về một bài thơ hay: Theo quan điểm của tôi, tác giả đã sáng tác bài thơ trong một trạng huống chấn động với chính mình. Trạng huống chấn động này, tôi gọi là "tâm thức thơ". Tác giả đã sáng tác bài thơ từ một "tâm thức thơ". Sự chấn động là kết quả của vô thức nuôi dưỡng và kết tụ qua đời sống, suy niệm, thể nghiệm và tất nhiên, cảm xúc... Rồi còn lại là "thủ pháp thơ", tức kỹ thuật. Cách diễn đạt, chọn chữ, sắp xếp câu chữ ngắt dòng, ngắt chữ, v.v... Ngay cả một bài thơ ở thể loại "ngẫu hứng" hay "mì ăn liền" theo tư thế "biểu diễn" tại chỗ cũng phải có quá trình hình thành của nó... trong vô thức. Có thể hiểu trong vô thức của mỗi người làm thơ luôn có một "tàng thức thơ". "Tàng thức thơ" là cái "kho" lưu trữ, cất chứa những ý niệm, mầm cội cho những bài thơ... Khi một "cái gì đó" tức ý niệm, hay mầm cội trong "tàng thức thơ" được khơi động, tức thì "tâm thức thơ" hiển lộ, và thơ được khai sinh...

Sự tấn công của một bài thơ có thể tác động vào người đọc, theo tôi, cần những điều kiện và quá trình như thế và như thế. Nhà thơ, nếu chỉ vin vào những "chữ nổ" để "tấn công" người đọc, chẳng hạn những chữ mà tôi bắt gặp nhiều hiện nay: những chữ như "cặc", "lồn", "đụ", "vú", "mông"... mà không cho những "ý niệm" hay "mầm cội" này có thời gian trường sinh của nó trong "tàng thức thơ", tức là hành trình sống, suy niệm, thể nghiệm, cảm xúc... trong "cõi thơ"... thì tôi không tin đó là một bài thơ "tấn công" được người đọc theo quan niệm của tôi. "Tấn công" khác với "khủng bố". Cũng như một "bữa ăn lạ" khác với một "bữa ăn... dơ" đôi khi bỏ thêm dấu hỏi (?).

Ngôn ngữ, đã là ngôn ngữ trần gian, dù là ngôn ngữ hè phố hay hàn lâm thì đương nhiên có thể biến thành ngôn ngữ "Thơ". Vấn đề còn lại là, trong "tâm thức thơ", bạn sử dụng, cấu trúc nó như thế nào, ở trường hợp nào và ra sao...

Trường hợp *"mở ngoặc cho ngày cuối năm"* hình thành khởi đi từ ý niệm về Giới Hạn của những khái niệm như Miên Viễn, Hiện Hữu, Tồn Tại... chuyển động thành "tâm thức thơ".

Do đó, tôi (rất tự) tin rằng bài thơ *"mở ngoặc cho ngày cuối năm"* của tôi là một bài thơ... tấn công được người đọc nó! Vì trước hết, bài thơ đã "tấn công" tôi, tác giả của nó, ngay lúc tôi sáng tạo nó. Và sau đó khi tôi đọc lại, bị thôi thúc đọc lại, nhiều lần, vẫn bị bài thơ "tấn công", cho đến bây giờ.

Một điều cần nói thêm, tôi chưa từng thắc mắc hay tư lự là thơ mình thuộc "trường phái" nào... Có cần thiết "xếp loại" thi ca theo từng "trường phái" không anh?

Nguyễn Đức Tùng: Không cần tự xếp loại anh ạ. Nói riêng, tôi cũng thích bài thơ của anh. Nó có một giọng điệu (tone) rất riêng. Nhưng trước khi tôi có thể phân tích thêm, xin quay lại với câu hỏi căn bản dành cho anh.

Như thế, theo anh, trước hết, một bài thơ hay là một bài thơ làm xúc động tác giả của nó. Không những thế, sau nhiều năm tháng, mỗi khi được đọc lại, hay nhớ lại, nó vẫn còn đủ sức làm tác giả của nó xúc động như thuở ban đầu.

Điều anh nói, dĩ nhiên là đúng và quan trọng, tôi chắc không ai phản đối. Nhưng hình như chưa đủ anh ạ, vì có mấy điều sau:

- Trong văn học, có trường hợp tác giả từ chối đứa con của mình, hay không thích nó nữa, không thấy xúc động khi đọc lại, mà người khác vẫn cho nó là hay.

- Thứ hai là, nhiều khi bài thơ làm tác giả xúc động nhưng lại không làm người đọc khác xúc động thì sao?

Khi bị người yêu bỏ, thất tình, một cô gái có thể làm bài thơ như sau:

"Trời ơi anh trốn đi đâu
Lòng em là một biển sầu mênh mông"

Lúc mới làm xong, cô ấy đọc đi đọc lại lấy làm xúc động lắm. Nhiều năm sau thỉnh thoảng nhớ lại, có khi cô cũng còn ứa nước mắt, giữa hai nụ hôn của chồng. Bởi vì bài thơ kia khơi lại những vết thương cũ mà cô đã trải qua. Những kinh nghiệm hoàn toàn cá nhân. Nhưng tôi không dám chắc là bài thơ của cô ấy có làm anh xúc động không? Và nếu có thì có cùng một cường độ với tác giả chăng? Còn những người đọc khác thì sao?

- Thứ ba là, ngay cả khi cả tác giả và nhiều người đọc cùng bị "tấn công" bởi một tác phẩm, mà chưa chắc tác phẩm đó đã hay. Vì vậy, mới có hiện tượng các tác phẩm, bài hát thương mại, thời thượng, nhưng không bền lâu.

- Thứ tư là, tuy lí luận khó như thế, thực tế có thể lại giản dị hơn, như hôm nay, ngồi viết bài này, trên bàn viết một cuốn sách để mở, tôi tình cờ đọc lại:

*"Mày xanh trăng mới in ngần
Phấn thừa hương cũ bội phần xót xa"*

Thì tôi biết ngay là tôi đang gặp một câu thơ làm mình xúc động. Đọc đi đọc lại tôi phát hiện ra rằng tôi có thể phần nào phân tích được nó, tức là nỗi xúc động ấy, và tại sao nó có thể làm tôi xúc động như thế.

Chữ của Nguyễn Du rất mới, mặc dù là những chữ giản dị, ai cũng biết. Cái âm ngân nga của vần "a" trong "mày", "xanh" (hay ai), "ngần", "phấn", "phần", "xa", làm cho câu thơ nhẹ như hơi thở, trang nhã và dịu dàng, đúng là để nói về một cô tiểu thư mới lớn, tuyệt sắc. Âm "ư" trong ba chữ "thừa", "hương", "cũ", đi liền nhau gây cảm giác chán chường, chua xót, pha chút phẫn nộ ngấm ngầm, được nén lại. Chữ "phấn" và "hương" đài các, cũ kỹ, nên đi kèm với chúng là "bội", chữ Hán Việt - "bội phần". Các tiểu thi sĩ chắc là sẽ viết: nhiều phần, trăm phần, muôn phần, v.v... Chưa hết, "in ngân", là in gì, mà khiến ta chỉ ám ảnh với hai vần "n" cuối cùng để đến nỗi quên tất cả, thấy là cảm xúc, vang động, mà không biết từ đâu, như một tiếng chuông ngân nga mất dấu. Chữ "mới" giản dị bình thường, ai viết cũng được, lại là chữ chết người của Nguyễn Du, trong hai câu thơ trên. Nó là key words anh ạ.

Như vậy, phải chăng một bài thơ mà ta có thể phân tích được tác động thẩm mỹ của nó lên người đọc, trả lời được phần nào tại sao nó "tấn công" ta, phân tích (analysis) chứ không phải là tuyên bố (statement), là một bài thơ hay?

Trần Nghi Hoàng: Điều tôi nói dĩ nhiên là cốt lõi của vấn đề. Còn những yếu tố phụ thuộc thì nhiều lắm...

• Một: Sau một thời gian, tự tác giả không còn thấy bài thơ mình... làm mình xúc động nữa, mà người khác vẫn thích và khen hay... Dễ hiểu thôi! Lúc ấy, tâm cảm tác giả đã chuyển động, thay đổi nhưng những xúc động do tác giả di tiếp vào bài thơ vẫn còn đó! Vì vậy, những người đọc "đồng cảm" sẽ bị tấn công và thích nó... Và cũng nhiều khả năng, một tác giả không còn thích, "xúc động" từ một bài thơ mà mình đã từng thích vì một hay vài lý do "rất riêng tư" mà chỉ mình tác giả biết... Như vậy, bài thơ vẫn là một bài thơ hay đó chứ! Bài thơ vẫn còn hay với một số người đọc. Tôi chưa từng bao giờ "từ chối" bất cứ "đứa con" nào của mình... Mặc dù, tôi cũng có nhiều đứa con "dở hơi" lắm anh Tùng ạ!

· Hai: Bài thơ làm chính tác giả xúc động, mà người đọc không ai "xúc động", là trường hợp "thường tình". Tác giả, khi sáng tác, là đã di tiếp cái "đang xúc động" của chính mình vào tác phẩm... Người đọc, có khi tiếp nhận không được, không đúng "level" của điều tác giả muốn bộc bạch... Do đó, một tác phẩm, một bài thơ có thể là tuyệt vời với một số người đọc (hay ngược lại, chỉ với chính tác giả!), và "rất dở" với một số người đọc khác... Tóm lại, cái "hay" của một bài thơ, nhiều khi, giới hạn với một số người đọc, với một "level" độc giả nào đó... Có nhiều "levels" tác giả, tất nhiên, cũng có rất nhiều "levels" độc giả khác nhau... Thí dụ như cha tôi, ông Ba Tri Nam Kỳ chỉ thích anh chàng Lục Vân Tiên tán gái rất nhà quê theo kiểu Khổng Phu Tử bị Lục Tỉnh hóa... *"Khoan khoan ngồi đó chớ ra, Nàng là phận gái ta là phận trai".*

Những điều tôi vừa trả lời trong câu này, cũng "lý giải" cho câu hỏi "thứ ba" của anh Tùng. Xúc động của từng người đọc, trước một bài thơ, có thể hoàn toàn khác nhau hoặc chỉ khác nhau trên một số tiểu tiết.

Cần nói thêm, một bài thơ hay, đúng như anh Tùng nói, nhiều khi vì một hai chữ thần kỳ nào đó (key words) đẩy bài thơ lên.

· Bốn: phải chăng một bài thơ mà ta có thể phân tích được tác động thẩm mỹ của nó lên người đọc, trả lời được phần nào tại sao nó "tấn công" ta, phân tích (analysis) chứ không phải là tuyên bố (statement), là một bài thơ hay?

· Điều này đúng, như Lê Quý Đôn đã nói. Song le,

tôi không muốn làm công việc "phân tích" (analysis) bài "*mở ngoặc cho ngày cuối năm*" của tôi. Sự "tế nhị" này là do tôi muốn cho dung lượng bài thơ có cái "vô cùng" của nó. Nhưng tôi có thể nói, ở bài "*mở ngoặc cho ngày cuối năm*", tôi đã thể hiện được "cái khoảng cách của cánh cửa chiêm nghiệm và ánh mặt trời mù khuya trong tình yêu và nỗi cô độc của con người".

Do đó, khi "tuyên bố" rằng bài thơ "*mở ngoặc cho ngày cuối năm*" hay, là tôi đã cùng lúc làm công việc "phân tích" (analysis) cho nó.

Nguyễn Đức Tùng: Anh đọc ai? Những tác giả văn học nào làm anh say mê nhất?

Trần Nghi Hoàng: Tôi đọc tất cả những gì có chữ... trong tầm tay. Nhiều tác giả văn học tôi thích. Nhưng không có tác giả nào làm tôi "say mê" nhất. Tóm lại, tôi không có tác giả nào làm "kinh điển"... Tôi thích:

- *"Chinh Phụ Ngâm Khúc"* của Đặng Trần Côn, nguyên tác cũng như bản dịch (vẫn còn tồn nghi) của Đoàn Thị Điểm;
- García Lorca - con chim sơn ca của thơ ca Tây Ban Nha;
- Lỗ Tấn, Ba Kim, Kim Thánh Thán, Mạc Ngôn, Kim Dung, Cổ Long... của Trung Quốc;
- Walt Whitman, Jack Kerouac, Allen Ginsberg... của Mỹ, Joseph Brodsky (Mỹ gốc Nga).

Nhưng có những tác giả, tôi chỉ thích... vài tháng, có khi vài ngày rồi thôi, hết thích.

Nguyễn Đức Tùng: Trên talawas, ngày 06 tháng 12, 2006, tác giả Trần Ngọc Cư, có bài "Thi ca xứ này", với nhận xét tiêu biểu: "Nói ra thì thật bẽ bàng, nhưng đối với người Mỹ, dù là người ở ngoài đường phố hay là một trí thức chuyên gia, thi ca là một loại hình văn chương đang trên đường đi tới chỗ diệt vong". Ở trên anh có nhắc đến Allen Ginsberg. Trả lời câu hỏi của nhà phỏng vấn lừng danh Lawrence Grobel: "Bạn nghĩ thế nào về tình trạng thơ (Mỹ) hiện nay?" (What is the state of poetry today?), Ginsberg nói như sau (1997): *"Trước hết, chưa bao giờ có nhiều thơ như hiện nay. Ngày càng có nhiều người nghe thơ hơn trước, bởi vì thơ ảnh hưởng đến toàn bộ Rock and Roll, New Wave, Punk... Mọi người lắng nghe chúng, có điều họ không gọi đó là thơ. (Với họ) đó là các ca từ hay lời ca trữ tình. Như vậy mọi người rất hào hứng với thơ truyền khẩu (oral poetry), một hình thức rất căn bản của thơ vậy".* ("First of all, there is more poetry than ever. There are more people listening to poetry since poetry affected the entire Rock and Roll, New Wave world, Punk... Everybody listens to it without calling it poetry. It's lyrics. So everyone is very much in touch with oral poetry, which is the basic medium for poetry: the oral form". Lawrence Grobel, "Endangered Species", p 162, Da Capo Press, 2001). Là người sống ở Hoa Kỳ gần ba mươi năm, và chắc là đọc nhiều, anh nhận xét ra sao về nền thơ của xứ sở mà anh cư ngụ? Anh học hỏi được điều gì ở họ?

Trần Nghi Hoàng: Tôi hoàn toàn không đồng ý với Trần Ngọc Cư. Chỉ qua đoạn trích của anh, Allen Ginsberg trả lời Lawrence Grobel, chúng ta thấy rõ là: thi ca ở Hoa Kỳ đã trở thành một hiện thực linh hoạt, đi vào đời sống hằng ngày của con người như nước ngọt coca cola, như bánh mì kẹp thịt MacDonald... Cháu Âu Cơ từ tiểu học đã được khuyến khích đọc sách và sáng tác thơ ở trường... Các thành phố như San Francisco, New York, Boston - MA... và nhiều thành phố, tiểu bang ở Hoa Kỳ mà tôi đã sống hoặc đã đi qua, từ lâu nay vẫn có những nhóm "đọc thơ" mỗi tuần với nhau. Thơ được sinh động hóa và đến với mọi người... Có thể Trần Ngọc Cư chờ đợi ở cung cách thưởng ngoạn thơ theo kiểu đốt trầm trong một căn phòng tĩnh lặng, với bình hoa và tranh tĩnh vật, với trà Thiết Quan Âm và tiếng đàn tranh hòa với tiếng sáo trúc... làm nền cho những bài thơ chăng?

Như vậy, thi ca với người Hoa Kỳ chẳng những không hề có dấu hiệu gì phải... diệt vong, mà nó đã sinh hoạt cùng với đời sống mọi người trong từng phút giây, một cách thản nhiên, hồn nhiên... Không cầu kỳ so vai, không lên gân tuxedo với lại micro âm thanh nổi!

Không biết anh đã xem phim *Cocktail* do Tom Cruise với Elisabeth Shue đóng chưa?... Anh chàng bartender Brian do Tom Cruise thủ diễn, thỉnh thoảng lại được các khách hàng "bợm nhậu" yêu cầu leo lên quầy rượu đọc một bài thơ do anh ta... sáng tác!

Tôi thích tính chất "thực tiễn" với thi ca của người Hoa Kỳ. Và điều chắc chắn, người Hoa Kỳ không hề lơ là với thơ ca của họ. Mỗi năm, họ đều có một cuốn *"The Best American Poetry"* được ấn hành một cách trang trọng.

Điều tôi học hỏi được trong lãnh vực thi ca Hoa Kỳ là sự tỉnh thức khi sáng tạo thơ ca. Đặc biệt là sự tỉnh thức ngay cả trong... những cơn lên đồng, mê muội với chữ nghĩa nhất của mình.

Nguyễn Đức Tùng: Anh là người làm thơ tự do. Anh nghĩ sao về thơ có vần, như lục bát, bảy chữ, hiện nay? Tương lai của chúng ra sao?

Trần Nghi Hoàng: Thỉnh thoảng tôi vẫn "vạch bốn câu ba vần" đó chứ! Lục bát nữa... cho vui! Tôi thấy bảy chữ sẽ còn tồn tại với một hồn vía mới, lạ... Còn lục bát, chắc khó qua khỏi năm 2010.

Nguyễn Đức Tùng: Các nhà thơ trẻ hiện làm thơ tự do ngày càng nhiều. Trong số họ, có không ít người, nói như nhà thơ David O'Meara, "làm thơ tự do một cách vô tội vạ" (contemporary poets are taking free verse for granted). Anh có tin rằng có một thứ kỹ thuật nào đó của thơ tự do, như một thứ nguyên tắc hay khuôn phép chẳng hạn? Sự ngắt câu thì sao?

Trần Nghi Hoàng: Picasso trước khi khai mở trường phái cubism, đã có thời kỳ xanh, thời kỳ hồng... Thơ tự do đương nhiên là đòi hỏi phải có kỹ thuật, nhưng nguyên tắc hay khuôn phép thì không nhất thiết! Mỗi nhà thơ có thể tự tìm cho mình một thứ nguyên tắc hay khuôn phép riêng. Và theo tôi, kỹ thuật ở thơ tự do cao cường hơn thơ "vần, luật" rất nhiều. Đâu phải họa sĩ nào bắt chước vẽ "méo mó" theo Picasso cũng thành cubism được? Ở thơ "vần, luật", chỉ gò ép sao cho những câu thơ đúng số chữ, và những chữ nào cần "vần" với nhau là ít ra, cũng thành một bài ê a... Nhất tam ngũ bất luận - nhị tứ lục phân minh... a ha! Còn thơ tự do, từ sự ngắt câu, khoảng cách giữa các chữ, cách nhấn chữ, nhấn câu, hình ảnh, âm thanh, tạo nghĩa cho chữ khi đặt chữ ở vị trí bất thường vân vân... đó là kỹ thuật. Kỹ thuật với thủ pháp đi đôi với nhau. Và theo tôi, khi người làm thơ đã đạt một số kỹ thuật riêng nào đó, anh ta sẽ có thủ pháp riêng để sử dụng những câu chữ cho thơ.

Nguyễn Đức Tùng: Hai mươi năm trở lại đây, thơ trình diễn (performance poetry) trở thành một trào lưu quan trọng ở Bắc Mỹ, bên cạnh thơ đọc (oral poetry). Nó cũng bắt đầu được giới thiệu ở Việt Nam. Anh nghĩ sao về thơ trình diễn? Anh có tin rằng nó có một tương lai sáng sủa ở Việt Nam, hay là sẽ mau chóng đi vào quên lãng, và theo chân bao nhiêu trào lưu khác từng được giới thiệu theo kiểu cây xanh tươi tốt được đem đi trồng ở mảnh đất khác, có lá cành nhưng không có rễ mang theo?

Trần Nghi Hoàng: Tạng tôi không "ngửi" được "thơ trình diễn", anh Tùng ạ! Một người đứng lên cầm micro đọc thơ cho nhiều người khác nghe, đã là... quá đáng rồi (đặc biệt là thơ sáng tác bằng tiếng Việt)! Tuy nhiên, nếu loại thơ được trình diễn theo kiểu như nhạc rap, new wave vân vân, hay loại bài vè như hát bài chòi ở Bình Định, Việt Nam, thì lại khác. Nó có hấp lực và giá trị riêng.

Theo tôi, thơ trình diễn ở Mỹ khả dĩ tồn tại bởi ngôn ngữ, tình cảm, hình ảnh, v.v... trong thơ Mỹ... dễ phối hợp hơn với cung cách và kỹ thuật trình diễn. "Thơ trình diễn" Việt Nam, tôi có đôi lần "bị" xem, nó nhà quê sao sao đó... làm tôi ngượng! Tôi không tin "thơ trình diễn" tồn tại lâu dài ở Việt Nam! Nhưng biết đâu đó, anh Tùng ạ! Hiện nay, người Việt Nam trong nước đang "cật lực" làm mới bằng cách "bắt chước" trong mọi lãnh vực. Mà thi ca là lãnh vực "được cho tự do" bắt chước nhất!

Nguyễn Đức Tùng: Có một sự khác nhau căn bản nào đó giữa loại thơ dùng để đọc/ngâm và loại thơ không phải viết ra để đọc/ngâm chăng?
Trần Nghi Hoàng: Tôi cho là có. Cũng như có loại thơ làm ra để... phổ nhạc; và có loại nhạc làm ra để... phổ thơ. Lại có một loại thơ làm ra chỉ để người ta đọc... một mình.

Nguyễn Đức Tùng: Bạn bè văn chương của anh ra sao?
Trần Nghi Hoàng: Tôi quen biết nhiều, nhưng không có nhiều bạn "văn chương" lắm. Tuy nhiên, người nào thực sự là bạn tôi, họ rất thương tôi. Xin kể anh Nguyễn Đức Tùng nghe, tôi có ông bạn vừa là họa sĩ vừa là văn thi sĩ... nổi tiếng nhưng khá nghèo. Ông đọc xong *Mở Cửa Tử Sinh*, thì e- mail cho tôi rằng: "Phải chi tôi trúng số, tôi sẽ BAO cho ông sống mà LÀM THƠ... Không phải LÀM BẤT CỨ GÌ KHÁC!"

Nguyễn Đức Tùng: Anh có nuôi một giấc mơ là trở lại làm chủ bút một tạp chí văn học nào đó trong tương lai, như kiểu tờ Văn Uyển, hay không?

Trần Nghi Hoàng: Tôi hầu như... không bao giờ mơ! Nhất là lại "nuôi một giấc mơ"... thì tốn kém quá! Tuy nhiên, thi thoảng, tôi mua một tấm vé số, khi nào lô "độc đắc" lên đến vài chục triệu đô la. Tôi nói với bạn bè, nếu tôi trúng số, tôi sẽ mua một khoảng đất lớn, làm thành một cái "làng văn học" để kéo những bạn hữu cầm bút về đó ở mà sáng tác... Khỏi phải lo gì vấn đề cơm áo... Vài chục triệu đô Mỹ thì dư sức "bao" bạn văn nghệ... Và lúc ấy, dĩ nhiên là sẽ hình thành một tạp chí văn học... đúng nghĩa.

Tức là, tôi vẫn "thích" thực hiện một tạp chí văn học, nhưng điều kiện đầu tiên phải có thật nhiều tiền... để khỏi lo âu về tài chính mà chắc chắn tờ tạp chí vẫn không bị "chết bất đắc kỳ tử"... Và nhất là, mình có thể thực hiện một tờ tạp chí văn học thực sự không lệ thuộc vào bất cứ cái gì hết!

Nguyễn Đức Tùng: Anh có tự xem mình là một nhà thơ lưu vong? Một người sống rất xa đất nước của mình có thể viết như thế nào về đất mẹ?

Trần Nghi Hoàng: Tôi là một người làm thơ lưu vong... ngay cả hồi thời mười bảy tuổi, sống và làm thơ trên đất nước mình đã được sinh ra và lớn lên là Việt Nam. Anh hỏi: "Một người sống rất xa đất nước của mình có thể viết như thế nào về đất mẹ?" Xin trả lời: tôi không biết! Tôi nghĩ không thể có một chuẩn mực nào cho một người cầm viết, viết như thế nào về đất mẹ của mình. Viết rằng: xa quê hương nhớ mẹ hiền chăng? Tôi chỉ có thể nói là trong bất cứ hoàn cảnh nào và viết về bất cứ gì, tôi chỉ viết ra những điều "tôi nghĩ"... Chứ không thể viết một điều gì đó mà mọi người "cùng nghĩ"... hoặc muốn "cùng nhau nghĩ" như vậy! Tôi có viết loạt bài với tựa "*Vọng Mãi Từ Tâm Một Tiếng Chuông*", về những chuyến trở lại Việt Nam của tôi... Anh có thể tìm thấy trên một vài trang web nào đó...

Nguyễn Đức Tùng: Cám ơn anh về cuộc trò chuyện hào hứng này. Chúc anh mau trúng số và làm thơ hay.
Trần Nghi Hoàng: Cám ơn anh Nguyễn Đức Tùng. Mấy ông bạn "tử vi, phong thủy" nói tôi không có... số trúng số, anh à! Còn làm thơ hay hả? Khi nào cảm thấy mình làm thơ không còn hay nữa, tôi sẽ tự động... retire. Bây giờ thì tôi vẫn còn đang làm thơ.

Về "Phê bình Parabole" của Trần Nghi Hoàng

Phan Nhiên Hạo

Cuốn sách "Phê Bình Parabole," Phê Bình và Nhận Định (Nhà xuất bản Nhân Ảnh, Hoa Kỳ, 2021) của Trần Nghi Hoàng tập hợp những bài phê bình và tiểu luận phần lớn viết trong khoảng 10 năm đầu của thế kỷ 21.

Đây là thập kỷ khá sôi động của văn chương Việt Nam, với sự xuất hiện của các trang mạng văn chương hải ngoại, nổi bật nhất là talawas và Tiền Vệ. Các trang mạng mở ra khả năng mới cho việc xuất bản tác phẩm. Tác phẩm được đăng nhanh hơn, nhiều hơn, có đông độc giả hơn, trong nước lẫn ngoài nước. Việc xuất bản tác phẩm trên các trang mạng văn chương hải ngoại cũng giúp nhiều nhà văn trong nước viết một cách tương đối tự do hơn. Nói "tương đối" vì dù sao sống ở Việt Nam, các nhà văn cũng không thể đi quá xa trong việc phê phán chế độ cộng sản. Tuy vậy, họ cũng không còn phải cố gắng viết sao cho vừa khuôn của những tờ báo văn nghệ nhà nước. Đối với những nhà văn hải ngoại, việc đăng bài trên các trang mạng giúp đưa tác phẩm của họ đến với đông đảo người đọc trong nước, vốn là chuyện rất khó khăn trước đây. Các nhà văn hải ngoại và trong nước đọc tác phẩm của nhau thường xuyên hơn, và như một hệ quả, tranh luận và phê bình nhau nhiều hơn. Đây chính là bối cảnh cho sự ra đời của phần lớn các bài phê bình trong cuốn sách của Trần Nghi Hoàng, tập trung vào các hiện tượng văn chương trong nước.

Các trang mạng giúp xóa bỏ rào cản địa lý giữa văn chương hải ngoại và văn chương trong nước. Tuy nhiên, sự khác biệt bản chất giữa hai nền văn chương này trong mối quan hệ với chính trị vẫn không thay đổi. Một bên là văn chương tự do, một bên là văn chương luôn bị kiểm soát bởi nhà cầm quyền. Trong hơn mười lăm năm từ thời kỳ được gọi là "đổi mới" đầu những năm 90 đến khoảng giữa những năm 2000, số phận các nhà văn trong nước vẫn tùy thuộc vào những cơn tùy hứng của thể chế chính trị: lúc thì được "cởi trói", lúc thì bị ghìm lại, lúc thì được "động viên", lúc thì bị la rầy. Nhà văn hải ngoại, trong truyền thống tự do của văn nghệ miền Nam, xa lạ với kiểu thân phận văn chương phụ thuộc vào quyền lực chính trị như vậy. Phê bình của Trần Nghi Hoàng là phê bình từ vị thế của một nhà văn hải ngoại tự do nhìn về một nền văn chương vẫn luôn loay hoay trong vòng cương tỏa của chính trị. Trong cái nhìn của Trần Nghi Hoàng, "đổi mới" hay "chống đổi mới", cách tân hay truyền thống, "hậu hiện đại" hay "hiện đại", nhà văn chính thống trong nước vẫn hỉ nộ ái ố theo cung cách của những kịch sĩ trên sân khấu được dựng lên bởi Đảng.

Trần Mạnh Hảo là một ví dụ. Trong "Phê Bình Parabole," Phê Bình và Nhận Định, Trần Nghi Hoàng viết ba bài dài liên quan đến Trần Mạnh Hảo, chỉ ra những thay đổi của Trần Mạnh Hảo theo biến chuyển thời cuộc chính trị. Trần Mạnh Hảo là người tiên phong "đổi mới" khi nhà nước "cởi trói" cho văn nghệ, nhưng cũng là người tấn công những người "đổi mới" khác khi nhà nước muốn kiềm chế "đổi mới". Trần Mạnh Hảo rốt cuộc vẫn làm một thứ văn chương minh họa cho chính trị, ngay cả khi nhân danh chống văn chương minh họa. Để đạt được những mục đích chính trị, Trần Mạnh Hảo sẵn sàng gán thêm "tội" cho những người mà Trần Mạnh Hảo phê phán. Ví dụ khi phê phán Nguyễn Huy Thiệp về sự coi thường của Nguyễn Huy Thiệp đối với các nhà thơ trong Hội Nhà Văn, Trần Mạnh Hảo đã kết tội Nguyễn Huy Thiệp là dám coi thường cả nền thơ Việt Nam, từ Nguyễn Trãi, Nguyễn Du cho đến Chế Lan Viên, Xuân Diệu... thậm chí dám coi thường cả Việt Nam, một "đất nước thơ". Trần Nghi Hoàng châm biếm màn đấu tố này: "*Ngón ruột của Trần Mạnh Hảo và cũng của "đại đa số" người Việt Nam Cộng Sản và Không Cộng Sản đã được giở ra: VN là một đất nước Thơ! Rồi lại Truyền Thống: Truyền Thống Đánh Giặc và Truyền Thống Làm Thơ! Một dân tộc mà chỉ biết có Đánh Giặc với Làm Thơ và chẳng biết gì khác cả, thử hỏi tương lai dân tộc đó sẽ đi về đâu chả cần phải suy nghĩ đắn đo nhiều chúng ta đã biết: Tụt Hậu, Chậm Tiến, Ngu Dốt, U Mê...*" (tr. 188)

Trần Nghi Hoàng cũng không e dè khi phê bình các nhà phê bình hải ngoại. Đối với Nguyễn Hưng Quốc, Trần Nghi Hoàng viết: "*Nguyễn Hưng Quốc hầu như chỉ phê bình bằng những định kiến rập khuôn và theo kiểu truyền thống. Lâu lâu, Nguyễn Hưng Quốc cố gắng "tạo hiện tượng" bằng cách gây shock (cho những ai kém nội lực và dễ tin), mà vụ "Bài thơ Con Cóc" là một thí dụ. Về khả năng cảm thụ thẩm thấu thì theo tôi, ông Nguyễn Hưng Quốc hoàn toàn không có! Nhất là với thơ*" (tr. 106)

Để chứng minh cho nhận xét này, Trần Nghi Hoàng phân tích cảm thụ của Nguyễn Hưng Quốc qua vài bài thơ của Trụ Vũ, Quách Thoại và Quách Tấn. Trần Nghi Hoàng cho rằng cảm thụ thơ của Nguyễn Hưng Quốc trong những trường hợp này là "thiếu kiến thức", "kỳ cục", "vô duyên" và "lãng nhách". Trần Nghi Hoàng là một nhà thơ, và về mặt cảm thơ, nhà thơ thường nghi ngờ khả năng của nhà phê bình, nhất là những nhà phê bình có xu hướng quan trọng hóa vai trò dẫn đạo của mình trong văn chương, và vì vậy mà cảm thơ theo những định đề có sẵn, như Nguyễn Hưng Quốc. Đối với Thụy Khê, một nhà phê bình khác, Trần Nghi Hoàng chê bai thậm tệ hơn. Thụy Khuê đã viết nhiều bài ca ngợi tác phẩm của các nhà thơ trong nhóm Nhân Văn Giai Phẩm nhưng cách viết phê bình của bà thường thái quá và ít thuyết phục. Trần Nghi Hoàng đã chỉ ra những lủng củng trong phân tích của Thụy Khuê đối với thơ của Lê Đạt, mà Thụy

Khuê gọi bằng một cái tên khá vô nghĩa do bà nghĩ ra là "Thơ Tạo Sinh", rồi Trần Nghi Hoàng kết luận: *"Tôi đã tự dẹp bỏ trí tuệ của mình để giảng thơ Lê Đạt theo kiểu Thụy Khuê giùm Thụy Khuê. Tôi không đòi hỏi một sự đền ơn đáp nghĩa nào ngoại trừ một yêu cầu: Thụy Khuê nên ngưng viết phê bình... bá láp"* (tr. 134)

Phần lớn phê bình của Trần Nghi Hoàng là phê bình tấn công, phê bình tranh biện. Nhưng thỉnh thoảng Trần Nghi Hoàng cũng viết những bài phê bình chỉ tập trung vào tác phẩm, những bài cảm thụ văn chương "nhẹ nhàng." Ngòi bút phê bình của Trần Nghi Hoàng trong những bài này rất tinh tế. Bài hay nhất trong tập sách của Trần Nghi Hoàng có lẽ là bài "Từ Hải Nói Tiếng Tây và Thúy Kiều Hút Thuốc Lá". Trong bài này, Trần Nghi Hoàng giúp người đọc thấy được sự thâm trầm trong tác phẩm của Dương Nghiễm Mậu đồng thời cũng chỉ ra vài sơ xuất trong ngôn ngữ đối thoại và cái kết không hợp lý cho nhân vật Từ Hải trong truyện của Dương Nghiễm Mậu. Những nhận xét này xác đáng. Vài bài khác viết về những người bạn văn nghệ như Giang Hữu Tuyên, Kiệt Tấn, Đỗ Trọng Khơi... cho thấy một Trần Nghi Hoàng nghệ sĩ, mẫn cảm. Viết về Giang Hữu Tuyên, một người làm thơ theo lối cũ, Trần Nghi Hoàng chọn trích những câu thơ rất ám ảnh:

*"Chinh chiến người đi như lá mục
Giòng sông kia nước đỏ thêm hoài
Máu ai chảy từ bao năm trước
Mà nối không liền được đất đai"* (tr. 240)

Một đặc điểm của phê bình Trần Nghi Hoàng là tính hài hước, châm biếm. Đọc "Phê Bình Parabole," Phê Bình và Nhận Định, nhiều lần tôi cười thành tiếng. Văn phong của Trần Nghi Hoàng lắm khi có màu sắc... kiếm hiệp, như đoạn sau đây: *"Nguyễn Văn Hạnh viết nguyên một chuyên luận về thơ Tố Hữu, và nên danh phận là nhà Tố Hữu học nhờ chuyên luận này. Vậy mà Trần Mạnh Hảo sổ toẹt một nét ngang là Nguyễn Văn Hạnh chưa đọc kỹ thơ Tố Hữu!!! Câu này có làm Nguyễn Văn Hạnh thổ huyết tôi sẽ không chút ngạc nhiên! Cái thủ pháp 'tranh công dành chỗ' hay 'xua người dành ghế' của Trần Mạnh Hảo quả nhiên là tài tình. Nhưng Trần Mạnh Hảo chưa dừng ở đây. Hạ thủ bắt buộc đừng nên lưu tình là chủ trương của Trần Mạnh Hảo. 'Đánh mà đối thủ không... chết, nó trị liệu xong, hồi phục rồi báo thù thì chính mình... phải chết'. Trần Mạnh Hảo không chút ngưng nghỉ, sau cú đấm thôi sơn là cú đá 'bàn long cước' phá cho hư 'mã bộ' của đối phương, khiến đối phương không còn có thể nào đứng lên được nữa"* (tr. 83)

Giọng văn này, cũng nói theo lối kiếm hiệp, là giọng của một kiếm khách trong "giới giang hồ". Và Trần Nghi Hoàng là một người đình đám trong "giang hồ văn chương" hải ngoại.

Trần Nghi Hoàng là người làm văn nghệ dấn thân. Ông không chỉ viết, ông cũng góp phần vào sự hình thành văn nghệ hải ngoại. Trần Nghi Hoàng làm tạp chí Văn Uyển từ năm 1987 đến 1997, một trong vài tạp chí văn chương hay và sống động nhất hải ngoại. Trước và sau Văn Uyển, Trần Nghi Hoàng cũng làm nhiều báo và tạp chí khác. Vị thế chủ báo, đi kèm với tính không kiêng nể của Trần Nghi Hoàng, tất yếu dẫn đến không ít những tranh cãi, hệ lụy. Nhưng Trần Nghi Hoàng là người viết tự tin và độc lập. Ông không thích các phong trào thời thượng, không e ngại những nhân vật tên tuổi, và đặc biệt không khoan nhượng với các thỏa hiệp chính trị trong văn chương. Ông chỉ ra bản chất của văn chương trong nước là một nền văn chương bị khống chế bởi chính trị độc tài, và khi nhà văn trong nước vẫn né tránh đề cập đến thực trạng này, tất cả những tranh biện giữa họ với nhau chỉ là trò "tranh công" bi hài. Đối với các nhà văn hải ngoại thích thú với chuyện "hòa hợp hòa giải" mà bỏ qua tình trạng chính trị trong nước, Trần Nghi Hoàng cũng đã nhiều lần lên tiếng chỉ trích trong những tác phẩm khác.

"Phê Bình Parabole," Phê Bình và Nhận Định là cuốn sách phê bình sắc sảo, thẳng thắn, và hài hước. Nó cho thấy tài năng của Trần Nghi Hoàng trong lãnh vực phê bình, bên cạnh lĩnh vực thơ. Và như một nhà thơ, Trần Nghi Hoàng đã viết phê bình.

Phan Nhiên Hạo

Một thời đã qua

Võ Đình Tuyết

Tên thật Võ Đình. Sinh năm 1952 tại Đà Nẵng, Quảng Nam. Trước năm 1975, nghề nghiệp: Thủy Thủ VNCH. Sau năm 1975, tị nạn ở Mỹ, làm đủ thứ nghề để sống. Hiện định cư tại Hatfield, Pennsylvania. Không bao giờ nhận mình là nhà văn, nhà thơ. Viết cho vui những ngày tị nạn. Thơ văn đã đăng trên nhiều tạp chí hải ngoại, trong đó có tạp chí "Văn" của Mai Thảo, "Thế kỷ 21", tạp chí "Thơ" của Khế Yêm.

Tất cả những tạp chí đó bây giờ đã bay về miền... Chỉ là phù vân...

*

Vào tháng ba năm 1976, từ Philadelphia tôi đáp chuyến xe đò hiệu con chó Greyhound, sau ba ngày ba đêm tới Cali.

Từ trại tị nạn Indian Town Gap được bảo trợ ra Philadelphia sống lêu bêu văn nghệ, tôi quyết định qua California sống chung với người bạn thân, tên hắn là: Thông, tự Thông lùn, mà thật ra tôi cũng lùn như hắn;

nhưng rồi một thời gian tôi lại quay về Phila., không hiểu tại sao, để lại một khoảng buồn cho bạn...

Sau ba ngày ngồi vật vờ trên xe Bus, qua nhiều thành phố và đêm đầy trăng sao, bạn tôi, Thông lùn, đón tôi ở trạm xe đò mang tên con chó. Thành phố Santa Barbara nắng gắt nhưng vẫn có những cơn gió mát từ biển thổi vào...

Chúng tôi sống trong căn apartment có thêm những người bạn khác ở chung, và những ngày sống ở phố biển Santa Barbara cho tôi nhiều kỷ niệm vui buồn của đời Lữ thứ. Đám bạn, dĩ nhiên đủ thành phần: lớn có, trẻ có. Tôi với Thông là cựu lính Hải Quân, còn có Sáu Cường (Như Hạnh Nguyễn Tự Cường) Sáu Tiên (Trần Nghi Hoàng) và vài bạn trẻ. Chúng tôi dùng từ "Sáu" gọi chung với nhau riết rồi trở thành thân quen.

Những ngày lang thang trên đường phố chật người của đại lộ Holywood, đêm mưa LA (Los Angeles). Thức vui cùng rượu wine, ấm cúng tình bạn bè. Những Sáu Tiên, Sáu Cường, Sáu Dũng, Sáu Thông, Sáu Đình, Sáu Xuân, trở thành những tên gọi hằng ngày. Gần như văn chương không có ở đây, chỉ có tình bạn. Tôi và Sáu Tiên đã có những ngày vất vả nhưng vui làm việc trên những cánh đồng hoa hồng đầy gai của ông chủ có khuôn mặt quạu xị người Nhật để có tiền uống rượu và có tiền cho Sáu Tiên mua sơn dầu vẽ tranh...

Santa Barbara, thành phố biển đẹp như một người đàn bà dịu dàng có nhan sắc mùa xuân. Có một thời tôi đã ở đó cùng: Nguyễn Tự Cường, Trần Nghi Hoàng, Sáu

Thông và nhiều người Việt trên bước đường lưu vong ngậm ngùi "Hồn quê theo ngọn mây Tần xa xa"...

Thời Gian chẳng chờ đợi ai. Những người bạn đã xa... thì đã quá xa biệt mù, chỉ còn lại hai mái đầu bạc, sau hơn 45 năm, tại Pennsylvania, lâu lâu gặp nhau bên cốc rượu ấm lòng, tuy thời gian cũng đã nhuốm màu tàn phai.

Phải không Sáu Tiên Trần Nghi Hoàng...

Sáu Đình Võ Đình Tuyết
Chớm Thu 2024 Pennsylvania.

Một người sống và chết với chữ nghĩa

Daniel Hoàng

Daniel Hoàng, một nhà giáo Việt ở Bắc Cali, tên Việt là Hoàng Văn Thắng, thích đọc nhưng không thích viết, rất ái mộ văn Trần Nghi Hoàng vì anh viết giùm cho nhiều người muốn nói nhưng không nói được.

*

Tôi là nhà giáo, không phải là nhà báo. Nghiệp báo của tôi chỉ được 2 năm. Trong thời kỳ học Cao học Truyền thông của Viện đại học Đà Lạt (trụ sở ở Tax) tôi đã làm phóng viên cho các báo Quật Cường và thư ký tòa soạn cho báo Thời Nay. Sau 1974, tôi về quê ngoài Trung làm việc và vĩnh viễn từ giã nghề báo.

Năm 1989, tôi rời Việt Nam và qua đây đi học, rồi đi dạy học. Tôi trước không thích nghề này, nhưng làm lâu bỗng thấy yêu nghề. Mặc dù vậy, tôi vẫn yêu nghề báo và yêu văn. Tôi đọc khá nhiều những nhà văn hiện đại như Dương Nghiễm Mậu, Thế Uyên, Mai Thảo, Doãn Quốc Sĩ nhưng tôi chỉ đọc lướt qua cho đến ngày tôi gặp anh

Trần Nghi Hoàng trên thơ văn. Tôi thích cái bất cần đời và nổi loạn trong thơ văn anh. Đây là một người "điếc không sợ súng" với những kiến thức uyên bác mà tôi một lòng kính mến và yêu thích. Anh dám nói những điều tôi muốn nói. Thơ của Trần Nghi Hoàng thì "hay" không chê vào đâu được.

Cơ may tôi được gặp anh từ những năm 1980. Tôi được anh mời đến nhà và cụng ly với một số văn hữu của anh. Từ đó tình bạn kéo dài cho tới bây giờ. Do nghiệp dĩ, càng ngày tôi phải đi sâu vào những môn tôi dạy cho học sinh bản xứ, nhưng rảnh là tôi đọc Trần Nghi Hoàng. Tôi chắc anh có nhiều kẻ thù nhưng không thiếu người nhận ra rằng anh đã nói thay cho họ trong những sách và báo anh xuất bản.

Với tôi, Trần Nghi Hoàng luôn luôn là Trần Nghi Hoàng, độc đáo với một vị trí riêng trong văn học. Anh là một nhà văn thiên tài bẩm sinh. Những bài thơ của anh là những bản tình ca về cuộc sống, về ước vọng, và về cái bé nhỏ của con người trong một thế giới mà nhiều người giả hình hơn là chân thật, khoác lác hơn là thật tâm trong giới văn học. Có thể bạn sẽ nói rằng tôi ngoa ngôn, nhưng Trần Nghi Hoàng là một nhà văn, nhà thơ thiên bẩm, một người sống và chết với chữ nghĩa.

Đọc thơ văn Trần Nghi Hoàng để thấy cuộc đời trong cái chân thật của nó, đọc văn chương Trần Nghi Hoàng để thấy được một phần đời mình bên trong, và đọc những phê bình văn học của anh để thấy nhiều văn nghệ sĩ giả tạo như thế nào.

Tôi là người không học nhiều và biết nhiều, nhưng làm bạn được với Trần Nghi Hoàng là một điều tôi cảm thấy được khai tâm trong cái thế giới những người làm văn, làm thơ mà theo tôi chỉ là thợ văn, thợ thơ.

Tài không đợi tuổi

Nguyễn Văn Lợi

Kỹ sư hóa học, nguyên chủ nhân nhà hàng Golden Chopsticks, Campbell, San Jose, California.

*

Khoảng năm 81- 82, San Jose xuất hiện một nhân vật làm tôi để ý. Anh chàng này cũng trạc khoảng tuổi tôi thôi, tức là trên dưới 30. Hầu hết người Việt Nam tị nạn thời đó hoặc đều lo đi xin việc làm hoặc đi học nghề hay đi học chữ, tức là học Tiếng Anh. Riêng anh chàng này vừa xuất hiện là nhào ngay vào việc viết báo. Một thời gian sau còn tự đứng ra làm một tờ báo cho riêng mình. Dường như anh ta chỉ lo cho sự sống còn của Tiếng Việt mà thôi. Anh chàng này tên Trần Nghi Hoàng. Ba chữ này đối với tôi không xa lạ và nó gắn liền với một câu chuyện khá lý thú.

Vì hồi năm 1967 ở Sài Gòn, gia đình tôi có một nhà in và cũng là nhà xuất bản tên Trí Đăng do ông anh cả tôi làm giám đốc. Ông anh cả Trí Đăng của tôi cũng đang sống ở San Jose cho nên một hôm gặp anh tôi hỏi: "Anh còn nhớ tay Trần Nghi Hoàng không?" Anh Trí Đăng cười xòa: "Sao mà quên thằng quỷ đó được?" Tôi hỏi tiếp: "Anh có biết chàng ta đang ở San Jose không?" Anh Trí Đăng gật đầu: "Nó viết báo, in thơ rồi tự ra báo nữa. Nó có tới đây gặp tao. Tao có đăng quảng cáo ủng hộ trên báo nó. Thằng quỷ đó quả là có nghiệp với chữ nghĩa mày ơi." Tôi bật cười và nhớ lại chuyện ngày xưa.

Hồi đó, nhà xuất bản Trí Đăng thỉnh thoảng lại có một buổi họp ban biên tập, cũng còn gọi là ban tham mưu. Tôi là người có nhiệm vụ lái xe đi đón những quý vị này tới họp. Đó là nhiệm vụ thứ hai của tôi. Nhiệm vụ thứ nhất là sửa mo rát những bản vỗ. Cả hai nhiệm vụ đều được anh Trí Đăng tôi trả lương. Đó là công việc để cho một tên sinh viên Phú Thọ như tôi có tiền tiêu xài. Lần đó, nhà xuất bản Trí Đăng có một buổi họp. Tôi đã đón đủ những người cần đón và một vài người đến bằng phương tiện riêng cũng đã có mặt. Anh Vũ Hối thì hầu như có mặt khá thường xuyên ở nhà xuất bản. Ngoài ra, hôm ấy có quý anh Vi Huyền Đắc, Vũ Hạnh, Võ Phiến, chị Nguyễn Thị Hoàng, anh Nguyễn Hữu Ngư, tức nhà văn Nguyễn Ngu Ý, quản lý nhà in tên Năm Thân, và tôi châu rìa.

Mở đầu buổi họp, anh Trí Đăng nói: "Có một sự việc xảy ra cách đây 2 hôm. Tôi muốn hỏi ý kiến mấy ông." Anh Trí Đăng quay qua anh Vũ Hối nói, "Anh Vũ Hối kể lại đi." Anh Vũ Hối bắt đầu kể: "Cách đây 2 hôm có một cậu thanh niên bước vào nhà in đòi gặp giám đốc nhà xuất bản Trí Đăng. Tôi đưa vào gặp anh Trí Đăng. Anh Trí

Đăng hỏi: "Cậu em cần chi?" Cậu ta đáp, "Dạ, em muốn in thơ." Anh Trí Đăng hỏi: "Có giấy phép chưa?" Cậu ta lắc đầu: "Dạ chưa." Lại hỏi: "Có tiền in không?" Cậu ta lại lắc đầu: "Dạ không." Anh Vũ Hối vừa cười vừa kể tiếp: "Tôi và anh Trí Đăng nhìn nhau, lấy làm thích thú về cậu em này. Cậu ta quá ngộ nghĩnh." Anh Trí Đăng nói với cậu ta: "Em đưa tôi đọc sơ tập thơ được không?" Cậu ta gật đầu, bước tới đưa anh Trí Đăng bằng hai tay. Anh Trí Đăng lật đọc vài trang rồi đưa mắt nhìn tôi, ánh mắt có vẻ ngợi khen rồi anh nhẹ gật đầu. Tôi nói với cậu nhỏ: "Em để tập thơ này lại cho chúng tôi vài ngày được không?" Cậu ta gật đầu: "Được." Tôi hỏi: "Có sợ mất không?" Cậu ta lắc đầu: "Dạ không." Tôi hỏi: "Sao không sợ?" Cậu ta cười: "Nhà xuất bản Trí Đăng có tiếng tăm. Và lại, mấy anh lấy tập thơ của em làm gì. Mà nếu có mất thì em viết tập khác." Nói xong, cậu ta chào chúng tôi và bỏ về." Anh Vũ Hối đưa tập bản thảo để ban biên tập chuyền tay đọc. Anh Võ Phiến nói: "Thơ không phải là lãnh vực của tôi." Anh Vũ Hạnh thì rối rít khen và nói, "Thơ cậu em này hay. Tôi ủng hộ cậu ta." Ông Vi Huyền Đắc thì có tài đọc rất nhanh và chỉ buông gọn một chữ: "Hay." Đến anh Nguyễn Hữu Ngư, Nguyễn Ngu Ý thì đọc khá lâu rồi anh hỏi anh Vũ Hối: "Anh Vũ Hối nghĩ sao? À mà cậu em này khoảng bao nhiêu tuổi?" Anh Vũ Hối cười: "Thì cũng trạc tuổi cậu Lợi em anh Trí Đăng. À, ý tôi hả. Tôi thì thấy thơ cậu em này hay và ủng hộ hết mình." Anh Nguyễn Ngu Ý gật gù: "Trẻ vậy thôi à? Chẳng những thơ hay mà ý tưởng mới lạ. Đúng là tài không đợi tuổi." Cuối cùng, tập thơ đã được xuất bản bởi sự bảo trợ của ban biên tập. Sự việc này ở hậu trường, không biết anh Trần Nghi Hoàng có biết hay không?

San Jose, 1995-2024.

Đêm đất khách nghe thơ Lý Bạch

Nguyễn Duy Năng

Chiều qua, anh Chiếu nhắn tôi "Ghé nhà anh chơi Năng. Đang có Trần Nghi Hoàng ở đây rồi."

Tôi vâng lời nhưng vừa lái xe vừa nghĩ không biết đó là ai? Sao tên nghe quen quá. Dĩ nhiên, cái gì không biết thì tra Gúc-gồ và tôi "Ah" lên một tiếng! Tôi nhớ ra đã từng đọc những bài thơ, bình luận sắc bén... của anh trên Talawas của nhà văn Phạm Thị Hoài. Nhưng lâu quá rồi.

Giờ thì tôi biết vì sao anh viết:

"tôi thấy những viên sa thạch bắn vào con mắt trái
tôi thấy những hơi mưa
chập chùng con mắt phải
con mắt trái tôi còn 25% thị lực
con mắt phải tôi còn 75% thị lực
glaucoma
như vậy:
25% + 75%
cộng cả hai con mắt tôi vẫn đủ đầy 100% về phía ánh sáng"

(Bài ca cho bóng tối - 2013)

Anh ngồi đó nghe tôi hỏi và chậm rãi trả lời. Đôi mắt như nhìn về một thế giới xa xăm khác. Nhưng bằng tất cả sự thông tuệ và kiến văn uyên bác của mình, anh nói cho tôi nghe về lòng tự trọng của kẻ sỹ, về những bí ẩn của lịch sử và văn học sử, về tác giả và tác phẩm [Lưu Quang Vũ, Hoàng Cầm, Ocean Vương...] và rất nhiều các giai thoại [Phạm Duy, Trịnh Công Sơn, Trịnh Cung...]

Cao hứng, tôi đánh liều xin phép đọc cho anh nghe một bài viết ngắn về Ocean Vương và mùa Thu Hà Nội. Không cắt ngang, không thờ ơ như thói thường của một đàn anh văn chương trước một tên ngoại đạo như tôi, anh lắng nghe chăm chú, dừng một lúc như thế để con chữ cuối cùng của tôi tan vào hư không, rồi chậm rãi nói: "Em viết được đấy. Thủ pháp và ngôn ngữ rất tốt. Lại có cảm xúc. Ráng viết đi. Nếu không để in sách thì hãy viết cho chính mình". Tôi trợn mắt kinh ngạc.

Anh lại kể về Lý Bạch, một kiếm sỹ và một nhà thơ lớn người Hồi Hột và tôi nhỏ nhẹ ngâm bài thơ "Tĩnh Dạ Tứ"

靜夜思
床前明月光，
疑是地上霜。
舉頭望明月，
低頭思故鄉。

"Tĩnh dạ tứ
Sàng tiền minh nguyệt quang,

*Nghi thị địa thượng sương.
Cử đầu vọng minh nguyệt,
Đê đầu tư cố hương"*

Dịch nghĩa:

Đầu giường trăng sáng soi,
Ngỡ là sương trên mặt đất.
Ngẩng đầu nhìn vầng trăng sáng,
Cúi đầu lại thấy nhớ quê nhà

(Lý Bạch)

Rồi hỏi anh tại sao nhà thơ Nguyễn Chí Thiện lại cảm nhận như thế? Anh bảo, Nguyễn Chí Thiện đã nếm đủ đau khổ nơi lao tù nên đã cảm bài thơ này rất riêng:

*"Người xưa ngẩng đầu nhìn trăng sáng
Rồi cúi đầu thương nhớ cố hương
Còn tôi - ngẩng đầu nhìn nhện giăng tơ vướng
Rồi cúi đầu nhặt hạt cơm vương"*

(Nguyễn Chí Thiện)

Cứ thế, hết chuyện này sang chuyện khác, bên chai rượu vang trong một buổi tối trời mưa lâm thâm ở miền Đông Bắc Hoa Kỳ, cùng với hai người bạn thâm giao của anh, chúng tôi ngồi tỉ tê suốt bảy giờ đồng hồ.

Nửa khuya, trước khi từ giã ra về, anh bảo cám ơn tất cả vì đã lâu rồi không được uống rượu và nói chuyện hứng thú như thế này. Và anh dặn tôi ghé nhà để anh gửi sách cho đọc.

Nếu gặp nhau là do nhân duyên, tối qua tôi đã có một nhân duyên rất lớn.

Cám ơn các anh Trần Nghi Hoàng, Trần Vũ Hoàng và đặc biệt chủ nhà, anh Lê Văn Chiếu.

Penn., đêm mưa mùa Hè

Đã xuất bản:

"*nhật ký thời gian*" của Trần Nghi Hoàng, một trường ca tác giả đã viết trong 15 năm. Tác giả nói: "Tôi sống với tác phẩm này nhiều hơn là viết nó."

... " Trường ca này chính ông đã SỐNG nó suốt 15 năm, giữa cơn mộng thức nhiều lúc trở thành mê man hay mê sảng của thế giới hình ảnh siêu thực, âm thanh hữu thanh và vô thanh, những nghịch lý của tư tưởng và tâm tưởng, những thách đố của trí tưởng tượng. Những mảnh SỐNG tươi rói ứa tràn năng lượng và sinh lực từ bất kỳ lứa tuổi nào, năm tháng nào từng trải, bất cứ phương chiều nào của tâm thức hốt nhiên đồng hiện trong cái không gian nở phồng căng, nở tung đến vô cùng như một vụ nổ tạo sinh vũ trụ của bài thơ.

....

Hạt mưa không chịu rơi, đám mây "không chịu làm mưa", cánh buồm căng gió vị lai không chịu lìa xa hiện tại biểu tượng cho dòng chuyển luân của thời gian và phẩm chất trong thơ Trần Nghi Hoàng: trong một hiện hữu gồm thâu nhiều trạng thức, một khoảnh khắc có thể bao hàm vô lượng khoảnh khắc hay vô vàn cảnh huống.

Cái nhìn về thế giới đã khiến cho trần gian trong

con mắt người thơ trở thành ngày hội với muôn vàn sắc màu hương vị kỳ lạ, lộng lẫy bất chấp đau thương, nghịch lý, kể cả mối nguy hủy diệt luôn rình rập liền kề."

(Trích *Lời Bạt* của Khánh Phương)

Liên lạc mua sách có chữ ký của tác giả: hoangtrannghi2021@gmail.com

Các sách đã xuất bản của Trần Nghi Hoàng:

- Thơ Trần Nghi Hoàng, 1983
- Gã Cùi Và Miếng Dừa Non, Tạp ghi, 1986
- Quỷ Mỵ Truyện, tập truyện ngắn, 1986
- Lưu Vong Hành, Thơ, 1988
- Anh Có Thực Sự Muốn Thành Một Bồ Tát? Thơ, 1989
- Truyện Người Viết Sử, tập truyện ngắn, 1997
- mở cửa tử sinh, Trường ca, 1997
- Cõi Người Ta, Phiếm luận với bút hiệu Thông Biện Tiên Sinh, 2002
- Trần Văn Thủy, Truyện Không Tử Tế, Tiểu luận, 2004
- Thánh Địa Tội Ác (dịch Sanctuary của William Faulkner, NXB Lao Động) 2010
- Thầy Vua, Kịch bản phim, 2010
- Firmament Without Roof Cover, dịch thơ Mai Văn Phấn ra Tiếng Anh, NXB Hội Nhà Văn, 2011
- Phê Bình Parabole, Phê Bình & Nhận Định, Nhân Ảnh xuất bản, 2021
- Firmament Without Roof Cover, dịch thơ Mai Văn Phấn ra Tiếng Anh, NXB Page Addie Press, Great Britain.
- nhật ký thời gian, Trường ca, Nhân Ảnh xuất bản, 2024

www.ingramcontent.com/pod-product-compliance
Lightning Source LLC
LaVergne TN
LVHW041657060526
838201LV00043B/465